लेखक परिचय

व्हर्जिनियातल्या एका छोट्या खोलीत जन्म झालेले नेपोलियन हिल (१८८३-१९७०) हे एक अमेरिकन लेखक आहेत. १९०८ साली त्यांची प्रसिद्ध उद्योजक अँड्र्यू कार्नेगी यांच्याशी भेट झाली आणि त्यांना आर्थिकदृष्ट्या यशस्वी झालेल्या व्यक्तींच्या आयुष्याबद्दल जाणून घेता आलं. हिल यांना कार्नेगींकडून ते यशाचं रहस्य जाणून घेता आलं, ज्यात अतिशय छोट्या नियमांचं पालन करून यश मिळवता येतं, असा कार्नेगींचा विश्वास होता. *थिंक अँड ग्रो रिच* (१९३७) हे पुस्तक यशस्वी बनण्यासाठीच्या मार्गदर्शक साहित्यातील सर्वाधिक विक्री होणारं पुस्तक ठरलं आहे. या पुस्तकातला सर्वोत्तम प्रेरणदायी भाग हा लेखकाचा मुलगा ब्लेअरचा आहे - ज्याला जन्मत: श्रवणेंद्रियं नव्हती. मात्र ठाम विश्वासावर तो मोठा झाला आणि ऐकूही शकला.

पुढच्या आयुष्यात हिल यांनी हजारो लोकांना यश मिळवण्याचं तत्त्वज्ञान शिकवलं, ज्याचे लोकशाही, भांडवलशाही, स्वातंत्र्य आणि सुयोग्य ताळमेळ हे महत्त्वपूर्ण पैलू आहेत.

विचार करा आणि श्रीमंत व्हा

नेपोलियन हिल

अनुवाद : अनुश्री भागवत

MANJUL

मंजुल पब्लिशिंग हाउस

MANJUL

मंजुल पब्लिशिंग हाउस

व्यावसायिक आणि संपादकीय कार्यालय

दुसरा मजला, उषा प्रीत कॉम्प्लेक्स, 42 मालवीय नगर, भोपाळ - 462 003

विक्री आणि विपणन कार्यालय

सी-16, सेक्टर 3, नोएडा, उत्तर प्रदेश - 201301, इंडिया

www.manjulindia.com

वितरण केंद्रे

अहमदाबाद, बेंगलुरू, कोची, कोलकाता, चेन्नई,
हैदराबाद, मुंबई, नवी दिल्ली, पुणे

नेपोलियन हिल लिखित *थिंक अॅन्ड ग्रो रिच*
या मूळ इंग्लिश पुस्तकाचा मराठी अनुवाद

Think and Grow Rich by *Napoleon Hill* - Marathi Edition

प्रथम मराठी आवृत्ती 2005 साली प्रकाशित
नवीन अनुवाद 2018 साली प्रकाशित
प्रस्तुत 21वी आवृत्ती 2026 साली प्रकाशित

ISBN : 978-81-8322-003-3

मराठी अनुवाद : अनुश्री भागवत यांच्याकडून नव्याने अनुवादित

मुद्रण व बाइंडिंग : रेप्रो इंडिया लिमिटेड

अनुक्रमणिका

लेखकाचं निवेदन

या पुस्तकातल्या प्रत्येक प्रकरणात मी अशा लोकांचं विश्लेषण केलं आहे, ज्यांनी गडगंज संपत्ती कमावण्याच्या मागचं रहस्य काय याची चर्चा केली आहे.

सुमारे पन्नास वर्षांपूर्वी अँड्रयू कार्नेगी यांनी याकडे माझं लक्ष वेधलं. मात्र माझ्या बालपणात वृद्धत्वाकडे झुकलेल्या स्कॉटनं अगदी सहजगत्या ते रहस्य माझ्या कानात सांगितलं. मग तो निवांतपणे आपल्या खुर्चीत बसला आणि चेहऱ्यावर मिस्किल भाव ठेवून, जे सांगितले, ते मला कळलंय का, हे बघू लागला.

मला ते कळलंय, असं त्याच्या लक्षात आलं. मग संपत्ती मिळवण्यात जे स्त्री-पुरुष अपयशी ठरले होते, त्यांच्यापुढे या रहस्याची मांडणी करण्यासाठी मी तयार आहे का, याची त्यानं विचारणा केली. यासाठी कदाचित वीस वर्षांपेक्षाही जास्त काळ लागू शकतो, हे सांगायला तो विसरला नाही. मी त्याला होकार दिला आणि कार्नेगींच्या सहकार्यानं मी माझं वचन पूर्ण केलं.

या पुस्तकात असं एक रहस्य कथन केलंय, ज्याची जगभरातल्या विविध क्षेत्रांत वावरणाऱ्या शेकडो लोकांनी यशस्वी चाचणी घेतलीय. ज्या रहस्यामुळे कार्नेगी इतकं प्रचंड यश मिळवू शकले, ते रहस्य जाणून घेण्याइतकाही ज्यांना वेळ नाही, अशा लोकांसाठी पुस्तकरूपानं जतन करून ठेवलंय. लोकांच्या अनुभवांद्वारे मी त्या रहस्याची परीक्षा घ्यावी आणि ते रहस्य ठामपणे लोकांपुढे मांडावं, अशी त्यांची अपेक्षा होती. हे रहस्य सर्व पब्लिक स्कूल - कॉलेजमधून शिकवण्यात यावं, अशी त्यांची इच्छा होती. कारण जर हे शाळा-कॉलेजमध्ये शिकवलं गेलं, तर आपल्या शिक्षणपद्धतीत क्रांतिकारक बदल होईल. ज्यामुळे शालेय शिक्षणाचा अवधी कमी करता येईल, असं त्यांना वाटत होतं.

श्रद्धा प्रकरणात तुम्ही युनायटेड स्टेट्स स्टील कॉर्पोरेशनची आश्चर्यजनक कथा वाचणार आहात. या कथेतून एका तरुण उत्साही उद्योजकाच्या माध्यमातून कार्नेगी यांनी ज्या फॉर्म्युल्याद्वारे आपलं स्वप्न साकार केलं, ते आत्मसात करायला लोक तयार आहेत, तो कसा यशस्वी करता येतो, ते सांगितलं आहे. कारण या रहस्यामुळेच चार्ल्स श्वाब यांना पैसा आणि संधी या दोन्ही बाबतीत प्रचंड यश मिळालं. या फॉर्म्युल्याची किंमतच जवळजवळ सहाशे दशलक्ष डॉलर्स इतकी होती.

कार्नेगींना ओळखणाऱ्या सर्वांनाच ही सत्यकथा वाचल्यावर काय मिळू शकेल याची कल्पना येईलच; पण आपल्यालाही नेमकं काय हवं आहे, याचीही पूर्वकल्पना येईल.

कार्नेगींच्या इच्छेप्रमाणं हे रहस्य हजारो स्त्री-पुरुषांपर्यंत पोहोचलं आणि त्या लोकांनी आपल्या व्यक्तिगत फायद्यासाठी त्याचा वापरही केला. काही लोकांना प्रचंड प्रमाणात यश मिळालं, तर काहींनी त्याचा आपल्या कौटुंबिक सुसंवादात भर घालण्यासाठी वापर केला. याच्या अतिशय परिणामकारक वापरातून एका धर्मगुरूनं आपलं वार्षिक उत्पन्न ७५,००० डॉलर्स इतकं वाढवलं.

सिनसिनाटी इथल्या आर्थर नॅश या शिंप्याचा धंदा अगदीच डबघाईला आला होता. त्यानीही कार्नेगींचाच फॉर्म्युला वापरला आणि भव्य यश मिळवून मालकाला प्रचंड लाभ मिळवून दिला. जरी मि. नॅश आता यात नसले तरी तो धंदा अजूनही तेजीतच चालतो आहे. या एकमेवाद्वितीय अशा प्रकारच्या प्रयोगाची वार्तापत्रं, मासिकांनी तोंड फाटेस्तोवर स्तुती केली.

डल्लास (टेक्सास) येथील स्टुअर्ट आस्टीन वियर हे तर रहस्य जाणून इतके उत्तेजित झाले की, आपला व्यवसाय बंद करून ते कायद्याचे विद्यार्थी बनले. त्यांचीही कथा पुढच्या प्रकरणात आपण वाचणार आहोत.

मी लॅ-सॅले एक्सटेन्शन युनिव्हर्सिटीत जाहिरात व्यवस्थापक म्हणून काम करत होतो. त्या वेळी अध्यक्ष जी. चॅपलीन यांची भेट झाली. मात्र हा फॉर्म्युला उत्कृष्टरीत्या वापरल्यामुळे फारशी प्रसिद्ध नसलेली ही युनिव्हर्सिटी त्यांनी नावारूपाला आणली.

जरी या रहस्याचा उच्चार या पुस्तकात किमान शंभर वेळा आला असला, तरी अजूनही ते गुप्तच आहे. कारण इच्छुकांनी त्याचा शोध घ्यावा,

आणि ते वापरावं म्हणूनच कुठलाही गाजावाजा न करता मि. कार्नेगी यांनी ते मला गुपचूप सांगितलं. मात्र त्याचं नाव सांगितलं नाही.

जर तुम्ही याचा वापर करून बघण्यास तयार असाल, तर प्रत्येक प्रकरणात एकदा तरी ते आलं आहे, असं तुम्हाला जाणवेल म्हणूनच ते तुम्हाला खुलेपणानं आणि स्पष्टपणानं सांगून टाकावं असा विचार अत्यंत प्रबळतेनं माझ्या मनात कितीदा तरी येऊन गेला; पण मी ते टाळलं आहे. कारण तुम्ही स्वतःच त्याचा शोध घ्याल, तेव्हा तुम्हाला त्यातून आणखी बरंच काही सापडेल.

कधी निरुत्साही वाटत असेल, प्रयत्न करूनही यश येत नसेल, मार्गातल्या अडचणी हटत नसतील, शारीरिक व्याधी सतावत असतील, तर तुमच्यासाठी एक आशेचा दिवा मी तुमच्या हाती दिलाय. माझ्या मुलानं कार्नेगी फॉर्म्युलाचा उपयोग करून स्वतःचा फायदा कसा करून घेतला, ही गोष्ट तुमच्यासाठी नक्कीच प्रेरणादायी ठरेल.

पहिल्या महायुद्धाच्या काळात अध्यक्ष वुड्रो विल्सन यांनी या रहस्याचा अत्यंत प्रभावी वापर केला. प्रशिक्षणदरम्यान हे रहस्य प्रत्येक सैनिकाला पुरेपुर उमजेल, याची काळजी घेतली गेली. युद्धासाठी निधी उभारण्यातला तो एक मुख्य घटक होता. हे मला खुद्द विल्सन यांनीच सांगितलं.

एकदा का तुम्ही या रहस्याचा वापर केला की, तुम्ही आपसूक यशाकडे खेचले गेलातच असं समजा. याचा अनुभव अनेकांनी घेतला आहे. जर तुमचा यावर विश्वास नसेल, तर ज्यांनी याचा वापर केला, त्यांच्या कार्याचा बारकाईनं अभ्यास करा आणि स्वतःची खात्री करून घ्या.

कुठलीही किंमत न देता काहीही मिळणार नाही म्हणूनच मी ज्या रहस्याचा वारंवार उच्चार करतोय, ते आत्मसात करण्यासाठीसुद्धा योग्य ती किंमत द्यावीच लागणार आहे. मात्र होणाऱ्या लाभाचा विचार करता, ती अगदीच नाममात्र अशी आहे. जर तुमचा हेतू विशिष्ट नसेल तर, कितीही किंमत दिलीत, तरी ते मिळणार नाही. ना ते दानाच्या रूपात मिळत, ना विकत घेता येत. कारण या रहस्याचे दोन भाग पडतात. जे हे रहस्य आत्मसात करण्यासाठी तयार आहेत, त्यांच्याजवळ पहिला भाग आधीपासूनच आहे.

जे हे रहस्य जाणून घेण्यासाठी उत्सुक आहेत, त्या प्रत्येकासाठी त्याचा सारखाच उपयोग आहे. तुमचं शिक्षण कितीही असलं, तरी त्यानं

फरक पडत नाही. माझ्या जन्माच्याही बरंच आधी थॉमस अल्वा एडिसन यांना हे रहस्य ज्ञात झालं होतं. जेमतेम शालेय शिक्षण झालेलं असतानाही त्यांनी त्या रहस्याचा सुयोग्य वापर केला आणि ते अग्रगण्य संशोधक बनले.

मग ते रहस्य एडविन सी. बार्नस यांना ज्ञात झालं. ते एडिसन यांचे सहकारी होते. त्या रहस्याचा बार्नसनी अतिशय परिणामकारक उपयोग करून घेतला. अवघं १२,००० डॉलर्स इतकं वार्षिक उत्पन्न असताना त्यांनी भविष्यकाळात अफाट संपत्ती कमावली आणि स्वतःला हवी त्या वेळी निवृत्ती घेतली. या उदाहरणांवरून संपत्ती मिळवणं ही अशक्यप्राय गोष्ट नाही. यावर आता तुमचा विश्वास बसेल. तुम्ही तुमच्या मनात जी इच्छा धरता, ते घडू शकतं. कीर्ती, यश, प्रतिष्ठा, मानमरातब तुम्हाला मिळू शकतं.

मला हे कसं कळेल? हे पुस्तक वाचून तुम्हाला याचं उत्तर नक्कीच मिळालं असेल. कदाचित पहिल्याच पानावर वा शेवटच्या पानावर वा दरम्यान कुठेतरी ते तुमची वाट बघत असेल.

कार्नेगी यांच्या सांगण्यानुसार मी वीस वर्षं कार्नेगी रहस्याचा वापर करून अफाट संपत्ती मिळवणाऱ्या लोकांचं विश्लेषण करत होतो. त्या यादीत पुढील लोकांचा समावेश आहे. –

हेन्री फोर्ड
विल्यम रिगले ज्यू.
जॉन वानामेकर
जेम्स जे. हिल
जॉर्ज एस. पार्कर
ई. एम. स्टॅटलर
हेन्री एल. डोहेर्टी
सायरस एच. के. कर्टिस
जॉर्ज ईस्टमन
चार्ल्स एम. श्वाब
थिओडॉर रुझवेल्ट
जॉर्ज डब्ल्यू. डेविस

विल्बर राइट
विल्यम जेनिंग्स ब्रायन
डॉ. डेव्हिड स्टार जॉर्डन
जे. ओजेन आर्थर
आर्थर ब्रिस्बेन
हॅरिस एफ. विल्यम्स
डॉ. फ्रँक गुन्झॉलस
डॅनियल विलार्ड
किंग जिलेट
राल्फ ए. विक्स
जज डॅनियल टी. राइट
एडवर्ड डब्ल्यू. बॉक

एल्बर्ट हुबर्ड	फ्रांक ए. मुंसे
जॉन डी. रॉफफेलर	एल्बर्ट एच. गॅरी
थॉमस ए. एडिसन	डॉ. अलेक्झांडर ग्राहम बेल
फ्रॅंक ए. वॅन्डरलिप	जॉन एच. पॅटरसन
एफ. डब्ल्यू. वूलवर्थ	ज्युलियस रोझेनवाल्ड
कर्नल रॉबर्ट ए. डॉलर	स्टुअर्ट आस्टिन विअर
एडवर्ड ए. फिलेन	डॉ. फ्रॅंक क्रेन
एडविन सी. बार्नस	जॉर्ज एम. अलेक्झांडर
आर्थर नॅश	जे. जी. चॅपलिन
क्लॅरेन्स डॅरो	यू. एस. सिनेटर जेनिंग्ज
वुड्रो विल्सन	रॅंडॉल्फ
विल्यम हॉवर्ट टॅफ्ट	लूथर बरबॅंक

ज्या शेकडो अमेरिकन लोकांनी घवघवीत असं जे आर्थिक वा अन्य क्षेत्रातलं यश मिळवलं त्यापैकी ही फक्त काहीच नावं आहेत. यावरून हे सिद्ध होतं की कार्नेगींचं रहस्य समजावून घेऊन तुम्ही त्याचा वापर केला, तर तुम्ही तुमच्या आयुष्यात उच्च स्थान नक्कीच मिळवू शकाल. हे रहस्य वापरून बघण्याची इच्छा झाल्यावर यश मिळालं नाही, असा एकही माणूस मला अद्याप सापडला नाही. या रहस्याचा वापर न करताही यश मिळालंय, असाही माणूस माझ्या बघण्यात नाही म्हणूनच मी असा निष्कर्ष काढला की, स्वतःचा शोध घेण्यासाठी जे ज्ञान आवश्यक असतं, त्यापेक्षाही हे रहस्य अधिक महत्त्वपूर्ण आहे.

आणि शिक्षण म्हणजे काय, तेही यात सविस्तर सांगितलं आहे. पुस्तक वाचताना कधी तरी अचानकच हे रहस्य तुमच्यासमोर एकदम उडी मारून उभं राहील. मात्र तुमची त्यासाठी तयारी असली पाहिजे जेणेकरून तुम्हाला ते रहस्य ओळखता येईल. पहिल्या प्रकरणात वा शेवटच्या प्रकरणात, जिथं कुठं हे रहस्य तुमच्या समोर अवतीर्ण होईल, तेव्हा एक क्षण थांबून शांतपणे त्याचा विचार करा, कारण तोच क्षण तुमचा उत्कर्ष घडवणारा क्षण आहे.

या पुस्तकात आलेल्या सर्व घटना सत्य आहेत, कुठलीही कथा, घटना काल्पनिक नाही. वाचकांना असं एक महत्त्वपूर्ण सत्य - जे काय

करावं आणि काय करू नये हे सांगतं - हे सांगणं हाच याचा मुख्य हेतू आहे. नवी सुरुवात करताना आवश्यक असणारं प्रोत्साहनही यात मिळतं.

मात्र एक शेवटची सूचना, जी पुस्तक वाचायच्या सुरुवातीआधीच तुमच्यासाठी आहे. ज्यात कार्नेगींचं रहस्य जाणून घ्यायला तुम्ही उत्सुक असाल, तर आता रहस्याचा अर्धा भाग तुम्हाला आधीच सापडलाय आणि उरलेला अर्धा भागही तुम्ही लगेच ओळखू शकाल.

– नेपोलियन हिल

प्रकरण १

विचार हेच वस्तू

थॉमस एडिसनचा भागीदार बनण्याचा मार्ग स्वतःच्या विचारानं शोधणारा माणूस

विचार खूप शक्तिशाली, सामर्थ्यवान वस्तू आहेत. जेव्हा त्या विचारांमागं विशिष्ट हेतू असतो, विचार पूर्णत्वाला नेण्याची चिकाटी असते, तसेच विचारांमुळे, तीव्र इच्छाशक्तीमुळे तुम्ही आजूबाजूच्या गोष्टींमुळे योग्य ते बदल घडवता, तसेच श्रीमंत होण्याची महत्त्वाकांक्षा बाळगता, तेव्हा विचार हे सामर्थ्यशाली वस्तू म्हणून सिद्ध होतात.

माणूस खरोखर विचार करतो आणि विचारांच्या साहाय्यानं श्रीमंत होऊ शकतो, याची प्रचिती एडविन सी. बार्नसला आली. ती काही वर्षांपूर्वी! हा शोध त्याला एकाच बैठकीत लागला नव्हता, तर एडिसनचा भागीदार होण्याची त्याची सुप्त इच्छा हळूहळूच फुलली होती. वाढता वाढता तीव्र झाली होती.

ठाम आणि निश्चित इच्छाशक्ती हा बार्नसच्या इच्छाशक्तीचा एक महत्त्वाचा पैलू. त्याला एडिसनबरोबर काम करायचं होतं, एडिसनसाठी नव्हे! या कहाणीतून त्यानं आपल्या इच्छाशक्तीला मूर्त रूप कसं दिलं हे स्पष्ट होईल आणि आपल्याला श्रीमंतीकडे नेणाऱ्या तत्त्वांचीही महती पटेल. आपणास श्रीमंत बनवण्यासाठी आवश्यक असणारी तत्त्वं जास्त उत्तम रीतीनं समजतील.

हा विचार जेव्हा त्याच्या मनात चमकून गेला, तेव्हा तो कुठलीही कृती करण्याच्या मनःस्थितीत नव्हता. या मार्गात दोन अडथळे होते; त्याची व एडिसनची बिलकूल ओळख नव्हती आणि एडिसनला भेटण्यासाठी ऑरेंज (न्यू जर्सी)ला जाण्याच्या तिकिटाएवढेही पैसे त्याच्याकडे नव्हते.

बार्नसच्या जागी कुणी सामान्य व्यक्ती असती, तर तिनं आपली इच्छा बाजूला सारली असती, मात्र बार्नसनं तसं केलं नाही. कारण त्याची इच्छा सामान्य नव्हती.

संशोधक आणि दूरचा प्रवास

बार्नसनं स्वतःच एडिसन या संशोधकाच्या प्रयोगशाळेत प्रवेश केला आणि या संशोधकाबरोबर व्यवसाय करण्याच्या आपल्या इच्छेची घोषणा केली.

काही वर्षांनी बार्नस आणि आपल्या या पहिल्या भेटीबद्दल बोलताना एडिसन म्हणाले की,

"ते माझ्यासमोर एखाद्या सर्वसामान्य फिरस्त्यासारखे उभे होते. मात्र त्यांच्या डोळ्यांतील भाव आणि चेहऱ्यावरचा निश्चय काही वेगळंच सांगत होते. त्यांचा उद्देश, त्यांचा निश्चय त्यांच्या देहबोलीतून जाणवत होता. मानवी संपर्काच्या अनेक वर्षांच्या माझ्या अनुभवातून मला ते कळून चुकलं होतं की, जेव्हा माणूस आपल्या इच्छापूर्तीसाठी आपलं सर्वस्व पणाला लावतो, तेव्हा त्याची ती इच्छा नक्कीच पूर्ण होते. त्याला यश मिळतंच मिळतं! त्यांनी मागितलेली संधी मी त्यांना दिली. कारण ध्येय प्राप्त करण्याचा आत्मविश्वास प्रयत्नांची चिकाटी मला त्यांच्यात दिसून आली आणि भविष्यातील घटनांनी माझा निर्णय योग्य होता, हे सिद्ध केलं."

त्या माणसाच्या बाह्यरूपावरून त्याला एडिसनच्या कार्यालयात प्रवेश मिळाला नव्हता, (कारण तो तर विरोधीच होता) तर त्या माणसाचा दृढनिश्चय त्यासाठी महत्त्वपूर्ण ठरला.

आपल्या पहिल्याच भेटीत एडिसनबरोबर (व्यावसायिक) भागीदारी मिळवणं बार्नसला शक्य झालं नाही. मात्र अल्प वेतनावर एडिसनच्या कार्यालयात काम करण्याची संधी मात्र जरूर मिळाली.

महिने उलटले, तरी आपल्या उद्दिष्टाकडे वाटचाल सुरू होण्याची कुठलीही चिन्हं दिसेनात! मात्र बार्नसच्या मनात काही महत्त्वपूर्ण विचार

आकार घेऊ लागले होते. आपल्या मनातील एडिसनचा व्यावसायिक भागीदार बनण्याच्या आपल्या इच्छेला तो अधिकाधिक ऊर्जा पुरवत होता.

आपण ज्या वेळी एखाद्या गोष्टीची मनापासून इच्छा धरतो, तेव्हा ती गोष्ट नक्कीच पूर्ण होते, असे मनोवैज्ञानिक सांगतात.

बार्नस त्याच्या उद्दिष्टासाठी तयार होता आणि उद्देशपूर्तीपर्यंत प्रयत्न करत राहण्याची चिकाटी आणि ठाम निश्चय त्याच्याकडे होता.

बराच काळ वाट पाहावी लागली, तरी त्याचा निश्चय डळमळीत झाला नाही. 'या सगळ्याचा काय फायदा? मला वाटतं, मी माझा विचार बदलावा आणि एखाद्या विक्रेत्याची नोकरी पत्करावी,' असे विचार कधीही त्याच्या मनात आले नाहीत. मी इथं एडिसनबरोबर व्यवसाय करण्यासाठी आलो आहे आणि त्यासाठी मला आयुष्यभर प्रयत्न करावे लागले, तरी बेहत्तर, असाच ठाम विश्वास त्यानं स्वतःला दिला. त्याचा तसा ठाम निश्चय होता. निश्चित ध्येय डोळ्यांपुढे ठेवून ध्येयपूर्तीसाठी अविरत कष्ट करणाऱ्या अशा सर्व लोकांची कथा खरंच वेगळीच असते!

बार्नसला ठाऊक नसेल कदाचित, मात्र त्याची हीच चिकाटी आणि दृढनिश्चय त्याच्या मार्गातील सर्व अडथळे दूर करणार होता आणि त्याला यशोशिखराकडे घेऊन जाणार होता.

संधीची गुप्त रूपं

बार्नसला मिळालेली संधी अतिशय वेगळ्या रूपात आणि अनपेक्षितपणे अवतरली. संधी बऱ्याचदा अचानक, चाहूल न देता येते. कदाचित तुम्हाला मिळालेलं अपयशच एखादं संधीचं दार उघडून देऊ शकतं, त्यामुळे अपयशातून मिळणारी संधी लोकांना ओळखता येत नाही.

एडिसननी त्या वेळी 'एडिसन डिक्टेटिंग मशीन' या नावाचं एक उपकरण तयार केलं होतं. मात्र त्याच्या विक्रीसाठी विक्रेते फारसे उत्सुक नव्हते, कारण त्यासाठी बरीच जास्त मेहनत करावी लागेल, असं त्यांचं मत होतं. अनेकांनी नाकारलेल्या या प्रस्तावातच बार्नसला संधी दिसून आली. अतिशय संथ चालीनं आलेल्या त्या मशीनविक्रीच्या संधी बार्नस आणि एडिसन सोडल्यास इतर कुणालाच रस नव्हता.

मात्र ते एडिसन डिक्टेटिंग मशीन आपण निश्चित विकू शकू, असा बार्नसला आत्मविश्वास असल्यामुळे त्यानं ती संधी साधण्याचं ठरवलं आणि एडिसनला तसं सांगितलंदेखील. त्यानं ती यंत्रविक्री अशा यशस्वीरीतीनं केली की, एडिसननं त्या यंत्राच्या वितरण-विक्रीचा करारच बार्नसशी केला. त्या करारामुळे तो श्रीमंत झाला. त्यानं 'विचार करून श्रीमंत होता येतं' हे सिद्ध केलं.

बार्नसच्या मूळच्या आकांक्षेचं पैशात मूल्यमापन केलं, तर ते साधारण दोन-तीन दशलक्ष डॉलर्स असतील. मात्र या यशप्राप्तीच्या मार्गावर त्याच्या हाती जे लागलं होतं, त्या तुलनेत ही रक्कम नगण्य होती.

निश्चित तत्त्वाच्या साहाय्यानं कार्यरत राहिल्यास तुमच्या मनातील सुप्त विचार प्रत्यक्ष फळाच्या रूपात कार्यान्वित होऊ शकतो, हे फारच महत्त्वाचं संचित त्याला सापडलं होतं.

बार्नसनं एडिसनशी भागीदारी करण्याचा खरोखरच विचार केला आणि त्यासाठी स्वतःच्या क्षमता, चिकाटी आणि विचार मूर्त रूपात येईपर्यंत परिश्रम करण्याची तयारी या व्यतिरिक्त आणखी कशाचीही आवश्यकता नव्हती.

सोन्यापासून फक्त तीन फूट दूर

आलेल्या अपयशामुळे प्रयत्नातून तात्पुरती माघार घेणं, हे यश न मिळण्याचं एक महत्त्वाचं कारण आहे आणि प्रत्येक जण अशी चूक कधी ना कधी करतोच.

अमेरिकेतील गोल्ड रशच्या काळानं आर. यू. डर्बी यांच्या काकांना झपाटून टाकलं आणि पश्चिमेकडच्या भागात खाणीतून सोनं मिळवण्याच्या ईर्षेनं ते तिकडे गेले. मात्र लोक आपल्या विचारांनी ज्या खाणी खोदतात, त्यातून सोन्यापेक्षाही अमूल्य असं बरंच काही मिळतं, याची त्यांना कल्पना नव्हती. हा जुगार खेळून बघण्याचं ठरवत, त्यांनी कुदळ-फावडं घेऊन तिकडे धाव घेतली.

अनेक आठवडे कष्ट केल्यानंतर त्यांना त्या मातीत चकाकणारं काहीतरी सापडलं. ते सर्व जमिनीच्या पृष्ठभागावर आणण्यासाठी मोठ्या अवजड यंत्रसामग्रीची आवश्यकता होती. फारसा गाजावजा न करता, शांतपणे त्यांनी तो खोदकाम केलेला भाग मातीनं झाकून टाकला आणि

ते आपल्या घरी, मेरीलँडला परतले. आपले शेजारी आणि नातेवाइकांना त्यांनी खाणीतून हाती लागलेल्या ऐवजाबद्दल सांगितलं. आवश्यक तो पैसा गोळा करून त्यांनी यंत्रसामग्री मिळवली आणि ती खाणीकडे रवाना केली.

आता धातूनं भरलेली गाडी वर आली, त्यावर प्रक्रिया करण्यासाठी ती रवाना करण्यात आली. धातूवरील प्रक्रिया पूर्ण होताच कोलोरॅडोतली सर्वांत समृद्ध खाण सापडल्याची आनंदवार्ता त्यांना मिळाली. अशा अजून काही गाड्या भरून धातू निघाला की, ते कर्जमुक्त होणार होते आणि समृद्धीचा ओघही वाहणार होता.

जसजसं खोदकाम आणखी खोलवर जाऊ लागलं तशा डर्बी व त्याच्या काकांच्या अपेक्षा आकाशात उंच भरारी मारू लागल्या आणि काहीतरी अघटित घडलं, तो सोन्याच्या धातूचा झरा जणू लुप्त झाला. ते आकांक्षापूर्तीच्या शेवटच्या क्षणापर्यंत येऊन पोहोचले आणि जणू सगळंच गायब झालं! त्याजागी बरंच खोदलं, पुन्हा पुन्हा शोध घेतला; पण प्रयत्न फोल ठरले.

शेवटी प्रयत्न सोडून द्यायचे, असं ठरलं. अवघ्या काहीशे डॉलर्समध्ये त्यांनी ती यंत्रं भंगारात विकली आणि ते परतीच्या गाडीत बसले. भंगारवाल्यानं एकदा प्रयत्न करून बघायचं ठरवलं आणि त्यानं एका खाणकाम इंजिनिअरला बोलावलं. त्याला ती खाण दाखवली, काही आडाखे मांडले. त्या इंजिनिअरनी सांगितलं की, खाणीतील फॉल्ट लाइनसंबंधी डर्बी कंपनी अनभिज्ञ असल्यामुळे त्यांनी प्रयत्न सोडून दिले. त्यानं मांडलेल्या गणितानुसार जिथं डर्बी मंडळींनी खोदकाम थांबवलं त्यापासून अवघ्या तीन फुटांवर सोन्याचा साठा होता. खोदकाम करून पाहिलं असता त्याच ठिकाणी साठा सापडला.

भंगारवाल्यानं त्या खाणीतून लाखो डॉलर्स कमावले, कारण प्रयत्न सोडून देण्यापूर्वी तज्ज्ञांचा सल्ला घ्यावा, हे त्याला माहीत होतं.

लोक नाही म्हणतात म्हणून मी थांबणार नाही

ही झालेली हानी डर्बींनी पुढील काळात कित्येक पटींनी भरून काढली, कारण इच्छाशक्तीचं सोन्यात रूपांतर करण्याची कळ त्यांना सापडली होती.

सोन्याच्या साठ्यापासून फक्त तीन फुटांवर थांबल्यानं जे काही गमावलं त्यापासून डर्बींनी मौल्यवान धडा घेतला. ते म्हणतात, ‘‘तेव्हा

मी सोन्यापासून तीन फुटांवर थांबलो खरा; पण आता मात्र मी जेव्हा लोकांना माझ्याकडून विमा उतरविण्यास सांगतो, तेव्हा मात्र त्यांचा नकार हा कायमसाठी नसतो, हे मला कळून चुकलं आहे.''

वर्षाला दशलक्ष डॉलर्सचा आयुर्विमा विकणाऱ्या काही मोजक्या लोकांपैकी डर्बी एक आहेत. त्यांचा चिवटपणा हा त्यांनी सोन्याच्या खाणीतून घेतलेल्या माघारीतून मिळालेला धडा होता.

माणसाच्या जीवनात यशापूर्वी तात्पुरती हार होते, कदाचित अपयश येतं. मात्र अपयशाच्या भीतीनं प्रयत्नच सोडून देणं, हा माणसाला सगळ्यात सोपा मार्ग वाटतो आणि लोक बऱ्याचदा तसंच करतात.

यशस्वी ठरलेल्या पाचशेपेक्षा जास्त लोकांनी असं म्हटलंय की, अपयशाच्या फक्त एकच पाऊल पुढे यश उभं ठाकलेलं असतं. अपयश हा खोटी स्तुती, धूर्तपणा आणि कावेबाजपणाचा चकवा आहे. यश नजरेच्या टप्प्यात आलं असताना हुलकावणी देण्यात त्याला असुरी आनंद मिळतो.

पन्नास सेंट्सची चिकाटी

थोड्याच दिवसांनी डर्बींनी युनिव्हर्सिटी ऑफ हार्ड नॉक्समधून आपली पदवी मिळवली आणि प्रत्येक नकार हा अंतिम नकार नाहीच, हे त्यांना पुरतं समजलं होतं.

एक दिवस ते दुपारी आपल्या काकांना गिरणीत गहू दळण्यासाठी मदत करत होते. ती गिरणी जुन्या पद्धतीची होती. काकांचा मळा मोठा होता, त्यात अनेक सहशेतकरी राहत होते. गिरणीचं दार अगदी हळूच उघडलं आणि एका शेतकऱ्याची एक छोटी मुलगी दारात उभी राहिली.

त्या लहानग्या मुलीकडे बघत काका ओरडले, ''काय हवंय तुला?''

ती मुलगी चाचरत म्हणाली, ''माझ्या आईनं ५० सेंट्स पाठवायला सांगितलेत.''

''मी देणार नाही, तू घरी जा,'' काका म्हणाले.

ती मुलगी तिथून बिलकूल हलली नाही.

काका कामात गर्क होते, त्यामुळे ती मुलगी अजूनही तिथंच उभी असल्याचं त्यांच्या लक्षातच आलं नाही.

थोड्या वेळानं त्यांनी मान वर केली, तरीही त्यांना ती मुलगी तिथंच उभी असलेली दिसली आणि ते ओरडले, ''मी तुला घरी जाण्यासाठी सांगितलं ना? चल निघ नाहीतर माझ्याशी गाठ आहे.''

तरीही ती जागची हलली नाही.

गिरणीत टाकण्यासाठी उचललेली हातातली पिशवी खाली ठेवली, फळी उचलली आणि ते त्या मुलीकडे वळले. आता काय होईल, याची डर्बीला भीती वाटली, कारण काका शीघ्रकोपी असल्याचं त्याला माहीत होतं.

ती मुलगी उभी होती तिथं काका पोहोचताच तिनं एक पाऊल पुढे टाकलं आणि म्हणाली, ''आईला ५० सेंट्स हवेत.''

काका किंचित थबकले. त्यांनी हातातील फळी खाली ठेवली. निरूपाय होऊन खिशात हात घातला आणि ते ५० सेंट्स त्या मुलीच्या हातावर ठेवले.

काकांवरून आपली दृष्टी न हलवता, ती मुलगी हळूहळू मागं सरकून निघून गेली. ती गेल्यावर काका हताशपणे एका खोक्यावर बसले, खिडकीबाहेर बघत दहा मिनिटे विचार करत राहिले.

एका मुलीची विलक्षण शक्ती

आम्ही त्या जुनाट, धुळीनं भरलेल्या गिरणीत उभे असताना मि. डर्बींनी मुलीच्या विजयाची कथा पुन्हा सांगितली आणि विचारलं की, त्या मुलीजवळ अशी कुठली असामान्य शक्ती असावी असं तुम्हाला वाटतं, ज्यामुळे तिनं माझ्या काकांवर हुकूमत गाजवली?

या प्रश्नाचं उत्तर या पुस्तकात नमूद केलेल्या तत्त्वामध्ये मिळेल. ते उत्तर परिपूर्ण आहे, पुरेसं सक्षम आहे. त्यात त्या छोट्या मुलीनं अजाणतेपणी ज्या शक्तीचा वापर केला, ती समजून घेऊन तिचा यथायोग्य उपयोग कसा करावा यासंबंधीच्या विस्तृत सूचना सापडतील.

तुम्ही तुमचं मन जागृत ठेवा म्हणजे त्या लहानग्या मुलीच्या मदतीला जी विलक्षण शक्ती धावून आली, ती तुम्हाला सापडेल. पुढील प्रकरणात या शक्तीचं ओझरतं दर्शन घडेल. या पुस्तकात तुम्हाला कुठंतरी अशी एखादी कल्पना सापडेल, ज्यामुळे तुमची आकलनशक्ती वेग घेईल आणि मग ती

शक्ती तुम्हाला लाभ मिळवून देण्यासाठी तुमच्या आज्ञेत राहील. कदाचित, पहिल्याच प्रकरणात या शक्तीचं अस्तित्व जाणवेल आणि त्यानंतरच्या प्रकरणांमध्ये ती एकदम तुमच्यासमोरच प्रगट होईल. कदाचित, ती एखाद्या कल्पनेच्या रूपात असेल किंवा एखादी योजना वा एखादा उद्देश म्हणूनही समोर येईल. कदाचित, तिचा निर्देश तुमच्या गतानुभवांकडे किंवा जुन्या चुकांकडे असेल आणि तुमच्या अपयशातून धडा घ्यायला लावेल.

मी जेव्हा मि. डर्बींना त्या लहानग्या पोरीनं अनवधानानं वापरलेल्या सुप्तशक्तीबद्दल सांगितलं, त्या वेळी त्यांच्या मनात गेल्या ३० वर्षांतील त्यांचा आयुर्विमा विक्रेता म्हणून आलेला अनुभव ताजा झाला आणि त्यांनी मनापासून कबूल केलं की, त्यांचं यश त्या चिमुरडीनं दिलेल्या धड्यामुळेच मिळालं आहे.

मि. डर्बी म्हणाले, "एखाद्या गिऱ्हाइकानं विमा घेण्यास नकार दिला की, त्या प्रत्येक वेळी गिरणीतली ती छोटी चिमुरडी आणि तिचे आत्मविश्वासानं भरलेले डोळे माझ्या नजरेसमोर यायचे आणि मी स्वतःलाच बजावायचो मला ही विक्री करावीच लागेल. मी केलेल्या विक्रीतील अधिकांश भाग हा ज्या लोकांनी मला आजवर सुरुवातीला नकार दिला, त्यांचाच आहे."

त्या वेळी त्यांना सोन्याच्या साठ्यापासून अवघ्या तीन फुटांवर खोदकाम थांबवल्याची घटना आठवली. मात्र ते म्हणाले, "तो अनुभव म्हणजे जणू मला मिळालेला अदृश्य रूपातला आशीर्वादच होता, त्यामुळेच मला जोमानं कार्यरत राहायला, खडतर असलं तरी कार्यपूर्तीच्या शेवटापर्यंत जायला शिकवलं. यशस्वी होण्यापूर्वी मला मिळालेला तो जणू धडाच होता."

मि. डर्बी, त्यांचे काका, ती लहानगी मुलगी आणि ती सोन्याची खाण यांची ही गोष्ट शेकडो आयुर्विमा व्यावसायिकांच्या वाचनात येईल. या पुस्तकाचा लेखक सांगतो की, लक्षावधी डॉलर्सचा विमा विकण्याच्या क्षमतेचं श्रेय मात्र मि. डर्बी या दोन अनुभवांनाच देतात.

मि. डर्बींना आलेले हे दोन्ही अनुभव जरी सर्वसामान्य असले, तरी त्यातच त्यांच्या यशाचं रहस्य दडलेलं आहे म्हणूनच आयुष्याइतकंच महत्त्वाचं स्थान त्या अनुभवांचंही आहे. त्या दोन नाट्यपूर्ण अनुभवांचा त्यांना खूप लाभ झाला. कारण त्या अनुभवांचं त्यांनी सखोल विश्लेषण

केलं आणि त्यापासून मिळणारा धडा आत्मसात केला. मात्र ज्या व्यक्तीला आपल्या अपयशातून शिकण्याची इच्छा नाही आणि त्यासाठी वेळही नाही, त्यांचं काय? अपयशातून मिळणाऱ्या ज्ञानालाच यशाकडे जाणारी शिडी बनवण्याची कला तो कधी आणि कुठं शिकेल?

या प्रश्नांची उत्तरं मिळवण्यासाठीच या पुस्तकाचं लेखन झालं आहे.

गरज फक्त एका समर्पक कल्पनेची

या प्रश्नांची उत्तरं देण्यासाठी कदाचित तुम्हाला तेरा तत्त्वं समजून घ्यावी लागतील. तुमच्या पडणाऱ्या प्रश्नांची उत्तरं तुम्हाला तुमच्या चिंतनात सापडतील आणि हे वाचत असतानाच एखादी कल्पना, हेतू वा योजना अचानकच तुमच्या मनात तयार होईल.

यशासाठी फक्त एका समर्पक कल्पनेची गरज असते. या पुस्तकात दिलेल्या तत्त्वांमधून उपयुक्त कल्पनानिर्मितीचे मार्ग सापडतील.

त्या तत्त्वांची सविस्तर चर्चा करण्यापूर्वी त्या सूचना ग्रहण करण्यासाठी सक्षम आहात, असा आम्हाला विश्वास आहे. संपत्ती येण्यास सुरुवात झाली की, तिचा वेग इतका प्रचंड असतो की, ती इतकी वर्षं कुठं लपून बसली होती, याचंच आश्चर्य वाटावं.

अनेक वर्षं अविश्रांत श्रम केल्यावर मिळणाऱ्या संपत्तीकडे पाहताना तर हे वरचं विधान जरा विलक्षण वाटतं.

जेव्हा तुम्ही विचार करण्यास प्रारंभ करता आणि श्रीमंत होऊ लागता, त्या वेळी तुमच्या लक्षात येईल की, निश्चित उद्देश आणि विशिष्ट मानसिकता असली की, थोड्या कष्टानं वा विनासायासही तुम्ही श्रीमंत होऊ शकता. मात्र ती संपत्ती देणारी मानसिकता कशी तयार करावी, कशी मिळवावी, हे तुम्हाला माहीत हवं. यावरील संशोधनासाठी मी तब्बल २५ वर्षं वेचली आहेत. कारण मलादेखील लोक श्रीमंत कसं होतात, हे जाणून घ्यायचं होतं.

या तत्त्वज्ञानातील मुद्द्यांवर तुम्ही प्रभुत्व मिळवलंत आणि त्यांचा वापर सुरू केलात की, तुमच्या आर्थिक स्थितीत विलक्षण वेगानं सुधारणा होण्यास सुरुवात होईल. ज्याला तुम्ही स्पर्श कराल, त्या प्रत्येक गोष्टीचं तुमच्यासाठी लाभदायक असलेल्या गोष्टींमध्ये रूपांतर होऊ लागेल. हे तुम्हाला अशक्य वाटेल; पण हे शक्य आहे.

मानवजातीचा मुख्य दोष हाच आहे की, त्याला अशक्य हा शब्द फारच जास्त परिचित असतो. ज्या गोष्टी उपयोगी पडत नाहीत, त्या सगळ्या त्याला ज्ञात असतात. हे पुस्तक त्यांच्यासाठी आहे, जे इतरांना यशस्वी बनवणारे नियम शोधून काढतात आणि त्यासाठी आपलं सर्वस्व पणाला लावायची त्यांची तयारी असते.

जे यश मिळविण्यासाठी सजग असतात, त्यांच्याकडे यश आपसूक येतं. अपयशाचा विचार ज्यांच्या मनात जागृत असतो, त्यांच्या मागं अपयश हात धुऊन लागतं.

या पुस्तकाचा मूळ उद्देश अपयशाकडून यशाकडे नेणाऱ्या मन:स्थितीचा मार्ग तयार करण्यात साहाय्यक व्हावा हा आहे.

आपल्या पूर्वग्रह आणि समजेनुसार प्रत्येक व्यक्ती आणि वस्तूंचं मूल्यमापन करणं हा काही लोकांच्या मनाचा कमकुवतपणा आहे. वरील विधानावरून काहींचा असाही समज होऊ शकेल की, ते विचार करू शकत नाहीत आणि श्रीमंतही होऊ शकत नाहीत. कारण त्यांच्या सवयींचे मूळच मुळी गरिबी, उणिवा, दुःख, अपयश व पराजय यांत असते व त्या सवयींची जोपासनाही यातच होते.

या अशा दुर्दैवी लोकांवरून मला एका चिनी माणसाची आठवण झाली. अमेरिकन पद्धतीचं शिक्षण घेण्यासाठी तो शिकागो विद्यापीठात शिकत होता. अमेरिकेचे राष्ट्राध्यक्ष हार्पर यांची एक दिवस या माणसाशी गाठ पडली. ते थोडावेळ त्याच्याशी बोलायला थांबले. त्यांनी अमेरिकन लोकांच्या वैशिष्ट्यपूर्ण गोष्टीबद्दल - जी त्या माणसाला लक्षणीयरीत्या जाणवली असेल - त्याला विचारलं.

त्या चिनी विद्यार्थ्यांनं तत्काळ उत्तर दिलं, "तुम्हा लोकांच्या डोळ्यांची तिरपी ठेवण! तुमचे डोळे तिरपे आहेत."

"मग चिनी लोकांच्या डोळ्यांबद्दल काय म्हणता येईल?"

जी गोष्ट आपल्याला कळत नाही, समजत नाही; ती आपण मान्यच करत नाही. आपण असा अंधविश्वास ठेवतो की, आपल्या मर्यादा हेच सगळ्या गोष्टींचं शेवटचं मोजमाप होय.

समोरच्याचे डोळे थोडे तिरळे असतात कारण ते आपल्यासारखे नाहीत, हे मात्र नक्की!

अशक्यप्राय वाटणारी फोर्ड-व्ही-८ मोटार

ज्या वेळी हेन्री फोर्डनं आपली व्ही-८ ही मोटार बनवण्याचं ठरवलं, त्या वेळी इंजिनातली सर्व ८ सिलेंडर्स एका ब्लॉकमध्ये असावीत, अशी त्याची योजना होती. या योजनेनुसार त्यानं आपल्या इंजिनिअर्सना इंजिन बनवण्यास सांगितलं. सर्व डिझाईन कागदावर रेखाटलं गेलं, मात्र सर्वच इंजिनिअर्सनी एकमुखानं सांगितलं की, 'त्याच्या योजनेनुसार एकाच साच्यात अख्खा आठ सिलेंडर्सचा ब्लॉक घडवणं केवळ अशक्य आहे'.

'काहीही करून तो घडवाच,' फोर्डनी आज्ञा दिली.

इंजिनिअर्स म्हणाले, 'ते अशक्य आहे'.

'काम सुरू करा, ते पूर्ण होईपर्यंत थांबू नका. त्यासाठी कितीही वेळ लागला तरी चालेल.' फोर्डची आज्ञा कायम होती.

इंजिनिअर्सनी काम सुरू ठेवलं. फोर्ड कंपनीच्या नोकरीत राहायचं असेल, तर त्यांच्यापुढे दुसरा पर्याय नव्हता. सहा महिने उलटले तरी काहीही हालचाल होईना. पुढच्या सहा महिन्यांतही कामाची प्रगती झाली नाही.

सर्व प्रकारचे पर्याय त्या इंजिनिअर्सनी वापरून बघितले, तरीही काहीही होत नव्हतं. अशक्य एवढा एकच शब्द कायम दिसत होता.

वर्षअखेरला फोर्ड साहेबांनी इंजिनिअर्सचं काम बघितलं आणि आज्ञेनुसार योजना प्रत्यक्षात आणण्याचा एकही मार्ग दिसत नाही, असंच उत्तर त्यांना मिळालं.

'तरीही काम चालू ठेवा', फोर्ड म्हणाले, 'मला ते हवंय आणि मी ते मिळवणारच.'

काम चालू राहिलं आणि जादूची कांडी फिरल्याप्रमाणे एक दिवस ते रहस्य उलगडलं.

हेन्री फोर्ड यांच्या दृढनिश्चयाचा पुन्हा एकदा विजय झाला.

ही कथा सगळ्या बारकाव्यांसकट विस्तृतपणे सांगणं शक्य नाही. मात्र त्याचा सारांश शंभर टक्के खरा आहे. तुम्हालाही विचार करून श्रीमंत व्हायचं आहे ना? हे गूढ समजून घेऊन फोर्डसारखे लाखो डॉलर्स मिळवायचे आहेत ना? मग त्यासाठी फार लांबचा विचार करायची गरज नाही.

हेन्री फोर्ड यांनी यशस्वी होण्याची तत्त्वं समजून घेतली आणि त्यांचा सुयोग्य वापर केला, त्यांपैकी एक म्हणजे दृढ इच्छा! तुम्हाला नक्की माहीत

हवं की, आपल्याला नेमकं काय हवंय. ही फोर्ड कथा वाचताना त्या विशिष्ट ओळी शोधून काढा, ज्यात त्या विलक्षण यशाचं रहस्य दडलंय आणि त्या ओळी कायम लक्षात ठेवा. जर तुम्ही हे करू शकलात, हेन्री फोर्डना श्रीमंत करणारी तत्त्व अचूक ओळखू शकलात, तर तुम्हीही तुमच्यासाठी निवडलेल्या क्षेत्रात नक्कीच यश मिळवू शकाल.

तुम्हीच तुमच्या नियतीचे मालक

'मीच माझ्या नियतीचा मालक आहे. मीच माझ्या आत्म्याचा कर्णधार आहे' या अजरामर ओळी जेव्हा हेन्लेनं लिहिल्या, तेव्हा आपण आपलं नशीब घडवू शकतो, हेच त्याला आपल्याला सांगायचं असेल. कारण आपल्याकडे आपल्या विचारांवर नियंत्रण ठेवणारी शक्ती आहे.

हेन्लेनं आपल्याला हे सांगायला हवं होतं की, आपल्या मनातल्या दृढ विचारांनी आपला मेंदू प्रभावित झाला आहे. जणू त्या चुंबकीय शक्तीद्वारे त्या दृढ विचारांशी सुसंगत शक्ती, लोक, जीवनातील वातावरण हे आपल्याकडे आपल्याला अज्ञात अशा मार्गांनी आकर्षित होत असतात.

त्यानं आपल्याला हे सांगायला हवं होतं की, आपण गडगंज संपत्ती जमवण्यापूर्वी, त्या श्रीमंतीसाठी आवश्यक त्या तीव्र इच्छेनं आपण आपल्या मनाला चुंबकित करणं, भारीत करणं आवश्यक आहे. संपत्ती मिळवण्याच्या प्रबळ इच्छेनं भारले जाऊन आपण जोपर्यंत त्यासाठी आवश्यक अशी योजना तयार करत नाही, तोपर्यंत आपण श्रीमंतीसाठी सजग राहायला हवं; पण हेन्ले हा तत्त्वज्ञ नसून, एक कवी असल्यामुळे त्यानं ते महान सत्य काव्यरूपात सांगितलं, आणि ज्यांना ते विचार समजले, त्यांना त्या ओळींचा दार्शनिक अर्थ हवा तसा घेण्याची अनुमतीही दिली.

तुमचं भाग्य बदलू शकणारी मूलतत्त्वं

या मूलतत्त्वांपैकी पहिल्या तत्त्वाची आपण चर्चा करू. त्यासाठी तुमचं मन खुलं ठेवा, हे लक्षात घ्या की, ही सारी तत्त्वं कुण्या एका व्यक्तीनं शोधलेली नाहीत, तर अनेक जणांनी त्याचा अनुभव घेतला आहे. तुम्हीही तुमच्या दीर्घकालीन लाभासाठी त्याचा उपयोग करू शकता.

हे अगदी सोपं आहे, बिलकूल कठीण नाही, हेही तुमच्या लक्षात येईल.

काही वर्षांपूर्वी मी सालेम (वेस्ट व्हर्जिनिया) इथल्या सालेम महाविद्यालयात सत्र उद्‌घाटनाचं व्याख्यान दिलं होतं. यानंतरच्या प्रकरणात चर्चिलेलं सूत्र मी इतक्या प्रभावीपणे सांगितलं की, पदवी परीक्षेच्या वर्गातील एका विद्यार्थ्यानं ते पूर्णत: आत्मसात केलं आणि ते जणू त्याचं जीवनसारचं बनलं. कालांतरानं तो तरुण अमेरिकन काँग्रेसचा सदस्य झाला आणि फ्रँकलिन रुझवेल्ट यांच्या मंत्रिमंडळातील एक महत्त्वाचा भाग बनला. त्यानं मला पत्र लिहून त्या सूत्राबद्दलचं आपलं मत इतक्या स्पष्टपणे मांडलं की, ते पत्रच पुढील प्रकरणाची प्रस्तावना म्हणून देण्याचा मी निर्णय घेतला.

पुढे मिळणाऱ्या बहुमानाचं ओझरतं दर्शन तुम्हाला यात घडेल.

प्रिय नेपोलियन,

काँग्रेसचा एक सदस्य म्हणून आपण मला स्त्री-पुरुषांच्या समस्या निवारणासाठी एक दृष्टी दिली आणि म्हणूनच मी आपणास अशी एक सूचना करू इच्छितो, जी त्यासारख्या हजारो लोकांना उपयोगी ठरेल.

१९२२मध्ये मी पदवी परीक्षेचा विद्यार्थी असताना आपण सालेम महाविद्यालयात वर्षारंभाचं व्याख्यान दिलं होतं. त्या व्याख्यानात आपण माझ्या मनात अशी एक कल्पना रुजवली ज्यामुळे आज मला माझ्या प्रांतातील लोकांची सेवा करण्याची संधी मिळाली आणि तेच व्याख्यान माझ्या पुढच्या आयुष्यात मला मिळालेल्या यशासाठी कारणीभूत ठरलं.

जणू ती कालच घडलेली घटना असावी, इतकी ती मला लख्खपणे आठवतेय. खिशात एक डॉलरही नाही, अल्प शिक्षण, फारसा प्रभावी असा मित्र नाही, अशा सगळ्या प्रतिकूलतेवर मात करत हेन्री फोर्डनी जे घवघवीत यश मिळवलं, त्याचं तुम्ही अतिशय परिणामकारक वर्णन केलं, त्यामुळे मी अतिशय प्रभावित झालो आणि तुमचे व्याख्यान संपण्याआधीच मनाशी ठाम निश्चय केला की, मी समाजात माझं असं एक विशिष्ट स्थान निर्माण करेन. त्यासाठी कितीही अडचणी आल्या तरी त्यावर मात करेन.

येत्या काही काळात हजारो तरुण आपलं शिक्षण पूर्ण करतील आणि त्यातील प्रत्येक जण मला तुमच्याकडून मिळालेल्या सूचनेसारख्या मौल्यवान सूचनेच्या प्रतीक्षेत असेल. जीवनाची सुरुवात करताना प्रेरणादायक ठरणाऱ्या अशा कुणाचा आदर्श घ्यावा, कशी वाटचाल करावी, हे त्यांना जाणून

घ्यायचं असेल. तुम्ही आजपर्यंत अनेकांना त्यांच्या समस्या सोडवण्यासाठी मदत केली असल्यामुळे, तुम्ही त्यांना हे नक्कीच सांगू शकाल.

अमेरिकेत आज असे हजारो लोक आहेत की, ज्यांना आपल्या कल्पना संपत्तीमध्ये परिवर्तीत करायच्या आहेत. पाठीशी कुठलंही आर्थिक बळ नसताना, शून्यातून प्रारंभ करायचा आहे, झालेली हानी भरून काढायची आहे आणि हे कसं करायचं हेही जाणून घ्यायचंय, त्यांना जर कोणी मदत करू शकेल, तर ते एकमेव तुम्हीच आहात.

जर तुम्ही पुस्तक प्रकाशित करणार असाल, तर तुमची स्वाक्षरी असलेली त्याची पहिली प्रत विकत घ्यायला मला नक्कीच आवडेल.

अनेक शुभेच्छांसह

तुमचाच,
जेनिंग्ज रॅण्डॉल्फ

त्यानंतर तब्बल २५ वर्षांनी, १९५७मध्ये मला पुन्हा सालेम महाविद्यालयात जाण्याची सुसंधी लाभली. मी तिथं पुन्हा व्याख्यान दिलं. त्या वेळी सालेम महाविद्यालयानं मला पीएच.डी.ची सन्मान्य पदवी बहाल केली.

१९२२पासून आजतागायत जेनिंग्ज रॅण्डॉल्फ यांची देशातील अग्रणी, वायुसेनेचे प्रमुख, प्रभावी वक्ते आणि वेस्ट व्हर्जिनियाचे सिनेटर म्हणून झालेली यशस्वी वाटचाल मी बघत आलो आहे.

• • •

माणसाचं मन
जी काही कल्पना करतं,
त्यावर विश्वास ठेवतं,
आणि ते तो साध्य करू शकतो.

प्रकरण २

इच्छा

यशप्राप्तीची सुरुवात
श्रीमंतीच्या दिशेनं पहिलं पाऊल

पन्नास वर्षांपूर्वी एका मालगाडीतून एडविन बार्नस ऑरेन्स एन. जे. येथे उतरला. दूरवरच्या प्रवासाला निघालेल्या माणसासारखा जरी तो दिसत असला तरी त्याचे विचार एखाद्या राजाला शोभणारेच होते.

थॉमस एडिसनच्या कार्यालयाकडे जात असताना त्याच्या मनात विचारांचं काहूर माजलं होतं. त्याला क्षणार्धात आपण एडिसनसमोर उभे आहोत, असा भास झाला. जणू काही मि. एडिसन त्याला आपल्या धंद्यात भागीदार होण्याबाबत पृच्छा करत होते, जी त्याची अतिशय ज्वलंत आकांक्षा होती.

बार्नसची इच्छा निव्वळ एक आशा नव्हती, तर ज्यापुढे इतर सर्व गोष्टी दुय्यम वाटाव्यात, इतकी ती तीव्र, महत्त्वपूर्ण होती.

काही वर्षांनंतर बार्नस एडिसनच्या कार्यालयात त्याच्यासमोर एका महान संशोधकासमोर उभा होता. त्याच्या इच्छेला मूर्त रूप आलं होतं. आता तो एडिसनचा धंद्यातील भागीदार होता. जीवनातलं सर्वोच्च स्वप्न आता मूर्त रूपात आलं होतं.

आपल्या धेयपूर्तीत बार्नस यशस्वी झाला, कारण त्याचा उद्देश निश्चित होता. त्यानं आपली सगळी ताकद, ऊर्जा, इच्छाशक्ती त्यासाठी पणाला लावली होती, आपल्या उद्देशपूर्तीसाठीच प्रयत्नांची दिशा एकवटली होती.

त्यानं परतीचे मार्ग बंद केले

अपेक्षित असलेली संधी समोर येऊन उभी ठाकेपर्यंत पाच वर्षांचा काळ लोटला होता. त्याच्याशिवाय इतर सर्वांनाच तो एडिसनच्या मार्गांतील अडथळा वाटत होता. तो मात्र अगदी पहिल्या क्षणापासून स्वतःला एडिसनचा भागीदार या रूपातच बघत होता.

ठाम इच्छाशक्तीचं ते एक संस्मरणीय उदाहरण आहे. बार्नसचा उद्देश सफल झाला कारण एडिसनचा भागीदार होण्याची त्याची इच्छा सर्वोच्च स्थानावर होती.

आपल्या ध्येयप्राप्तीच्या मार्गावर अग्रेसर होण्यासाठी त्यानं एक योजना आखली. आपले परतीचे सर्व मार्ग आपल्याच हातानं बंद करून टाकले. आपली इच्छा सर्वोच्च महत्त्वाकांक्षेचं रूप घेईपर्यंत (इच्छा) तिला ताकद दिली. ते त्याच्या जीवनाचं एकमेव उद्दिष्ट बनलं आणि शेवटी ते प्रत्यक्षात उतरलं.

ज्या वेळी तो ऑरेंजला गेला, त्या वेळी एडिसनला काहीतरी काम द्या, अशी विनवणी करण्याची त्याची मानसिकता नव्हती, तर मी एडिसनला भेटेन आणि त्याच्याबरोबर आपण व्यवसाय करायला आलो आहोत, या आपल्या इच्छेची त्याला दखल घ्यायला लावेन, अशी दृढ आणि सकारात्मक मानसिकता होती.

एडिसनच्या कार्यालयात अपेक्षित संधी मला मिळाली नाही, तर मी डोळसपणे दुसरी संधी शोधेन, असं तो म्हणाला नाही. या जगात मी थॉमस एडिसनबरोबर भागीदारी मिळविणार ही गोष्ट निश्चित आहे आणि त्यासाठी मला माझं पूर्ण आयुष्य पणाला लावावं लागलं तरी बेहत्तर, असं त्यानं स्वतःला बजावलं.

त्यानं स्वतःच्या परतीचे मार्ग बंद केले - जिंकू अथवा मरू या ध्येयासाठी त्याचे प्रयत्न होते!

हेच आहे बार्नसच्या यशस्वी कहाणीमागचं सार!

श्रीमंतीकडे खेचून नेणारी उत्तेजना

फार पूर्वीच्या काळी, एका महान योद्ध्यासमोर बिकट परिस्थिती उद्‌भवली. रणांगणावर विजय मिळवण्यासाठी धाडसी निर्णय घेण्याची आवश्यकता

होती. संस्थेनं प्रबळ असलेल्या एका शत्रूविरुद्ध लढण्यासाठी त्याला आपली सेना पाठवायची होती. त्यानं आपली सेना जहाजावर चढवली, शत्रूच्या प्रदेशाकडे कूच केलं. आपले सैनिक आणि शस्त्रसामग्री तिथं उतरवल्यानंतर त्यानं आपली जहाजं पेटवून टाकायची आज्ञा दिली.

युद्धाला प्रारंभ करण्यापूर्वी तो सैनिकांना म्हणाला की, आपली जहाजं भस्मसात झालेली तुम्ही पाहताच आहात. युद्धात जिंकल्याशिवाय आता आपण परत जाऊ शकणार नाही, तेव्हा रणांगणावर जिंकणं अथवा मरण पत्करणं एवढा एकच मार्ग शिल्लक आहे आणि ते युद्धात जिंकले. (हे वेगळं सांगायला हवं का!)

यश मिळवण्यासाठी प्रत्येकालाच आपले परतीचे दोर कापून टाकावेच लागतात. त्याशिवाय आपली मानसिक शक्ती प्रखर होत नाही, तीव्र होत नाही. जी यशासाठी अत्यावश्यक असते.

शिकागो शहरातील त्या प्रचंड अग्निकांडानंतर व्यापाऱ्यांचा एक समूह स्टेट स्ट्रीटवर उभा होता. दुकानांच्या धुरात हरवलेल्या स्वप्नांकडे आणि उरलेल्या अवशेषांकडे बघत होता. एका सभेत आता त्यांनी आपली उद्योगाची पुन्हा नव्यानं उभारणी करावी की, शिकागो सोडून दुसऱ्या सुरक्षित स्थळी व्यापार सुरू करावा, हे त्यांना ठरवायचं होतं.

त्यांचा निश्चय झाला. एक व्यापारी सोडून इतर सर्वांनी शिकागो सोडून जायचं ठरवलं.

ज्या व्यापाऱ्यानं शहर सोडून न जाता तिथंच राहायचं ठरवलं, तो आपल्या दुकानाच्या अवशेषांकडे पाहत म्हणाला की, सभ्य गृहस्थहो, सुजनहो, मी पुन्हा त्याच जागेवर जगातलं सर्वश्रेष्ठ दुकान उभं करीन, मग ते कितीही वेळा आगीच्या भक्ष्यस्थानी पडलं तरी बेहत्तर!

ही शतकापूर्वीची घटना आहे. ते दुकान उभं राहिलं. ते आजही तिथं उभं आहे, जणू ज्वलंत मानसिक शक्तीचा दीपस्तंभ बनून! भवितव्य धूसर असताना अन्य व्यापाऱ्यांप्रमाणे मार्शल फील्डलाही स्थलांतराचा मार्ग स्वीकारणं सोपं होतं. तिथंच ठामपणे पाय रोवून पुन्हा उभं राहणं जास्त अवघड होतं.

इतर व्यापाऱ्यांनी माघार घेतली आणि सोपा मार्ग स्वीकारला. आता दोघांमधील फरक पाहू, कारण हाच फरक यशस्वी आणि अयशस्वी होणाऱ्यांच्या मानसिकतेतला प्रमुख भाग आहे.

प्रत्येक मनुष्य जेव्हा पैशाचा, धनाचा मुख्य हेतू समजण्याइतका सज्ञान होतो, तेव्हा त्याला पैसा कमविण्याची इच्छा होते. मात्र फक्त इच्छेनं संपत्ती मिळत नाही, तर त्या इच्छेचं जेव्हा महत्त्वाकांक्षेत परिवर्तन होतं, संपत्ती प्राप्त करण्याची निश्चित योजना ठरते, अपयशाची तमा न बाळगता जेव्हा त्या योजनेचा ठामपणे पाठपुरावा केला जातो, तेव्हाच संपत्ती मिळते.

इच्छेचं सोन्यात रूपांतर करण्याचे सहा मार्ग

आपली इच्छा आर्थिक संपत्तीत रूपांतरित करण्याचे हे सहा टप्पे आहेत.

टप्पा पहिला – आपल्याला नेमकी किती रक्कम हवी आहे, ते आपल्या मनाशी निश्चित करा. फक्त मला खूप पैसा हवा आहे असं म्हणणं पुरेसं नाही. रकमेचा आकडा निश्चित करायला हवा. कारण यामागं असं एक मनोवैज्ञानिक कारण आहे, ज्याची चर्चा आपण पुढच्या प्रकरणात करू.

टप्पा दुसरा – तुम्हाला हव्या असलेल्या रकमेच्या मोबदल्यात तुम्ही परत काय देणार आहात (त्यासाठी काय करणार आहात) तेदेखील निश्चित करा. (शून्याच्या बदल्यात काहीतरी अर्थात काहीच न देता अगदी अत्यल्प असं कधीच होत नाही, थोडक्यात आवळा देऊन कोहळा मिळत नाही.)

टप्पा तिसरा – तुम्हाला हवा असलेला पैसा कधीपर्यंत हवा आहे, तो कालावधीही निश्चित करा.

टप्पा चौथा – आपली इच्छा कार्यान्वित करण्याची निश्चित योजना तयार करा आणि तुमची पूर्वतयारी नसली तरीही त्यासाठी कामाला लागा.

टप्पा पाचवा – तुम्हाला हव्या असलेल्या रकमेचा आकडा लिहून काढा, ती कमवण्यासाठी निर्धारित केलेली कालमर्यादा, ती रक्कम मिळवण्यासाठी तुम्ही काय करणार आणि तुम्ही ही योजना कशी कार्यान्वित करणार, हे सगळं लिहून काढा.

टप्पा सहावा – दिवसातून किमान दोन वेळा तुमची लिखित इच्छा मोठ्यानं वाचा – रात्री झोपण्यापूर्वी आणि सकाळी उठल्यानंतर. हे वाचत असताना ती इच्छित रक्कम तुमच्या ताब्यात आहे या दृढ भावनेनं आणि ठाम विश्वासानं ती लिखित इच्छा वाचा.

या सहा टप्प्यांमध्ये तुम्ही दिलेल्या स्वयंसूचना पाळणं खूप गरजेचं आहे. विशेषतः सहाव्या टप्प्यात तर फारच. कदाचित, तुम्ही तक्रार कराल की, प्रत्यक्ष रक्कम मिळण्यापूर्वीच ती रक्कम ताब्यात आहे, अशी कल्पना करणं अशक्य आहे. मात्र याचवेळी तुमची तीव्र, ज्वलंत अशी महत्त्वाकांक्षा तुमच्या मदतीला धावून येते. पैसा मिळवण्याच्या तीव्र इच्छेनं तुम्ही झपाटलेले असाल, तर ती संपत्ती तुम्हाला मिळेलच, याबद्दल स्वतःच्या विचारांची पाठराखण करणं अवघड नाही. पैसा मिळावा हाच आपला एकमात्र उद्देश हवा आणि तुम्हाला तो मिळणारच असा ठाम विश्वास हवा.

तुम्ही स्वतः लक्षाधीश असण्याची कल्पना करू शकाल?

ज्याच्याकडे स्वतःची कुठलीच कार्यप्रवणता नाही, वा मनाच्या कार्यशीलतेचं कुठलंच शिक्षण मिळालं नाही, त्याला या सूचना अशक्य कोटीतल्या वाटतील. या सहा टप्प्यांचं महत्त्व ज्यांना समजत नसेल, त्यांना हे समजणं फार गरजेचं आहे की, या सूचनांमार्फत मिळत असलेली माहिती ॲण्ड्रयू कार्नेगी यांच्याकडून मिळाली आहे. ॲण्ड्यू कार्नेगी यांनी आपल्या आयुष्याची सुरुवात पोलाद कारखान्यातील एक मजूर म्हणून केली, अशाही परिस्थितीत याच तत्त्वांचा प्रभावी वापर करून त्यांनी शंभर लाख रुपयांपर्यंतची संपत्ती कमवली.

या ठिकाणी उद्‌धृत केलेल्या या सहा सूचना थॉमस एडिसननंही मनःपूर्वक आत्मसात केल्या होत्या, हे समजून घेणंही तितकंच महत्त्वाचं आहे.

आणि त्याचबरोबर या सूचना फक्त संपत्ती मिळवण्यासाठीच नव्हेत, तर जीवनातील कुठलंही उद्दिष्ट पूर्ण करण्यासाठीदेखील अत्यावश्यक असल्याचं त्यांनी सांगितलं.

या सूचनांच्या पालनासाठी अपार कष्टाची, त्यागाची गरज नाही आणि त्यासाठी कुणी वेडं, भोळं वा दूधखुळं असण्याचीही गरज नाही. त्या सूचना कार्यान्वित करण्यासाठी फारशा शिक्षणाचीही गरज नाही. त्यासाठी फक्त खुली कल्पनाशक्ती मात्र गरजेची आहे, त्यामुळे संपत्ती मिळवणं हे फक्त संधी, सदैव आणि नशीब यावरच अवलंबून आहे, असं नक्कीच नाही. ज्या ज्या लोकांनी अशी अफाट संपत्ती कमावली त्यासाठी त्यांनी स्वप्न बघितली, संपत्तीची इच्छा उराशी बाळगली, ती मिळवण्याची अपेक्षा

कायमच ठेवली आणि त्यानुसार कार्ययोजना तयार करून ती कार्यान्वित केली, हे मात्र कायम लक्षात ठेवलं पाहिजे.

मात्र तुम्हाला हेदेखील नक्कीच माहीत हवं की, तुमच्या मनात संपत्ती मिळवण्याची ज्वलंत इच्छा असणं आणि ती तुम्हाला मिळणारच यावर तुमचा ठाम विश्वास असणं या दोन्ही गोष्टी असल्याशिवाय तुम्हाला मोठ्या प्रमाणात संपत्ती मिळू शकणार नाही.

भव्य स्वप्नांची ताकद

संपत्ती मिळवण्याच्या शर्यतीत धावणाऱ्या आपल्यासारख्या लोकांना नव्या जगाची बदललेली मागणी जाणून घेण्यासाठी आपण प्रोत्साहन दिलं पाहिजे. नव्या कल्पना, नवीन कार्यप्रणाली, नवे पुढारी, शिक्षणाच्या नव्या पद्धती, नवी पुस्तकं, नवीन वाङ्मय, टी.व्ही.च्या तंत्रज्ञानातील अत्याधुनिक सुधारणा, नव्या सोयी, चित्रपटांसाठीच्या नव्या कल्पना या सर्व मागण्या नवीन जगाच्या आहेत. आपल्या उद्देशाची निश्चितता, आपल्याला नेमकं काय हवंय त्याचं ज्ञान आणि ते मिळवण्याची ज्वलंत महत्त्वाकांक्षा या गोष्टी जिंकण्यासाठी आवश्यक आहेत, ज्या नव्या सुधारित गोष्टींच्या मुळाशी आहेत.

ज्या ज्या लोकांना संपत्ती कमवण्याची इच्छा असेल, त्यांनी हे कायमच लक्षात ठेवावं की, आजपर्यंत न जाणवलेली संधी ते क्षणार्धात पकडतात आणि ती प्रत्यक्ष कार्यान्वित करतात, तेच त्या विश्वाचे खरे नेते असतात. अशा संधी मग उत्तुंग इमारती, मोठाली शहरं, कारखाने, विमानं, मोटारी आणि आयुष्याला सुख प्रदान करणाऱ्या सर्व प्रकारच्या साधनांच्या रूपानं अवतरतात.

त्या संपत्तीत वाटा मिळवण्याची योजना आखताना तुम्ही तुमच्या स्वप्नाला कशामुळेही तडा जाऊ देऊ नका. या बदलत्या जगात ते करण्यासाठी तुमच्याकडे स्फूर्तिदायक पुढाऱ्यांसारखे चैतन्य असणं आवश्यक आहे. कारण त्यांनी बघितलेल्या स्वप्नांमुळेच आजच्या सुसंस्कृत जगाला, मूल्यगर्भ असं राष्ट्राचं जीवनसत्त्व असलेलं चैतन्य प्रदान केलं आहे आणि आपणा सर्वांना त्या गुणांचा विकास करून त्यांचा प्रसार करण्याची संधी दिली.

तुम्हाला जे करायचं आहे ती तुमची आकांक्षा योग्य असेल आणि तुम्हाला तसा ठाम विश्वास असेल, तर निर्भयतेनं पुढे या आणि तुमचं स्वप्न

पुरं करून दाखवा. तुमची स्वप्नं साकारताना जरी तात्पुरतं अपयश आलं, तरी खचून जाऊ नका आणि लोक काय म्हणतील याची तर अजिबातच फिकीर करू नका. कारण अपयशातच यशाची बीजं दडलेली असतात. याची त्या लोकांना मुळात जाणीवच नसते.

विजेवर चालणाऱ्या दिव्याचं स्वप्न थॉमस एडिसननं बघितलं आणि ते स्वप्न प्रत्यक्षात आणण्यासाठी त्यानं कामही सुरू केलं. त्यात दहा हजारांपेक्षा जास्त वेळा त्याचा तो प्रयोग अयशस्वी झाला. मात्र यावर हार न मानता ते स्वप्न सत्यात उतरेपर्यंत तो आपलं काम करत राहिला, असे स्वप्नद्रष्टे कधीही हार मानत नाहीत.

व्हेलननं सिगार स्टोअर्सच्या साखळीचं स्वप्न पाहिलं, ते स्वप्न प्रत्यक्षात आणलं आणि आज युनायटेड सिगार स्टोअर्स अमेरिकेतील सर्वोत्तम जागांवर उभं आहे.

राइट बंधूंनी हवेत उडू शकणाऱ्या यंत्राचं स्वप्न बघितलं. आज सर्व जगभरच त्यांचं स्वप्न साकार झालेलं दिसतं.

मार्कोनीनं ईथरच्या अदृश्य शक्तीला ताब्यात घेण्याचं स्वप्न पाहिलं. आज जगभर सर्वदूर पसरलेल्या रेडिओ आणि टी.व्ही.च्या रूपानं त्याचं स्वप्न फोल नव्हतं, हेच सिद्ध केलंय ना! मात्र गमतीचा भाग म्हणजे मार्कोनीच्या मित्रांनीच त्याला मानसिक चिकित्सालयात डांबून त्याची तपासणी करून घेतली आणि हेसुद्धा कधी तर जेव्हा मार्कोनीनं आपण तारेशिवाय किंवा कुठल्याही संदेशवाहकाविना हवेतून संदेश पाठवू शकतो, हा शोध लावल्याची घोषणा केली तेव्हा! आजच्या स्वप्नद्रष्ट्यांना मात्र बरेच चांगले दिवस आलेत!

आणि पूर्वीच्या स्वप्नद्रष्ट्यांना कधीच न सापडलेल्या आढळलेल्या अनंत संधीही आजच्या युगात खच्चून भरल्या आहेत.

स्वप्न कार्यान्वित करण्याचा प्रारंभ कसा कराल?

काही तरी नवीन करून दाखवण्यासाठी आतुर असलेल्या प्रत्येकानं ध्येयपूर्तीच्या दिशेनं पहिलं पाऊल टाकायलाच हवं. मात्र यासाठी मतभेद, कामात आळस किंवा फारशी तीव्र नसलेली महत्त्वाकांक्षा यांना बिलकूल स्थान नाही.

आपल्या जीवनात जे जे यशस्वी झालेत, त्यांच्या आयुष्याकडे पाहिलं तर लक्षात येईल की, त्यांची सुरुवात ही काही फारशी चांगली नव्हती. आपल्या उद्दिष्टांपर्यंत पोहोचण्यासाठी त्यांना अनेक निराश करणाऱ्या अडथळ्यांचा सामना करावा लागला होता. कदाचित, यशस्वी माणसांच्या जीवनातला हा अत्यावश्यक बदलाचा एक क्षण अडचणीच्या प्रसंगी वा अपयशाशी सामना करतानाच येतो आणि तोच तुमच्या सुप्त अशा व्यक्तित्वाला प्रकाशात आणतो.

आपल्या कट्टर मतांमुळे कारावासात पडलेल्या जॉन बनयननं इंग्रजी साहित्यातील एक उत्तम कलाकृती म्हणून नावाजलं गेलेलं 'द पिलग्रिम्स प्रोग्रेस' या पुस्तकाचं लेखन तुरुंगातच केलं.

आयुष्यातील दुर्दैवामुळे कोलंबस (ओहायो) येथील तुरुंगात खितपत पडल्यावर ओ. हेन्रीला आपल्या निद्रिस्त अशा असामान्य बुद्धीचा शोध लागला. याच काळात त्याचा त्या सुप्त शक्तीशी परिचय झाला. त्याच्या कल्पनांना प्रत्यक्षात साकार होण्याचे पंख लाभले, ज्यामुळे आपण एक कैदी वा बहिष्कृत मानव नाही तर एक महान लेखक आहोत, हे सत्य त्याला कळून चुकलं.

चार्ल्स डिकन्सनं आपली सुरुवात बूटपॉलिश करताना वापरण्यात येणाऱ्या डब्यांवर नावाची लेबल्स लावत केली. आपल्या पहिल्या प्रेमभंगानं डिकन्सला इतकं विव्हल केलं की, ती वेदना पुढं त्याच्या साहित्यात खोलवर झिरपली आणि एका महान लेखकाचा जन्म झाला. त्याची ही शोकांतिका प्रथम 'डेव्हिड कॉपरफिल्ड'च्या निर्मितीनं समोर आली आणि मग त्यानं प्रचंड ग्रंथसंपदा निर्माण केली. ज्यामुळे तो श्रीमंत तर झालाच; पण त्याच्या वाचकांसाठीही त्यानं एक सुंदर जग निर्माण केलं.

आपल्या जन्मानंतर लगेचच मूकबधिर आणि दृष्टिकोन अशा दुर्दैवाला सामोऱ्या जाणाऱ्या हेलन केलरनं आपल्या असामान्य कर्तृत्वानं आपलं नाव जगातील श्रेष्ठ लोकांच्या जगात अजरामर करून ठेवलं. अपयशाचा तुम्ही जोवर सत्य म्हणून स्वीकार करत नाही आणि त्यावर मात करण्यासाठी तुमचे प्रयत्न सोडत नाही, तोवर अपयश असं काही नसतंच या डोळे उघडणाऱ्या सत्याचं ती एक चालतंबोलतं प्रतीक ठरली.

रॉबर्ट बर्नस एक अशिक्षित, ग्रामीण मुलगा होता. गरिबीचं वरदान पाचवीलाच पूजलं होतं. मोठा होत असताना तो एक अट्टल दारुडाही

बनला; पण या साऱ्या परिस्थितीचं प्रतिबिंब त्यानं कुठंही आपल्या काव्यात पडू दिलं नाही. उलट या सर्व नकारात्मकतेवर मात करत त्यानं आनंदाचे गुलाबच फुलवले.

बिथोव्हन बहिरा होता तर मिल्टन आंधळा होता; पण त्यांची नावं मात्र इतिहासात अजरामर आहेत. कारण त्यांनी भव्य स्वप्नं बघितली आणि आपल्या सुंदर, नेमक्या विचारांच्या रूपानं ती प्रत्यक्ष साकार केली.

एखाद्या गोष्टीची इच्छा करणे आणि ती गोष्ट प्रत्यक्ष स्वीकारण्यासाठी तयार असणं या दोन्हींत बरंच अंतर आहे. जोपर्यंत तुम्ही तुमच्या मनाशी ती गोष्ट तुम्हाला मिळणारच आहे, अशी ठाम विश्वासाची खूणगाठ बांधत नाही, तोपर्यंत तुम्ही ती गोष्ट स्वीकारण्यासाठी पूर्णतः तयार झालेले नसता. अशी मनःस्थिती म्हणजे केवळ इच्छा वा आशा नव्हे, तर ती आहे ठाम विश्वासाची मनःस्थिती. जेव्हा तुमचं मन (सर्व शक्यता स्वीकारायला) खुलं असतं, तेव्हाच असा विश्वास निर्माण होतो. चौकटींनी आखून घेतलेल्या बंदिस्त मनात अशी श्रद्धा, धैर्य आणि विश्वास वसत नाही.

एक लक्षात घ्या की, दुःख आणि गरिबी यांचा स्वीकार करण्यासाठी आपल्याला जेवढे प्रयत्न करावे लागतात तितकेच प्रयत्न जगण्याचा उच्च हेतू, श्रीमंती आणि वैभव मिळवण्यासाठी करावे लागतात.

हेच वैश्विक सत्य एका महान कवीनं अत्यंत समर्पक शब्दांत मांडलंय –

मी जर एखाद्या पेनीसाठी (पैशासाठी) व्यवहार केला,
तर जीवन मला त्याहून अधिक काहीही देणार नाही,
पण मी सायंकाळी काहीतरी मागितलं,
आणि माझं अल्पसं भांडार मोजत बसलो.

कारण जीवन आहे एक दाता,
जे तुम्ही मागाल तेवढंच देतं.
पण एकदा का तुमचं वेतन ठरलं
की त्यासाठी तुम्हाला काम करणं भाग पडतं.

मी एका क्षुद्र चाकराचं काम पत्करलं
आणि जीवनाचं हे गुपित कळल्यानंतर मी खूप निराश झालो.

जर मी जीवनाकडे यापेक्षा जास्त आणि काहीतरी भव्य असं मागितलं असतं,
तरीही जीवनानं ते मला आनंदानं दिलं असतं.

इच्छेची प्रकृतीवर कौशल्यानं मात

या प्रकरणाच्या शेवटी मी माझ्या जीवनात मला भेटलेल्या एका असमान्य अशा व्यक्तीचा तुमच्याशी परिचय करून देत आहे. त्याच्या जन्मानंतर अवघ्या काही क्षणांतच मी त्याला बघितलं. त्यानं या जगात प्रवेश केला तेव्हा त्याला बाह्यकर्णच नव्हते, त्यामुळे ते मूल कदाचित आयुष्यभर मुकं आणि बहिरं असल्याची शक्यता डॉक्टरांनी वर्तवली.

त्या मुलाचा मी बाप असल्यामुळे मी डॉक्टरांच्या त्या निर्णयाला आव्हानं द्यायचं ठरवलं मात्र एका वेगळ्याच प्रकारे, कुठल्याही भावना शब्दांद्वारे व्यक्त न करता! माझं ते स्वप्न मी ठामपणे माझ्या हृदयातच जपून ठेवलं.

माझ्या मुलाला ऐकू येईल, तो बोलेल हे माझं मन मला खात्रीनं सांगत होतं. या वैद्यकीय समस्येवर काहीतरी उपाय नक्की असेल आणि मी तो शोधून काढेनच असा माझा दृढनिश्चय होता.

त्याच क्षणी मला इमर्सनचे शब्द आठवले, 'तुमच्या आजूबाजूला घडणाऱ्या घटनाच तुम्हाला श्रद्धा, विश्वास ठेवायला शिकवतात, आपण फक्त ते मनापासून केलं पाहिजे. आपल्या प्रत्येकाला निसर्ग योग्य मार्गदर्शन करत असतो. ते आपण योग्यप्रकारे ग्रहण केल्यास आपल्याला त्याचे नेमके शब्दही ऐकू येतात.'

आणि तो नेमका शब्द आहे इच्छा! इच्छाशक्ती! ठाम, दृढ इच्छाशक्ती!! माझी एकमेव इच्छा होती की, माझं मूल मुकं आणि बहिरं नसावं. क्षणभरही मी माझ्या इच्छेपासून दूर गेलो नाही, अगदी तसूभरही ढळलो नाही.

मी त्यासाठी काय करू शकत होतो? आपल्याला ऐकू येऊ शकतं अशी सुप्त इच्छा माझ्या मुलाच्या मनात निर्माण करायची होती. कान नसतानाही बाह्य जगातले आवाज मला त्याच्या मेंदूपर्यंत पोहोचवायचे होते.

तो मार्ग मला माहीत होता, इच्छेचं बीज पेरण्याचा. एकदा का त्याच्या मनात आवाज ऐकण्याची ज्वलंत इच्छा निर्माण झाली की, निसर्ग आपल्या स्वतःच्या खास पद्धतीनं ती इच्छा प्रत्यक्षात आणेल.

हे सारं विचारचक्र माझ्या मनात अखंड सुरू होतं, मात्र मी त्याची कुणाजवळही वाच्यता केली नाही. मात्र माझा मुलगा कधीच मुका वा बहिरा असणार नाही, या दृढनिश्चयाची रोज स्वतःशीच उजळणी करीत राहिलो.

मुलगा थोडा मोठा झाला आणि आसपासचे आवाज त्याच्यापर्यंत पोहोचत आहेत, हे माझ्या लक्षात आलं. त्याला अगदी अल्प प्रमाणात का होईना; पण ऐकू येतंय हेही जाणवलं. सामान्यतः मुलं बोलू लागतात त्या वयाचा झाल्यावर तो काही शब्द बोलण्याचादेखील प्रयत्न करू लागला. त्याला काही विशिष्ट आवाज अगदी हळूहळू ऐकू येत होते, हेही त्याच्या हालचालींवरून माझ्या लक्षात आलं आणि हेच तर मला समजून घ्यायचं होतं. अगदी अल्प प्रमाणात जर त्याला आता ऐकू येतंय, तर नक्कीच पुढे त्याला यापेक्षा चांगलं ऐकू येऊ लागेल, या भावनेनं मी सुखावलो आणि मग असं काहीतरी अनपेक्षित घडलं की, माझ्या आशा आणखीच वाढल्या, विश्वास बळकट झाला.

जीवन आमूलाग्र बदलून टाकणारा एक अपघात

मग आम्ही एक फोनोग्राफ विकत आणला. माझ्या मुलानं त्यावरचं संगीत ऐकलं आणि तो खूप खूश झाला. त्यानं त्या यंत्राशी छान जुळवून घेतलं. आपले दात रेकॉर्डच्या काठावर टेकवत त्यानं एक रेकॉर्ड तब्बल दोन तास ऐकली. मात्र सुमारे एक वर्षभर त्याच्या या सवयीमागचं तर्कशास्त्र काही आमच्या लक्षात येत नव्हतं. तोपर्यंत हाडांद्वारा होणारं आवाजाच्या परिवहनाचं तत्त्वं आम्ही ऐकलंच नव्हतं.

तो त्या यंत्राला रुळल्यावर मला काही दिवसांनी असा शोध लागला की, मेंदूच्या तळाशी असलेल्या मॅस्ट्रॉइड नामक हाडाला ओठ लावून बोललेलं त्याला स्पष्ट ऐकू येतंय.

माझ्या मनातली आशा आता आणखी पल्लवित झाली. तो माझा आवाज ऐकू शकतो, हे कळल्याबरोबर त्यानं आवाज ऐकावा आणि शब्द, वाक्यं उच्चारावीत (ऐकावं आणि बोलावं) ही माझी इच्छा त्याच्या मनात रुजवायला सुरुवात केली. माझ्या मुलाला झोपण्यापूर्वी गोष्टी ऐकायला खूप आवडतात, हेदेखील माझ्या लक्षात आलं. मग माझा हुरूप आणखी वाढला आणि मीच नवनवीन गोष्टी तयार करून त्याला सांगायला लागलो. त्याचं

स्वावलंबन जास्तीत जास्त वाढावं, यासाठी तशा गोष्टी तयार करायला लागलो, त्यामुळे त्याची कल्पनाशक्ती वाढली आणि नीट ऐकण्याची आणि अगदी सामान्य मुलासारखे होण्याची तीव्र इच्छाही त्याच्यात जागृत झाली.

त्यात एक गोष्ट अशी होती की, ती सांगताना मी तिला दर वेळी काहीतरी वेगळं नाट्यात्म रूप देत असे, ज्याद्वारे त्याचं शारीरिक वैगुण्य ही कोणतीही उणीव नसून दैवी देणगी आहे, हा भाव त्याच्या मनात दृढ करत असे. त्यातील तत्त्वज्ञान हेच शिकवत असे की, प्रत्येक काळ्या ढगाला एक रूपेरी किनार असते. प्रत्येक प्रतिकूलतेबरोबरच यशाच्या असंख्य संधी दडलेल्या असतात. मात्र हे वैगुण्यच कधी कधी तुमची मौल्यवान ताकद बनते, हे मात्र मलाही माहीत नव्हतं.

अवघ्या सहा सेंट्समध्ये त्यानं नवं जग जिंकलं

मी जेव्हा माझ्या या अनुभवाकडे एकदा वळून बघतो आणि त्यावर विचार करतो की, ऐकू येण्याच्या सुप्त इच्छेला जे फळ मिळालं, त्यासाठी माझ्या मुलाचा माझ्यावरचा विश्वासच सर्वाधिक कारणीभूत आहे. मी जे काही त्याला सांगितलं, त्याबद्दल कुठलीही शंका व्यक्त न करता त्यानं ते ऐकलं. त्याच्याकडे त्याच्या मोठ्या भावापेक्षा वेगळं असं काहीतरी निश्चित आहे आणि ते वेळोवेळी जाणवेल, कदाचित फायदेशीरच ठरेल, असा विश्वास मी त्याच्या मनात रुजवला. उदा. त्याला कान नसल्यानं वर्गातील शिक्षक त्याच्याकडे जास्त लक्ष देतील आणि त्याला जास्त आपुलकीनं वागवतील आणि तसंच झालं. मी त्याच्या मनात असंही रुजवलं की, तो जर मोठेपणी वृत्तपत्र विक्रेता झाला, तर ते त्याला खूपच फायदेशीर ठरेल. (त्याचा मोठा भाऊ एक नामांकित वृत्तपत्र व्यापारी झाला होता.) कारण लोक त्याच्या शारीरिक कमतरतेबरोबर त्याच्या मेहनतीकडे जास्त लक्ष देतील आणि त्याला जास्त पैसेही देतील.

वयाच्या अवघ्या सातव्या वर्षीच त्यानं आमच्या कष्टाला पहिलं फळ दिलं. अनेक महिने तो आपल्या आईकडे वृत्तपत्र विक्रीची परवानगी मागत होता; पण ती तशी संमती देत नव्हती.

शेवटी त्यानंच याबाबत पाऊल उचलायचं ठरवलं. एक दिवस तो घरात एकटाच, नोकरांच्या देखरेखीखाली होता. त्यांची नजर चुकवून तो स्वयंपाकघरातील खिडकीतून (खाली उतरला) घराबाहेर पडला. शेजारच्या

दुकानदाराकडून त्यानं व्यवसायासाठी भांडवल म्हणून सहा सेंट्स उसने घेतले. त्याची वृत्तपत्रं घेऊन ती विकली. आलेले पैसे पुन्हा त्याचसाठी गुंतवले आणि तो संध्याकाळपर्यंत करत राहिला. संध्याकाळी त्यानं हिशेब पूर्ण केला. त्या दुकानदाराला त्याचे उधारीचे सहा सेंट्स परत केले आणि त्याच्याकडे तब्बल ४२ सेंट्स उरले होते. तो त्याचा नफा होता, त्याची स्वकष्टाची कमाई होती. आम्ही जेव्हा रात्री घरी परतलो, तेव्हा आपल्या मुठीत ते पैसे गच्च आवळून धरून तो गाढ झोपलेला होता.

त्याच्या आईनं त्याची मूठ उघडली. त्यातील ते पैसे बघून तिला रडू कोसळलं. आपल्या मुलानं ज्या पद्धतीनं यश कमावलं, ते बघून ती स्वतःच्या भावना आवरू शकली नाही. माझी प्रतिक्रिया मात्र सकारात्मक, सुखद अशी होती. मला मनापासून आनंद झाला, हसू फुटलं. माझ्या मुलाच्या मनात जो आत्मविश्वास जागवण्याचा माझा प्रयत्न होता, त्याला आलेलं यश बघून मला अतिव आनंदानं हसू फुटलं होतं.

त्याच्या आईच्या डोळ्यांसमोर येत होतं, ते मात्र तिचं ऐकू न येणारं पोरगं, भर रस्त्यात पैसे कमवण्यासाठी आपला जीव धोक्यात घालतंय आणि मला मात्र त्याच्यात एक छोटासा शूर, स्वावलंबी व्यावसायिक दिसत होता, ज्यानं आपली स्वतःतीच किंमत शतपटीनं वाढवली होती. कारण स्वतःच्या हिमतीवर त्यानं व्यवसायात पदार्पण केलं होतं आणि अनेक पटींनी नफा मिळवून त्यात तो यशस्वीही झाला होता. त्याचा तो व्यवहार बघून मला मनापासून आनंद झाला. कारण त्यात मला त्याच्या धाडसाची हिकमतीची चुणूक दिसली होती आणि तीच त्याला आयुष्यभर उपयोगी पडणार होती.

...आणि तो बहिरा मुलगा ऐकू लागला

शाळा, हायस्कूल असे टप्पे ओलांडत तो मुलगा आता कॉलेजात (महाविद्यालयात) दाखल झाला. अजूनही जवळ येऊन त्याच्या कानाशी मोठ्यानं ओरडल्याशिवाय त्याला ऐकू येत नसे; पण तरीही तो बहिऱ्या मुलांसाठीच्या विशेष शाळेत मात्र गेला नाही. आम्हीही त्याला चिन्हांची भाषा खुणेची भाषा शिकवली नाही. त्यानं सामान्य माणसासारखं आपलं जीवन जगावं, असाच आमचा आग्रह होता. त्यानं इतर मुलांबरोबर खेळावं, त्यांच्यासारखंच जगावं, असं आम्हाला वाटायचं. त्यासाठी बऱ्याचदा आम्हाला शाळाचालकांशी अटीतटीचे वादही घालावे लागले.

हायस्कूलमध्ये असताना एकदा त्यानं एक श्रवणयंत्र लावून ऐकण्याचा प्रयत्न केला; पण ते काही त्याला फारसं जमलं नाही.

कॉलेज अगदी संपतानाच्या आठवड्यात असं काही तरी वेगळं घडलं आणि त्याचं जीवन आमूलाग्र बदललं. एकदा अगदी सहजच त्याच्या हाती एक श्रवणयंत्र लागलं, जे कोणीतरी त्याला लावून बघायला दिलं होतं. आधीच्या अनुभवामुळे, निराशेमुळे त्यानं ते लावून बघायला जरा अळमटळमच केली होती. शेवटी एकदाचं त्यानं ते यंत्र उचललं आणि डोक्यावर चढवलं, बॅटरी सुरू केली आणि अहो आश्चर्यम! अचानक जादू झाली आणि त्याला चक्क ऐकू येऊ लागलं. ती त्याची जीवनातली एकमेव इच्छा होती आणि तीही प्रत्यक्षात उतरली होती. आयुष्यात पहिल्यांदाच एखाद्या सामान्य व्यक्तीप्रमाणे त्याला सर्वकाही ऐकायला येत होतं.

त्या श्रवणयंत्रामुळे त्याच्यासमोर एक नवं विश्व खुलं झालं. त्या अत्यानंदात तो टेलिफोनकडे धावला, आपल्या आईला फोन केला आणि अगदी स्पष्टपणे, पहिल्यांदाच तिचा आवाज ऐकला. दुसऱ्या दिवशी आपल्या प्राध्यापकांचं बोलणंही अगदी स्पष्टपणे ऐकलं, आयुष्यात पहिल्यांदाच तो इतर लोकांशी मोकळेपणाने संवाद साधत होता. लोकांना आता त्याच्याजवळ जाऊन, ओरडून त्याच्याशी बोलावं लागत नव्हतं. आता एक श्रवणीय, सुंदर असं बदललेलं जग त्याला लाभलं होतं.

त्याच्या दृढ इच्छेला, महत्त्वाकांक्षेला आता फळ यायला सुरुवात झाली होती. यशाचा मार्ग त्याला सापडला होता. मात्र आपल्या अपंगत्वालाच आपली मजबूत ताकद बनवण्याचा मार्ग तो अजूनही शोधत होता.

चमत्कार घडवणारा विचार

नवं विश्व गवसल्याच्या अत्यानंदात त्यानं श्रवणयंत्र बनवणाऱ्या कंपनीला पत्र लिहिलं, ज्यात त्याला आलेल्या अनुभवाचं त्यानं वर्णन केलं होतं. त्या पत्रात असं काही तरी होतं, ज्यामुळे त्या कंपनीने त्याला न्यू यॉर्कला येण्याचं आमंत्रण दिलं. त्याला तेथील कारखाना दाखवण्यात आला. तो चीफ इंजिनिअरशी बोलत आपल्याला गवसलेल्या विश्वाबद्दल त्याला सांगत होता. त्याचवेळी एक अद्‌भुत विचार त्याच्या मनात चमकून गेला आणि त्या विचारानं त्याला आपल्यातील न्यूनतेचं रूपांतर मौल्यवान भांडवलात करण्याचा राजमार्ग सापडला, तो राजमार्ग त्याला त्याच्यासारख्या हजारो

लोकांच्या जीवनात आनंदाच्या रूपानं आणि प्रचंड संपत्तीच्या रूपानं यश मिळवून देणारा होता.

क्षणार्धात चमकून गेलेला तो विचार होता - योग्य अशा श्रवणयंत्राच्या अभावी त्याच्यासारखे जे लक्षावधी लोक श्रवणसुखाला मुकले आहेत, त्यांना तो आपली कहाणी सांगून त्या व्यंगावर मात करण्यासाठी साहाय्यक ठरू शकेल.

पूर्ण महिनाभर त्यानं यासाठी अफाट कष्ट केले, अविरत संशोधन केलं, श्रवणयंत्र तयार करणाऱ्या कंपनीच्या विक्रीव्यवस्थेचा अभ्यास केला. जगातील श्रवणसुखाला वंचित झालेल्या आपल्यासारख्या असंख्य लोकांशी संवाद साधावा आणि आपल्याला आलेली अनुभूती द्यावी, तो अनुभव त्यांना सांगावा, असं ठरवलं. आपल्या संशोधनावर आधारित एक द्विवार्षिक योजना त्यानं कागदावर लिहून काढली. ती योजना कंपनीला सादर केली आणि कंपनीनं त्याला ती योजना प्रत्यक्षात साकार करण्यासाठी चक्क एक पद दिलं.

त्यानं कामाला सुरुवात केली, तेव्हा त्याला कल्पनाही नव्हती की, त्याच्यामुळे त्या लोकांच्या आयुष्यात आनंदाचं एक नवीन दालन उघडणार आहे जे बहिरेपणामुळे त्या आनंदाला मुकले होते आणि सामान्य लोकांप्रमाणे एका नवीन जगाचे दरवाजे त्यांच्यासाठी उघडणार होते.

मी आणि ब्लेअरच्या (माझा मुलगा) आईने त्याच्या मनाची जर आजच्यासारखी मशागत केली नसती, तर मात्र तो आयुष्यभर नक्कीच मुका आणि बहिराच राहिला असता.

मी जेव्हा त्याच्या मनात एखाद्या सामान्य माणसाप्रमाणे ऐकण्याची, बोलण्याची, सामान्य जीवन जगण्याची इच्छा जागृत केली, त्या वेळी निसर्गानंही आम्हाला शंभर टक्के साथ दिली. निसर्गानंही त्याची बुद्धी आणि बाह्यजग यांच्यात एक असा पूल बांधला, ज्यामुळे अपेक्षित मार्गाकडे वाटचाल सोपी झाली.

एखादी ज्वलंत इच्छा आणि सच्ची महत्त्वाकांक्षा जेव्हा मूर्त रूप घेते, तेव्हा तिचे मार्ग कळत नाहीत, उमगत नाहीत. ब्लेअरची सामान्य माणसाप्रमाणं ऐकण्याची इच्छा अतिशय तीव्र होती आणि खरंच ती सफल झाली. ती जर तीव्र नसती, तर आपल्या जन्मजात व्यंगामुळे त्याला उपजीविकेसाठी हातात कटोरा घेत आणि विक्रीसाठी पेन्सिली विकत आयुष्य काढावं लागलं असतं.

तो लहान असताना त्याच्या मनाला उभारी देण्यासाठी मी त्याचं हे व्यंग त्याला फायदेशीर ठरेल, हे बिंबवलं खरं; पण भविष्यात तेच खरं ठरलं म्हणूनच ठाम विश्वास आणि तीव्र इच्छाशक्ती यांच्या जोरावर कुठलीही अशक्य गोष्ट शक्य होऊ शकते. ही क्षमता निसर्गानं प्रत्येकाला मुक्तहस्ते दिली आहे. आपल्याला ते ओळखता येत नाही, इतकंच.

जादूची कांडी फिरविणारं मानसिक रसायन

बातमीतला एक छोटा परिच्छेद एका अद्वितीय यशाचं रहस्य सांगतो. ती बातमी आहे मादाम शूमन हिंक यांची. त्या बातमीतलं यशाचं रहस्य म्हणजे दुसरं-तिसरं काही नसून तीव्र इच्छाशक्तीच आहे, हे वाचकांना कळावं म्हणून तो परिच्छेद इथं पुन्हा उद्धृत करतो.

आपल्या व्यावसायिक जीवनाच्या अगदी सुरुवातीला मादाम शूमन हिंक या नवोदित गायिका होत्या. आपल्या आवाजाची चाचणी घेण्याची विनंती करण्यासाठी त्या एका ऑपेरा दिग्दर्शकाला भेटायला गेल्या. मात्र त्यांचं आक्रसलेलं व्यक्तिमत्त्व आणि गबाळे कपडे बघून त्या दिग्दर्शकानं आवाजाची चाचणी घेण्यास नकार दिला. एवढंच नाही तर 'मुली, हा विचार सोडून दे, शिवणाचं मशीन घे आणि कामाला लाग,' असाही अनाहूत सल्ला दिला. तू कधीच गायिका होऊ शकणार नाहीस, असा हिणवणारा फुकटचा आहेरही दिला.

पण काळाच्या सीमा कुणालाच कधी कळत नाहीत. कालांतरानं चित्र पूर्णतः बदललं आणि एका बुद्धिमान गायिकेला आपण संधीही न देता झिडकारल्याचा पश्चात्ताप त्याला जन्मभर होत राहिला. एखादी तीव्र इच्छाशक्ती तुमच्या रोमारोमात भिनून जेव्हा झपाटलेपणानं कामाला लागते, कार्यरत होते, तेव्हा काय चमत्कार घडतात, या शक्तीशी तो पूर्णपणे अनभिज्ञ होता. त्या शक्तीची त्याला बिलकूल जाणीव नव्हती.

माझा एक व्यावसायिक भागीदार बऱ्याच वर्षांपूर्वी आजारी पडला. काही काळात त्याची तब्येत जास्तच खालावत गेली आणि शेवटी त्याच्यावर शस्त्रक्रिया करण्याची वेळ आली. यातून तो वाचण्याची अजिबातच शक्यता नसल्याचं डॉक्टरांचं मत होतं. मात्र त्या रुग्णाला माझ्या मित्राला ते मान्य नव्हतं. शस्त्रक्रियेला नेण्यापूर्वी तो ठाम आत्मविश्वासाच्या स्वरात मला दिलासा देत म्हणाला की, तुम्ही विचलित होऊ नका. थोड्याच दिवसांत

मी पूर्ण बरा होणार आहे. त्याची शुश्रूषा करणाऱ्या नर्सनंही अनुकंपेच्या दृष्टीनं माझ्याकडे बघितलं. मात्र माझ्या मित्राचा तो ठाम विश्वासच शेवटी जिंकला. तो पूर्णपणे बरा होऊन रुग्णालयातून बाहेर आला. डॉक्टरांनाही या चमत्काराचं आश्चर्य वाटलं. ते म्हणालेदेखील, त्याची जिवंत राहण्याची तीव्र लालसाच त्याला वाचवू शकली. जर त्यानं मृत्यूची शक्यता धुडकावून दिली नसती, तर तो कधीच वाचू शकला नसता.

तीव्र इच्छाशक्ती आणि श्रद्धेचं तिला असणारं पाठबळ यांवर माझा विश्वास आहे. कारण त्याच जोरावर कित्येकांनी शून्यातून सुरुवात करून यशाची शिखरं पादाक्रांत केली आहेत. या शक्तीनंच खोल गर्तेत सापडलेल्याला सावरलं आहे. शेकडो प्रकारे पराभूत झालेल्यांनीही याच्या साहाय्यानं पुन्हा उभारी घेतली आहे. फार लांबचं कशाला, माझा मुलगाच या शक्तीचं एक जिवंत चालतं बोलतं उदाहरण आहे. जगात येताना ऐकण्याची क्षमता नसलेला मुलगा पुन्हा सामान्य, सुखी आयुष्य यशस्वीपणे जगू शकला ते याच शक्तीच्या जोरावर.

याच शक्तीचा अंगीकार करून तिचा वापर कसा करायचा, या प्रश्नाचं उत्तर पुढच्या प्रकरणांमध्ये मिळणार आहे.

कधीही उघडकीस न येणारी अशी काही अतर्क्य, शक्तिशाली मानसिक रसायनं ज्यात निसर्ग आपल्या इच्छाशक्तीची चेतना लपवून ठेवतो आणि जगात अशक्य असं काहीही नाही, हेच सांगतो. अपयश सत्य नाही हेच पुन्हा पुन्हा सांगतो.

• • •

आपण स्वतः स्वीकारतो, तीच बंधनं
अन्यथा मन बंधरहित आहे
त्याच्या अमर्यादतेला सीमा नाहीत
गरिबी आणि श्रीमंती दोन्हीही
आपल्या विचारांतून उगम पावतात

प्रकरण ३

श्रद्धा

इच्छापूर्तीची स्पष्ट कल्पना आणि श्रद्धेवरचा विश्वास श्रीमंतीच्या वाटचालीचं दुसरं पाऊल

श्रद्धेला मनाचा मुख्य रसायनशास्त्रज्ञ म्हणता येईल. श्रद्धा आणि विचारांच्या मंथनातून जी कंपनं निर्माण होतात, त्यामुळे तुमच्या सुप्त मनात काही आध्यात्मिक तरंगांची निर्मिती होते आणि मग हे आध्यात्मिक तरंग असीमित प्रज्ञेत रूपांतरित होतात. प्रार्थनेच्या वेळी बऱ्याच अंशी असंच घडतं.

आपल्या सर्व सकारात्मक भावनांपैकी श्रद्धा, प्रेम आणि कामवासना या सर्वांत जास्त प्रबळ भावना आहेत. या तिन्हींच्या एकत्रीकरणातून तयार झालेला विचार सुप्त मनापर्यंत पोहोचतो. हा विचार आध्यात्मिक तरंगात परावर्तित होतो, ज्यामुळे असीम प्रज्ञेचा प्रतिसाद मिळतो.

श्रद्धेचा विकास कसा करावा?

आता एक असं विधान समजून घेऊ ज्याद्वारे तुमच्या मनातील इच्छेची समतुल्य अशा भौतिक वा आर्थिक गोष्टींत रूपांतर करत असताना दिल्या जाणाऱ्या स्वयंप्रेरित सूचनांचं तत्त्व आपल्याला नीट कळेल. श्रद्धा ही एक अशी मानसिक अवस्था आहे, ज्याद्वारे तुमच्या सुप्त मनाला वेळोवेळी सूचना देऊन, स्वयंप्रेरित सूचनांचा उपयोग करून इच्छित मानसिक स्थिती निर्माण करता येते.

आता तुम्ही ज्या हेतूनं हे पुस्तक वाचत आहात, त्याचा विचार करू या. तुमचे अदृश्य विचार वा इच्छा या पैशात रूपांतरित करण्याची तुमची क्षमता वाढविणं अर्थात श्रीमंत होणं हीच आहे. स्वयंप्रेरित सूचनांसंबंधीच्या प्रकरणातून तुमच्या हे लक्षात येईल की, अशा सूचनांचं पालन करून तुम्ही तुमच्या सुप्त मनाला तुम्हाला अपेक्षित असलेलं तुम्हाला नक्की मिळेल, असा ठाम विश्वास देऊ शकता. तुमचं सुप्त मन मग त्या दिशेनं कार्यरत होतं आणि त्या विश्वासाचं परिवर्तन श्रद्धेत होतं. मग तुमच्या इच्छेनुरूप तिला मूर्त रूप देण्याची निश्चित योजना तयार होते. श्रद्धा ही अशी मानसिक अवस्था आहे, ज्यात एकदा का तुम्हाला ती तेरा तत्त्वं समजली आणि उपयोगात आणता आली की, स्वयंप्रेरणेनं तुम्ही तिचा विकास करू शकाल.

तुमच्या सुप्त मनाला वारंवार आणि निश्चित, नेमक्या सूचना देणं ही एकच स्वयंप्रेरणेनं श्रद्धा विकसित करण्याची प्रचलित पद्धत आहे.

माणसात कधी कधी गुन्हेगारी प्रवृत्ती का बळावते, या उदाहरणावरून वरील विधान पूर्णतः समजेल. गुन्हा-गुन्हेगारी याविषयी तज्ज्ञ अशा एका प्रसिद्ध व्यक्तीच्या मतानुसार जेव्हा एखाद्या माणसाचा अगदी पहिल्यांदा जेव्हा गुन्ह्याशी संबंध येतो, तेव्हा तो त्याचा तिरस्कार करतो. तो जर गुन्ह्याशी आणखी थोडा काळ संबंधित राहिला, तर त्याची त्याला सवय होते. हळूहळू त्या परिस्थितीचा ताण ते सहन करायला सरावतात आणि मग मात्र ती परिस्थिती ते पूर्णपणे स्वीकारतात. त्या परिस्थितीच्या प्रभावाखाली कायमचेच येतात.

म्हणजेच कुठल्याही विचारांचा मारा जर तुमच्या अर्धचेतन मनावर वारंवार होत राहिला, तर तुमचं सुप्त मन त्याचा स्वीकार करतं आणि त्याप्रमाणं कार्य करतं. तुमच्या मनातील सुप्त विचारतरंग हे त्यांच्याशी सहज जुळणाऱ्या विचारशलाकेत रूपांतरित होतात.

याचाच अर्थ जेव्हा तुमच्या भावना, तुमचे विचार जेव्हा तुमच्या श्रद्धेशी एकरूप होतात, तेव्हा तुम्हाला अपेक्षित असलेल्या त्याच कार्यात त्यांचं रूपांतर व्हायला सुरुवात होते.

जोश, जिवंतपणा आणि प्रत्यक्ष क्रिया हे विचारांना भावनामय रूप देणारे घटक होत. श्रद्धा, प्रेम आणि कामवासना या तीनही भावना जेव्हा एकत्रित कार्यरत होतात, त्या वेळची त्यांची कार्यक्षमता खूपच जास्त असते, जितकी त्या एक-एकट्या असताना नसते.

केवळ श्रद्धेशी एकरूप झालेली विचारशलाकाच नाही, तर कुठल्याही सकारात्मक वा नकारात्मक भावनांशी एकरूप झालेल्या विचारशलाकाही सुप्त मनापर्यंत पोहोचतात आणि त्याला प्रभावित करतात.

कुणीही पूर्णपणे दुर्दैवी नसते

आपलं सुप्त मन असं नकारात्मक विचारशलाकांचं वहन करतं तसंच ते सकारात्मक विचारशलाकांचंही वहन करतं. जगातील लक्षावधी लोक जे स्वतःला दुर्दैवी समजतात, त्यांच्यावरून वरील विधानाचा प्रत्यय येईल.

काही लोक स्वतःला गरिबी, दारिद्र्य, अपयश यांचे बळी समजतात कारण कुठलंही नियंत्रण नसणाऱ्या या नकारात्मक विचार शक्तीवरच त्यांचा जास्त विश्वास असतो. तेच आपल्या दुर्दैवाला जन्म देतात. कारण हा सुप्तावस्थेतला नकारात्मक विचार त्यांच्या मनात रुजला की, त्याचं तितक्याच भौतिक सममूल्यात रूपांतर होतं म्हणजे त्याच ताकदीचे परिणाम मिळायला लागतात.

मात्र हे अवश्य लक्षात ठेवा की, तुम्ही जेव्हा तुम्हाला अपेक्षित असणाऱ्या गोष्टींबाबत तुमच्या मनात विचार रुजवता, तेव्हा ते प्रत्यक्षात येतीलच यावरही विश्वास ठेवा. कारण हा विश्वास वा ही श्रद्धाच तुमच्या मनाला दिशादर्शक ठरते. कदाचित, एखादी अशक्यप्राय वाटेल, अशी तुमची इच्छा तुमच्या सुप्त मनात रुजवताना त्याला फसवताना कुठलाच अडथळा नसतो. मीही माझ्या मुलाच्या सुप्त मनाला अशाच तर सूचना दिल्या होत्या ना!

आपल्या मनाला आवाहन करतेवेळी जणू इच्छित वस्तू आपल्या हातात या क्षणीच आहे, अशी तुमची भावना असावी, त्यामुळे ही फसवेगिरीही खरी वाटेल म्हणजे जे अशक्य वाटतंय, ते जणू प्रत्यक्षात समोर उभं आहे, इतक्या ठाम विश्वासाच्या ताकदीनं तुम्ही तुमच्या मनाला स्वयंसूचना (फसवी का असेना) द्यायला हवी.

जर तुम्ही दृढ विश्वास आणि अढळ श्रद्धेसह सूचना दिली असेल, तर तुमचं सुप्त मन वास्तवातील उपलब्ध माध्यमाद्वारे त्या आज्ञेचं रूपांतर भौतिक सममूल्यात करेल.

सुप्त मनाला देण्यात येणारी आज्ञा श्रद्धेसह कशी द्यायची, ती क्षमता कशी मिळवायची, याचं प्रात्यक्षिकाद्वारे सोदाहरण स्पष्टीकरण केलं. मात्र ही

क्षमता मिळवण्यासाठी तिची ताकद वाढविण्यासाठी सराव अत्यंत गरजेचा आहे. फक्त सूचना वाचून ती क्षमता मिळू शकणार नाही.

आपल्या मनाच्या शक्तीला सकारात्मक भावनांचं उत्तेजन, खतपाणी देताना शक्य तितक्या तातडीनं आपल्या मनातील नकारात्मक भावना काढून टाकल्या पाहिजेत.

सकारात्मक भावनांनी भारलेलं मन जणू श्रद्धेच्या रुजवणीसाठी उत्तम मशागत केलेली भूमी बनते. कारण अशा श्रद्धेच्या भूमीतच आपलं इच्छांचं पीक रुजतं आणि बहरतं म्हणजेच आपल्या सुप्त मनाला इच्छेनुरूप सूचना देतं आणि सुप्त मन त्या इच्छा स्वीकारून त्यावर योग्य ती कारवाई करतं.

श्रद्धा ही अशी मानसिक स्थिती आहे, जिला स्वयंप्रेरित सूचनांद्वारे उत्तेजित करता येतं

आजपर्यंत सर्वच धर्मांतील थोर पुरुषांनी, धर्ममार्तंडांनी मानवजातीला अमक्या परंपरेवर श्रद्धा ठेवा, या पंथावर, या स्थानावर श्रद्धा ठेवा असं अनेक वेळा सांगितलं, मात्र त्यांच्यापैकी कुणीही ही श्रद्धा कशी ठेवायची, हे सांगितलं नाही. श्रद्धा ही अशी मानसिक स्थिती आहे जिला स्वयंप्रेरित सूचनांद्वारे भारित करता येतं, असंही त्यांनी कधी सांगितलं नाही.

अगदी प्रत्येकाला समजेल अशा सोप्या शब्दांत प्रत्येक अश्रद्ध माणसाला सश्रद्ध असं बनवता येईल, याची मूलतत्त्वं पाहू, समजून घेऊ.

स्वतःवर श्रद्धा ठेवा, त्या शक्तीवर श्रद्धा ठेवा. श्रद्धेची कार्यशैली समजून घेण्याआधी हे लक्षात घ्या की, श्रद्धा नावाचं शाश्वत अमृत विचारतरंगांना जीवनशक्ती, क्रियाशीलता देतं.

हे वाक्य पुन्हा पुन्हा, मोठ्यानं वाचा.

श्रीमंतीची सुरुवात होण्याचा प्रारंभबिंदू म्हणजे श्रद्धा. प्रत्येक चमत्कारामागचं रहस्य म्हणजे श्रद्धा, जी विज्ञानाद्वारे उलगडली जात नाही. अपयशावरील यशाचा उतारा म्हणजे श्रद्धा. श्रद्धा या रसायनाचा, मूलतत्त्वाचा जर प्रार्थनेशी सहयोग आला, तर अनंत प्रज्ञेच्या प्रदेशात संचारही तुमच्यासाठी सहजशक्य होतो.

श्रद्धेद्वारेच मानवी मनातून तयार झालेल्या सामान्य विचारांच्या स्पंदनांचं आध्यात्मिक सममूल्यात परिवर्तन होऊ शकतं. श्रद्धेच्या माध्यमातूनच अनंत

प्रज्ञेत सामावलेल्या वैश्विक शक्तीच्या घुसळणीतून मानव तिचा कल्याणासाठी उपयोग करू शकतो.

स्वयंसूचनांची जादू

याचं स्पष्टीकरण अगदी सहज-सोपं आणि समजेल असं आहे. जे स्वयं-सूचनांच्या आवरणाखाली झाकलं गेलंय. आपण आपलं संपूर्ण लक्ष आता स्वयंसूचना या विषयावर एकाग्र करू. स्वयंसूचना म्हणजे काय, त्याची क्षमता किती अफाट आहे, हे आता जाणून घेऊ.

प्रत्येक माणूस आपल्या जीवनात वारंवार येणाऱ्या अनुभवांवरच विश्वास ठेवतो, हे एक सार्वत्रिक सत्य आहे. तो अनुभव खरा वा खोटा असला तरीही हेच होतं. वारंवार एखादी असत्य गोष्ट सांगितल्यानं तीच स्वीकार केली जाते आणि कालांतरानं ती असत्य गोष्टच सत्य वाटायला लागते. मानवाचं व्यक्तित्व बनण्याचं मूळ कारण आहे त्याचे विचार. तो जसे विचार करतो, त्याच विचारांचा पगडा त्याच्यावर बसत जातो. माणूस एखादा विचार प्रयत्नपूर्वक आपल्या मनात रुजवतो. त्यांना सद्भावनेचं खतपाणी घालतो, आपल्या भावनांबरोबर संलग्न करतो, ते विचारच त्याची हालचालींची दिशा व नियंत्रण ठरवतात आणि तशीच त्याची कार्यशैलीही असते.

सत्यासंबंधीचं एक महत्त्वपूर्ण विधान जाणून घेऊ या. भावनांच्या संवेदना ज्या विचाराशी जोडल्या जातात, ते विचार चुंबकीय शक्तीचं रूप घेतात आणि संबंधित विचारांना आपल्याकडे आकर्षित करतात.

असा चुंबकीय स्पर्श झालेल्या विचारांची तुलना सुपीक जमिनीतल्या बीजाशी करता येईल. बीज लावताना ते एकच असतं. पुढे ते अंकुरतं, वाढतं आणि लक्षावधी पटीत वाढतच जातं. एका बीजापासून लक्षावधी बीज-रूप निर्माण होतात.

तुमच्या मनात पूर्वीपासून वसलेल्या कंपनांशी संवादी अशी विचारकंपनं मानवी मन आकर्षित करतं. आपल्या मनात वसणारे हेतू, विचार, कल्पना वा योजना आपल्याच समान गोत्रीय विचारांना आपल्याकडे खेचून घेतात, त्या व्यक्तीच्या विचारांवर वर्चस्व प्रस्थापित करतात, त्याच्या मनाला उत्तेजना देतात.

आता आपल्या मूळ मुद्द्याकडे वळू या आणि तो म्हणजे आपल्या कल्पनेचं, योजनेचं वा हेतूचं मूळ बीज मनात रुजवण्याचा. एखाद्या विचाराचं पुन्हा पुन्हा आवर्तन, पुनरुच्चार केल्यास तो हळूहळू तुमच्या मनात रुजायला सुरुवात होते म्हणूनच तुमच्यासाठी महत्त्वाच्या असणाऱ्या एखाद्या विचाराचं पुन्हा पुन्हा उच्चारण करत राहा, ते विधान अथवा तो विचार लिहून काढा आणि मोठ्यानं वाचा जेणेकरून तो विचार वा त्या विचारांची कंपनं तुमच्या सुप्त मनात खोलपर्यंत पोहोचतात.

तुमच्या मनातले नकारात्मक विचार बाजूला करा आणि तुमच्या मनाला आयुष्याला योग्य वळण लावण्याचं, शिस्त लावण्याचं प्रशिक्षण द्या. आपल्या मनात असलेल्या सर्व सकारात्मक आणि नकारात्मक विचारांचं विश्लेषण केल्यास तुमच्या लक्षात येईल की, नकारात्मकतेवर मात करणं वा जीवनाला शिस्त लावण्यातला सर्वांत मोठा अडथळा म्हणजे तुमच्यातली आत्मविश्वासाची उणीव. आपण हे करू शकू असा आत्मविश्वास आपल्यात नसणं. मात्र आपल्या मनात योग्य त्या प्रेरक सूचना देऊन आपण आपल्यातल्या भीतीचं रूपांतर धैर्यात करू शकतो म्हणूनच या तत्त्वाचा वापर करून, मनन करून शोधलेल्या प्रेरक विचारांच्या अशा काही ओळी तुम्ही कागदावर लिहून काढा. वारंवार त्या वाचा, त्यावर विचारमंथन करा आणि आपल्या कार्यशैलीचा तो एक सहज भाग होण्यापर्यंत त्या सतत आत्मसूचनेद्वारे तुमच्या मनावर बिंबवत राहा.

आत्मविश्वासाचं सूत्र

१. माझ्या जीवनाच्या निश्चित उद्दिष्टांपर्यंत पोहोचण्याची माझ्यात क्षमता आहे, हे मला ठाऊक आहे. ही क्षमता प्राप्त करण्यासाठी जी चिकाटी गरजेची आहे, त्यासाठी मी स्वतःला नेहमी प्रोत्साहित करेन आणि त्याच पद्धतीत कार्यरत राहण्यासाठी सदैव वचनबद्ध राहीन.

२. मला हे माहीत आहे की, माझ्या मनात ज्या विचारांचं प्राबल्य असतं ते विचार एखाद्या बाह्यात्कारी भौतिक क्रियेचं रूप घेतात आणि हळूहळू तेच रूप धारण करतात. मी स्वतःला ज्या रूपात, व्यक्तिमत्त्वात बघू इच्छितो त्या प्रकारच्या विचारांवर किमान अर्धा तास लक्ष केंद्रित करेन, त्यामुळे मला हव्या असलेल्या वा मी इच्छित असलेल्या त्या व्यक्तित्वाचं स्पष्ट मानसिक रूप माझ्या मनात साकारू लागेल.

३. मला याची जाणीव आहे की, माझ्या मनातील ठाम अशा इच्छेला जर मी स्वयंसूचनांद्वारे प्रेरित केलं, तर माझं ईप्सित नक्कीच साध्य होईल. त्यासाठी ज्या आत्मविश्वासाची गरज आहे, त्याचं विकसन करण्यासाठी मी रोज किमान दहा मिनिटांचा वेळ त्यासाठी राखून ठेवीन.

४. मी अतिशय स्पष्ट शब्दांत माझ्या जीवनातील मुख्य उद्देश लिहून काढला आहे. त्या उद्देशप्राप्तीसाठी आवश्यक असलेला आत्मविश्वास विकसित होईपर्यंत मी अथक प्रयत्नशील राहीन.

५. सत्य आणि न्यायाच्या मार्गानं मिळविलेली स्थिती वा संपत्ती हीच चिरकाल टिकते. असत्य वा अन्यायाच्या मार्गानं मिळविलेली संपत्ती वा स्थिती फार काळ टिकू शकत नाही म्हणूनच सर्व संबंधितांना लाभदायक नसेल असा वा दुःखदायक ठरणारा कुठलाही व्यवहार मी करणार नाही. यशप्राप्तीसाठी मी योग्य ते उचित असे मार्ग अवलंबेन आणि लोकांचं सहकार्य मिळवेन. दुसऱ्यांची सेवा करण्याच्या माझ्या कार्यतत्परतेनंच मी इतरांनाही माझ्या कार्यातील सहभागासाठी प्रवृत्त करेन.

मी या जगात प्रेमाची भावना वाढवेन आणि द्वेष, हेवा, मत्सर, स्वार्थ, तुसडेपणा हे दुर्गुण नष्ट करण्याचा प्रयत्न करेन. कारण इतरांबद्दल असलेली नकारात्मक वृत्ती मला कधीच फलदायी ठरणार नाही. लोकांनी माझ्यावर विश्वास ठेवावा आणि मी त्यांच्यावर असे आपापसातले संबंध निर्माण करण्यासाठी मी मदत करेन, तसेच मी स्वतःवरदेखील विश्वास ठेवेन. आत्मविश्वास वृद्धिंगत होण्याची ही योजना मी मनापासून स्वीकारेन, ती मुखोद्गत करेन आणि ती स्वसाक्षांकित करेन. या कार्ययोजनेचा मी दिवसातून किमान एकदा मोठ्यानं उच्चार करेन, जेणेकरून ती हळूहळू माझ्या मनोकायिक रचनेत खोलवर मुरेल, त्याचा माझ्या कृतींवर, विचारांवर प्रभाव पडेल आणि मी एक यशस्वी व्यक्ती होईन.

ही योजना प्रत्यक्षात आणण्याचा सृष्टीचा एक नियम आहे, मात्र तो कसा काम करतो, याचं स्पष्टीकरण आजपर्यंत कुणालाही सांगता आलेलं नाही. या नियमाला काय विशिष्ट नाव द्यायचं, तेही अजून कळलेलं नाही. मात्र तो नियम वा त्यातील शक्ती जर तुम्ही सकारात्मक दृष्टीनं वापरलीत तर तुम्ही यश, कीर्ती यांचे धनी होऊ शकता. मात्र त्या शक्तीचा नकारात्मक वापर हानी करतो, विनाशास कारणीभूत होतो. याच विधानात दडलेला

महत्त्वाचा आशय हाच की, अपयशानं खचून गेलेले लोक आपलं उर्वरित आयुष्य गरिबी, दुःख आणि निराशेत घालवतात कारण ते या शक्तिशाली अशा स्वयंसूचनेच्या तत्त्वांना नकारात्मकतेनं वापरतात. यातून मी बाहेर पडूच शकणार नाही, असे त्यांचे निराशावादी विचार मनात खोलवर रुजत जातात आणि हळूहळू तसं फळ मिळू लागतं.

नकारात्मक विचारांची आपत्ती

आपल्या सुप्त मनाला विघातक विचार व विधायक विचार यांच्यातला कुठलाही भेद कळत नाही. आपण त्याला विचारांचं जे खाद्य पुरवतो, त्या विचारशलाकांनुसार ते कार्य करत असतं. जर तुम्ही त्यांच्यापर्यंत एखादा भयकारी वा नकारात्मक विचार पोहोचवला तर त्याची प्रतिक्रिया तितक्याच तातडीनं येते. तीच गोष्ट सकारात्मक विचारांबाबतही घडते.

विजेचा सकारात्मक वापर करून कारखान्यातील अजस्र अशी यंत्रसामग्री चालते आणि मानवाचं आयुष्य सुखी करणाऱ्या अनेक उपयुक्त साधनांची निर्मिती होते, मात्र तिचा चुकीचा उपयोग केल्यास विजेच्या प्रवाहाचा स्पर्श झाल्यामुळे अनेक जिवांचा बळी गेल्याच्याही घटना घडतात. या स्वयंसूचनांच्या तत्त्वाचंही अगदी असंच आहे. त्या तत्त्वाच्या उपयोजनावरच तुम्ही आयुष्यात शांतता, समृद्धी वा संपन्नता मिळवणार की दुःख, अपयश वा मृत्यूच्या दरीकडे वाटचाल करणार, हे ठरत असतं. तुम्हाला तो नियम व त्याची शक्ती यांची कितपत व कशी माहिती आहे व तिचा तुम्ही कसा उपयोग करता, यावरच सगळं काही अवलंबून असतं.

जर तुमच्या मनात तुमच्या क्षमतांबाबत अविश्वास असेल, शंका असतील, निसर्गाच्या शक्तीबाबत किंतू असतील, तर तुमच्या सुप्त मनापर्यंत त्याच लहरी जातात आणि तुमच्या कार्याचे परिणामही तुम्हाला तसेच मिळतात.

ज्याप्रमाणं खोल समुद्रातील वाऱ्यावर चालणारं एखादं शिडाचं जहाज, वारा ज्या दिशेनं वाहील तिकडे जातं, त्याचप्रमाणं तुमच्या मनातील हेच विचारतरंग कधी तुम्हाला यशाच्या शिखराकडे नेतात, तर कधी अपयशाच्या खाईतही लोटतात. शेवटी तुमच्या आयुष्याला दिशा देणं हे तुमच्या विचारांवरच अवलंबून आहे. स्वयंसूचनांचा मार्ग यशस्वी दिशा कशी देतो, याचं ही कविता एक उत्तम उदाहरण आहे.

जर तुम्ही असा विचार कराल की, मी पराभूत होणार,
तर तुम्ही हरलात असं नक्की समजा.
जर तुम्हाला वाटलं की, हे साहस माझ्यासाठी अशक्य आहे,
तर ते साहस तुम्हाला कधीच जमणार नाही.
तुम्हाला जिंकायचं असेल पण विचार जर असे असतील,
तर तुम्ही कधीच जिंकणार नाही.
कारण या जगात सर्वत्र असंच दिसतं की,
प्रत्येकाला यश हे त्याच्या इच्छेनुसारच मिळतं
ते प्रत्येकाच्या मनःस्थितीवरच अवलंबून असतं
जर तुम्ही विचार कराल की, या स्पर्धेत आपण मागं पडलो,
तर तुम्ही मागंच राहाल.
प्रगतीसाठी उच्च विचार हवेत,
पुरस्कारास पात्र होण्यापूर्वी स्वतःविषयीचा ठाम आत्मविश्वास हवा
जीवनाच्या युद्धात विजय मिळविण्यासाठी
नेहमीच गरज नसते ताकद वा चपळाईची,
तर त्यापेक्षाही महत्त्वाची असते
तुमची विजिगीषा
आणि मी जिंकणारच हा ठाम विश्वास!!!

या कवितेतील अधोरेखित शब्दांवर मनन केल्यास, तुम्हाला कवीच्या मनातील विचार नक्कीच उमगतील.

मेंदूतील निद्रिस्त प्रतिभा

आपल्या मनाच्या ठेवणीत, खोलवर कुठंतरी यशाचं बीज दडलेलं असतं. ते सुप्तावस्थेत, निद्रितावस्थेत असतं. तुम्ही जर त्याला जागं केलं, क्रियाशील बनवलं, तर ते तुम्हाला तुम्ही कधी कल्पनाही केली नसेल, अशा यशाच्या शिखराकडे घेऊन जातं.

व्हायोलिनच्या साध्याशाच दिसणाऱ्या तारा छेडून एखादा थोर संगीतज्ञ जसा अप्रतिम सुरावट निर्माण करतो, त्याप्रमाणं तुमच्या मनाच्या तळाशी दडलेली ही सुप्त प्रतिभा तुम्ही जागृत केल्यास ती तुमची उद्दिष्टप्राप्ती अगदी सहज शक्य करते.

अब्राहम लिंकन अथक प्रयत्न करत होता, मात्र यश त्याच्यापासून कोसो दूर राहत होतं. ज्या गोष्टीला तो हात मात्र घालत असे, तिथं फक्त अपयशच त्याच्या पदरात पडत असे. मात्र एका अचंबित करणाऱ्या, अद्‌भुत अनुभवानं त्याचं अवघं विश्वच बदलून टाकलं. त्याच्या हृदयात आणि मेंदूत तोपर्यंत सुप्तावस्थेत दडलेली ही प्रतिभा जागी झाली आणि कुणाच्याही खिजगणतीतही नसणारा लिंकन एक महान व्यक्ती म्हणून जगापुढे प्रवेश करता झाला. प्रेम आणि दुःख या भावनांनी पुरेपूर असलेला हा अनुभव त्याला मिळण्याला कारण झाली ती ॲन रुटलेज नामक एक स्त्री, जिच्यावर त्याचं निःसीम प्रेम होतं.

प्रेम आणि श्रद्धा या दोन्ही भावना एकमेकांशी फार जवळच्या आहेत कारण एखाद्या गोष्टीवरच्या प्रेमामुळे ती गोष्ट होण्यासाठी अत्यावश्यक अशी विचारकंपनं तुमच्या मनात तयार होतात आणि त्याला श्रद्धेची जोड मिळाली की, त्याचं यशस्वी परिणामात रूपांतर होतं. प्रस्तुत लेखक जेव्हा अशा असामान्य यश मिळवलेल्या व्यक्तींचा अभ्यास करत होता, तेव्हा त्याला असं लक्षात आलं की, त्यांच्या यशात एका स्त्रीचा असलेला वाटा अत्यंत बहुमोल होता. प्रत्येक यशस्वी पुरुषाच्या मागं एक स्त्री असते, हे सर्वमान्य असलेलं विधान प्रेमाचीच ताकद पुन्हा पुन्हा स्पष्ट करते.

श्रद्धेच्या शक्तीचा पुरावा हवा असेल, तर ज्या स्त्री-पुरुषांनी ती ताकद उपयोगात आणली, त्यांच्या जीवनाचा मागोवा घ्या. अशा सर्व स्त्री-पुरुषांत नाझारिनचे नाव अग्रभागी आहे. ख्रिस्ती धर्मच मुळी श्रद्धेच्या पायावर उभा आहे, जरी लोकांनी या शक्तीचं महत्त्व नाकारलं वा तिचं विडंबन केलं, तरी तिचं महत्त्व लपून राहत नाही.

ख्रिस्ताच्या शिकवणीचं सारं - ज्याला कदाचित चमत्कार म्हटलं जातं - ते म्हणजे श्रद्धा. जर चमत्कार व्हायचे असतील वा होत असतील तर ते फक्त त्या गोष्टीवरील श्रद्धेमुळेच होऊ शकतात.

श्रद्धेचं अगदी बोलकं अचूक उदाहरण म्हणजे महात्मा गांधी, ज्यांनी संपूर्ण जगाला श्रद्धेचं अस्तित्व प्रखरपणे दाखवून दिलं. तत्कालीन कुठल्याही प्रसिद्ध व्यक्तींपेक्षा काहीतरी विलक्षण असं एक रसायन महात्मा गांधींकडे होतं, ज्यामुळे लक्षावधी लोक त्यांच्याकडे आकर्षित झाले. त्यांच्याकडे रूढार्थानं माणसाला आकर्षित करणाऱ्या पैसा, श्रीमंती, युद्धसैनिक, सुखासीनता यापैकी काहीही नव्हतं. इतकंच नव्हे तर त्यांच्याकडे स्वतःचं

घर नव्हतं, पैसा नव्हता की अंगभर कपडेही नव्हते. मात्र त्यांच्याकडे काहीतरी ताकद नक्कीच होती. काय होती ती ताकद आणि ती त्यांनी कशी मिळवली?

त्यांनी श्रद्धेची तत्त्वं नीट समजावून घेतली आणि तीच लोकांच्या मनावर बिंबवली. देशभरातील वीस कोटी लोकांना एकत्र आणणं, देशाच्या स्वातंत्र्यलढ्यासाठी त्यांना प्रेरित करणं, त्यांची एकजूट घडवणं हे सारं काही त्या श्रद्धेशिवाय शक्य होतं का?

कल्पनेतून नशिबाची जडणघडण

कुठल्या उद्योगाची उभारणी करताना श्रद्धा आणि परस्पर सहकार्य यांची नितांत गरज असते. उद्योजक व व्यापारी लोक आपल्या उद्योगांतून संपन्नता मिळवण्यासाठी कसलं बीज पेरतात. कसे अथक प्रयत्न करतात, याचं एक उदाहरण बघू या.

ही घटना सन १९००मधली आहे. ज्या वेळी युनायटेड स्टेट्स स्टील कॉर्पोरेशन नुकतंच उदयास येऊ लागलं होतं. या पार्श्वभूमीचा विचार करताना आपल्या कल्पनांवर श्रद्धा ठेवून त्या प्रचंड संपत्तीत कशा रूपांतरित झाल्या, याचं नेमकं गमक आपल्या लक्षात येईल.

जर ही प्रचंड औद्योगिक साम्राज्यं कशी उभारली जातात हे जाणून घेण्याची तुम्हाला उत्सुकता असेल, तर ही युनायटेड स्टेट्स स्टील कॉर्पोरेशन कंपनीची कथा तुमच्या सगळ्या कुतूहलांची पूर्ती करेल. विचार केल्यानं लोक श्रीमंत होतात, या विचारसरणीबाबत तुम्हाला किंचितही शंका असेल, तर त्याही शंकेचं निरसन करेल. कारण आपल्या तत्त्वांचं पालनच या कंपनीच्या यशामागं असल्याचा एक महत्त्वपूर्ण निष्कर्ष तुमच्या हाती येईल.

जॉन लोबेल यांनी अत्यंत रोचकपणे न्यू यॉर्क वर्ल्ड टेलिग्राममध्ये वर्णन केलेलं हे कल्पनेत दडलेल्या प्रचंड शक्तीचं वर्णन हे त्यांच्याच अनुमतीनं वाचकांसाठी देत आहोत.

अब्जावधी डॉलर्स इतकं मौल्यवान रात्रभोजनोत्तर भाषण

१२ डिसेंबर १९००च्या दिवशी संध्याकाळी फिफ्थ ॲव्हेन्यू येथील युनिव्हर्सिटी क्लबच्या भोजनगृहात, जवळजवळ ऐंशी असामी उपस्थिती होते. ते सगळेच आर्थिक जगतातील सम्राट होते. एका तरुण उद्योजकाचा

तिथं सत्कार होणार होता. मात्र त्यापैकी बहुतेकांना हे भोजन औद्योगिक इतिहासातील एक महत्त्वपूर्ण घटना ठरणार आहे, याची यत्किंचितही कल्पना नव्हती.

झालं असं की, जे. एडवर्ड सिमन्स आणि चार्ल्स स्टिवर्ट स्मिथ यांची पिट्सबर्ग दौऱ्यात चार्ल्स एम. श्वाब यांच्याशी भेट झाली. त्यांच्या पाहुणचारानं ते दोघं भारावून गेले. श्वाब हे अवघ्या अडतीस वर्षांचे लोहपुरुष होते, त्यामुळे या व्यक्तिमत्त्वाचा पूर्वेकडील बँकिंग व्यावसायिकांशी परिचय करून देण्याच्या हेतूनं त्यांनी हा भोजनसमारंभ आयोजित केला होता. बरेच अतिथी मान्यवर उपस्थित राहणार असल्यामुळे मि. श्वाब यांनी आपलं भाषण फारसं न लांबवता १५-२० मिनिटांत संपवावं, अशी सूचनाही केली होती.

या कार्यक्रमाला स्टिलमन, हॅरीमन आणि हॅण्डरविड्स सारखे जॉन पिअरपाँट मॉर्गन जो श्वाबचा खास पाहुणा म्हणून उपस्थित होता, तोसुद्धा थोड्या वेळा करताच उपस्थित राहणार होता. पत्रकार व इतर लोकांसाठीही हा कार्यक्रम फारसा महत्त्वपूर्ण नसल्यामुळे त्याचा दुसऱ्या दिवशीच्या वर्तमानपत्रातही फारसा उल्लेख नव्हता.

दोन यजमान आणि त्यांचे पाहुणे यांनी त्यांच्या पारंपरिक प्रथेप्रमाणं भोजन घेतलं त्या वेळी त्यांच्यात अगदी मोजकंच संभाषण झालं. यापूर्वी उपस्थितांतील काही बँकर्स आणि दलालांची श्वाब यांच्याशी भेट झाली होती. श्वाब यांचे भरभराटीला आलेले उद्योग मोनोनगाहेला नदीच्या काठावरील प्रदेशात स्थित होते आणि त्याबद्दल फारशी कुणालाच माहिती नव्हती. मात्र ती संध्याकाळ आर्थिक जगताचे बादशाह - मॉर्गन यांच्यासह उपस्थित सर्वांनाच आश्चर्याचा एक भला मोठा धक्का देणारी ठरणार होती. कारण अब्जावधी डॉलर्स मूल्याचं बाळ - 'युनायटेड स्टेट्स स्टील कॉर्पोरेशन' त्या दिवशी जन्म घेणार होतं.

मात्र श्वाब यांनी त्या दिवशी जे काही भाषण केलं, त्याचा कुठलाही पुरावा आता उपलब्ध नाही.

ते भाषण अगदी साधं, घरगुती संभाषणासारखं होतं. व्याकरणाच्या दृष्टीनं त्यात बऱ्याच चुका होत्या, चुटके आणि विनोदही बरेच होते. मात्र त्यात काहीतरी विलक्षण असं नक्कीच होतं. पाच अब्ज मूल्याच्या अफाट संपत्तीचं प्रतिनिधित्व करणाऱ्या त्या बड्या असामींच्या भाषणात मंत्रमुग्ध करणारं, खिळवून ठेवणारं अफाट सामर्थ्य होतं. ते भाषण तब्बल ९० मिनिटं

चाललं. भाषणानंतर नृत्य चालू झालं आणि आपल्या उंच आसनांपासून बाजूच्या खिडकीशी जात मॉर्गन आणि श्वाब यांच्यातलं ते संभाषण पुन्हा तासभर सुरू राहिलं.

श्वाबच्या व्यक्तिमत्त्वानं साऱ्यांनाच आपल्या कह्यात घेतलं होतं. सारेच जण भारावले होते. कारण श्वाबनं आपल्या पोलाद व्यवसायाच्या विस्तारीकरणाची योजना अगदी स्पष्ट आणि विस्तृत स्वरूपात मांडली होती. बिस्किट, पोलादी तार, साखर, रबर, व्हिस्की, तेल इ. उद्योगात याआधीच कार्यरत असलेल्या मॉर्गनला अनेकांनी पोलाद उद्योगात उतरण्यासाठी सुचवून बघितलं होतं. अट्टल जुगारी असलेल्या जॉन डब्ल्यू. गेट्सनं त्याला यासाठी उद्युक्त करण्याचा प्रयत्न केला होता. मात्र मॉर्गननं त्याच्यावर विश्वास ठेवला नव्हता. शिकागोच्या स्टॉकब्रोकर्स असलेल्या बिल व जिम या बंधूंनी मॅच ट्रस्ट आणि कॉर्पोरेशनची उभारणी केली होती. मात्र त्यात ते अयशस्वी ठरले होते. एल्बर्ट एच. गॅरी या खेड्यातील सामान्य वकिलानंही प्रयत्न केला होता, मात्र त्याचा प्रभाव पडला नव्हता. या साऱ्या प्रयत्नांनंतर श्वाबच्या भाषणाचा मॉर्गनवर असा काही प्रभाव पडला की, आजपर्यंत जी केवळ झटपट श्रीमंतीच्या मागं धावणारी एक वेडगळ योजना आहे, दिवास्वप्न आहे असं त्यांना वाटत होतं, त्यातील धाडसी आर्थिक गुंतवणुकीचे डोळे दिपवणारे परिणाम त्यांच्या समोर आले.

या आर्थिक आकर्षणामुळे सुमारे एका पिढीपूर्वी अशा हजारो अकार्यक्षम व्यवस्था असणाऱ्या छोट्या कंपन्यांचं रूपांतर आता मोठ्या आणि जीवघेणी स्पर्धा असणाऱ्या कंपन्यांत झालं होतं. त्या कंपन्याही आता जॉन बी. गेट्स या उद्योगातील चाच्यांच्या जाळ्यात अडकवल्या होत्या आणि पोलाद व्यवसायात शिरल्या होत्या. अशा अनेक छोट्या उद्योगांच्या शृंखलेतून गेट्सनं 'अमेरिकन स्टील अँड वायर' कंपनीची स्थापना केली होती आणि मॉर्गनच्या सहकार्यानं 'फेडरल स्टील कंपनीची' निर्मिती केली होती.

तब्बल त्रेपन्न भागीदार असलेल्या अँड्र्यू कार्नेगी यांच्या प्रचंड मोठ्या ट्रस्टच्या तुलनेत या सगळ्या कंपन्या वा कॉर्पोरेशन अगदीच सामान्य होतं. आपल्या मानसिक समाधानासाठी म्हणून का होईना, आपण एकत्र आलो, तरी कार्नेगीच्या कंपनीला साधा ओरखडाही पडू शकणार नाही, याचीही मॉर्गनला जाणीव होती.

विक्षिप्त अशा कॉर्नेजीला याची कल्पना होती. स्किबो कॅसलच्या उंचीवरून आधी करमणूक म्हणून मग द्वेषानं त्यानं मॉर्गनच्या कंपन्यांचे आपल्या उद्योगात ढवळाढवळ करण्याचे उद्योग बघितले होते. मात्र ही ढवळाढवळ जेव्हा जास्तच वाढली, तेव्हा हळूहळू कार्नेगीच्या भावना रागात, संतापात आणि शेवटी बदल्याच्या भावनेपर्यंत पोहोचल्या. तो आपल्या प्रतिस्पर्ध्यांच्या प्रत्येक कारखान्यासारखा कारखाना काढू लागला. आतापर्यंत त्यानं वायर, पाइप, हूप्स, पोलाद यांच्या निर्मितीला हात घातला नव्हता. तो त्या कंपन्यांना कच्चं पोलाद पुरवत असे, त्यापासून हवा तसा पक्का माल तयार करण्याची त्यांना मुभा होती. मात्र आता त्यानं आपलं धोरण बदललं. आपल्या व्यावसायिक शत्रूंना धूळ चारण्यासाठी त्यानं आता श्वाब या मुख्य आणि सक्षम अशा लेफ्टनंटला हाताशी धरलं.

आणि आपल्या प्रश्नाचं उत्तर मॉर्गनला श्वाबच्या भाषणात सापडलं. ते म्हणजे कार्नेगीसह संयुक्त प्रयोग! कार्नेगीशिवाय असं एखादं औद्योगिक साम्राज्य उभारणं म्हणजे अळवावरचं पाणी होतं. जणू काही देव नसलेलं देऊळ होतं.

१२ डिसेंबर १९००च्या रात्री झालेल्या श्वाबच्या भाषणानं मॉर्गनच्या मनात अशी आशा जागविली की, कार्नेगीचं ते प्रचंड साम्राज्य आपण आपल्या छत्राखाली आणू शकतो म्हणजेच यशाची खात्री नसली तरी संधीला वाव नक्कीच होता. त्या भाषणात श्वाबनं पोलाद उद्योगाचं जगभरातलं भविष्य, त्याची सक्षमीकरणासाठी पुनर्बांधणी, अयशस्वी उद्योग बंद करणं, उत्तम स्थितीतील उद्योगांवर पूर्ण लक्ष केंद्रित करणं, कच्च्या धातूंची ने-आण करण्याच्या खर्चातील कपात, भांडवलावरील व्याज, इतर खर्च, कार्यालयं, विदेशी बाजारात शिरकाव अशा अनेक गोष्टींचं त्यानं स्पष्ट विवेचन केलं.

त्याचबरोबर जी मंडळी आपल्या उद्योग व्यवसायात चुकीच्या सवयींना पाठिंबा देऊन भांडवलाची लूट करत होती, त्याबदलही त्यानं परखडपणे आपलं मत व्यक्त केलं. अशा लोकांचे हेतू फक्त मक्तेदारी निर्माण करून, मालाच्या किमती वाढवून स्वतःसाठी प्रचंड मोठा लाभांश मिळविणं एवढंच होतं. आपल्या स्वतःच्या खास शैलीनं त्यानं त्या पद्धतीतल्या चुका दाखवून दिल्या. सर्व जग विस्ताराकडे आपलं लक्ष केंद्रित करून बसलेलं असताना, या नीतीचा व्यवसायावर होणारा विपरीत

परिणाम त्यानं विशद केला. पोलाद स्वस्त केल्यास एक कायमस्वरूपी वाढत जाणारी बाजारपेठ निर्माण होईल, पोलादाचे नवेनवे वापर शोधले जातील आणि विश्वाच्या बाजारातला एक मोठा हिस्सा हस्तगत करण्याची संधी मिळेल हेही त्यानं आवर्जून नमूद केलं. अर्थात प्रचंड वाढत्या उत्पादनाचे आपणच प्रणेते ठरणार आहोत, याची श्वाबला कदाचित कल्पनाही नव्हती.

त्या रात्री युनिव्हर्सिटी क्लबवरील भोजन समारंभ संपला. भविष्यातील वाढत्या उद्योग साम्राज्याची स्वप्नं डोळ्यापुढे तरंगत असतानाच मॉर्गनही घरी परतला. श्वाब पिट्सबर्गला परतला आणि आपल्या वी अँड्र्यू कार्नेगीच्या पोलाद व्यवसायात पुन्हा गढून गेला. गॅरी आणि अन्य मंडळीही आपल्या स्टॉक व्यवसायातील पुढील चाली रचण्यात रमून गेली.

फारसा वेळ न दवडता, मॉर्गननं श्वाबच्या विचारांचं मंथन केले. यात आपला कुठलाही आर्थिक तोटा नाही, हे समजल्यावर त्यानं श्वाबला भेटीचं आमंत्रण दिलं. मात्र श्वाब अतिशय भिडस्त निघाला. आपला विश्वासू असा सर्वोच्च कंपनी अधिकारी जर या पद्धतीत वॉल स्ट्रीटच्या बादशहाबरोबर प्रेमालाप करताना आढळून आला, तर ते कार्नेगीला कधीही आवडणार नाही. कारण वॉल स्ट्रीटवर कधीही व्यवसाय न करण्याची कार्नेगीची प्रतिज्ञा होती. जॉन डब्ल्यू. गेट्स या मध्यस्थानं असं सुचवलं की, श्वाब अगदी सहज म्हणून फिलाडेल्फिया इथल्या वेलेव्ह्यू हॉटेलमध्ये येईल. मॉर्गनही तिथं अगदी सहजच येईल आणि दोघांची अगदी सहज भेट होईल. श्वाब तर तिथं पोहोचला. मात्र इकडे मॉर्गन आपल्या घरी आजारी पडला होता. शेवटी वयाचा मान ठेवून मॉर्गनच्या आग्रहाच्या आमंत्रणामुळे श्वाब न्यू यॉर्क येथं मॉर्गनच्या घरीच त्याला भेटण्यासाठी गेला. तो आता मॉर्गनच्या सावकाराच्या ग्रंथालयाच्या प्रवेशद्वाराशी उभा ठाकला.

आता काही आर्थिक इतिहासकार असं ठामपणे सांगतात की, या सगळ्या नाटकाचा दिग्दर्शक स्वतः कार्नेगीच होता. श्वाबला जेवणाचं निमंत्रण, त्याचं ते गाजलेलं भाषण, रात्री झालेली श्वाब – मॉर्गन यांची भेट, हे सगळं काही धूर्त स्कॉटनंच जमवून आणलं होतं. मात्र सत्य काही बरंच वेगळं होतं. कारण या सगळ्या घडामोडींनंतर जेव्हा श्वाबवर तो व्यवहार पूर्ण करण्याची जबाबदारी सोपवली गेली, तोपर्यंत लिटिल बॉस अँड्र्यू ज्याचा तिरस्कार करतो, त्याच उद्योगसमूहाला आपला व्यवसाय

विकण्याचं मान्य करेल, याविषयी तो पूर्णतः अनभिज्ञ होता; पण तरीही श्वाबनं आपल्या स्वतःच्या हस्ताक्षरातले तांब्याच्या पत्र्याच्या आकड्याचे सहा कागद आपल्याबरोबर नेले होते आणि त्यावर त्यानं धातू व्यवसायात नव्यानं सहभागी होणाऱ्या प्रस्तावित पोलाद कंपनीची क्षमता नमूद केली होती.

आणि संपूर्ण रात्रभर तिथं चर्चेचा खल चालू होता. ते चौघं जण रात्रभर त्या आकड्यांचा अभ्यास करत होते. या सर्वांत प्रमुख होता तो मॉर्गन. पैशाच्या दैवी ताकदीवर त्याचा ठाम विश्वास होता. मॉर्गनबरोबर होता त्याचा एक उच्चकुलीन भागीदार–रॉबर्ट बेकन, जो अभ्यासू आणि हुशार होता. या उपस्थितांतला तिसरा गृहस्थ म्हणजे जॉन बी. गेट्स, ज्याची संभावना मॉर्गन आजपर्यंत जुगारी अशीच करत असे व म्हणूनच त्याचा वापरही करून घेत असे आणि तिथं असलेली चौथी व्यक्ती म्हणजे दस्तुखुद्द श्वाब, जिला त्या काळी जिवंत असलेल्या कुणाही व्यक्तीपेक्षा पोलाद निर्मिती आणि विक्रीचं सर्वाधिक आणि सर्वोत्तम ज्ञान होतं. पिट्सबर्गहून आलेल्या आकड्यांबाबत कुठलंही दुमत नव्हतं, कुठलीही शंका नव्हती. श्वाबच्या मताप्रमाणं अमुक एका कंपनीचं जे मूल्य असेल, तेच कायम राही. त्यात एका पैचाही फरक पडला नाही. त्यानं सुचवलेल्या कंपन्यांना आपल्या या नवीन संचात सामावून घेण्यासाठी तो आग्रही होता. संकल्पना चित्रातल्या कॉर्पोरेशनमध्ये त्यानं पुनरावृत्ती टाळली. मॉर्गनच्या खांद्यांवर आपल्या कंपन्यांचा भार टाकू इच्छिणाऱ्या त्याच्या मित्रांनाही त्यानं दूरच ठेवलं.

चर्चेदरम्यान रात्र सरली, पहाट झाली. मॉर्गन उठून उभा राहिला. आळस देऊन त्यानं पाठ ताठ केली. फक्त एक प्रश्न तेवढा अनुत्तरीत होता.

"ही विक्री करण्यासाठी तू अँड्र्यू कार्नेगीचं मन वळवू शकशील, असं तुला वाटतंय का?" त्यानं विचारलं.

"मी प्रयत्न करू शकेन," श्वाब म्हणाला.

"जर तू त्याला विक्रीसाठी तयार केलंस, तर पुढची जबाबदारी माझी," मॉर्गननं सांगितलं.

इथपर्यंत सगळं काही सुरळीत पार पडलं होतं; पण कार्नेगी आपलं साम्राज्य विकेल का? आणि विकल्यास तो त्यासाठी किती किमतीची मागणी करेल? ती किंमत त्याला कशा रूपात हवी असेल? सामान्य अंश, प्रीफर्ड स्टॉक, बाँड्सच्या रूपात की नगद? अर्थात एक अब्ज

रुपयांचा एक तृतीयांश भागसुद्धा रोख रूपात देणं कुणासाठीही शक्य नव्हतं. (श्वाबनं ३२,००,००,००० डॉलर्स इतक्या प्रचंड किमतीचा अंदाज वर्तवला होता.)

जानेवारीतल्या कडाक्याच्या थंडीत वेस्टचेस्टर येथील सेंट अँड्रयूज येथे गोल्फचा डाव रंगात आला होता. अँड्रयू कार्नेगी उबदार स्वेटरमध्ये स्वतःला लपेटून घेत थंडीपासून स्वतःचा बचाव करत होता, तर त्याचा खेळातला उत्साह कायम ठेवण्यासाठी श्वाब सतत त्याच्याशी बोलत होता. जोपर्यंत ते जवळच्या कार्नेगी कॉटेजमध्ये गेले नव्हते, तोपर्यंत त्यांनी व्यवसायासंबंधी एकही शब्द उच्चारला नव्हता. ते कॉटेजमध्ये आले, उबदार वातावरणात स्थानापन्न झाले. त्यानंतर ते आपल्या व्यवसायाच्या व्यावहारिक बाजूकडे वळले आणि मग ज्या प्रकारे श्वाबनं युनिव्हर्सिटी क्लबवरील ऐंशी अब्जाधीशांना मोहिनी घातली होती आणि त्यांचं मन आपल्याकडे वळवलं होत, त्याच निग्रहानं त्यानं कार्नेगीसमोर आपलं मत मांडलं. साम्राज्यविक्रीच्या बदल्यात निवृत्तीनंतरचं ऐश्वर्यशाली, सुखासीन जीवन, कल्पनाही करता येणार नाही इतकी अगणित संपत्ती जी सामाजिक कार्यासाठी उपयोगात आणता आली असती अशी, असं एक मनोरम चित्र श्वाबनं कार्नेगीसमोर उभं केलं. क्षणभर विचार करून कार्नेगीनं यास संमती दर्शवली आणि आपल्या मनातील आकडा कागदावर लिहिला आणि म्हणाला, ''ठीक आहे, या किमतीला आपण हे विकू शकू.'' अबब! तो आकडा होता ४०,००,००,००० डॉलर्स. श्वाबनं व्यक्त केलेल्या अंदाजापेक्षा तब्बल ८,००,००,००० डॉलर्सची घसघशीत वाढ त्यात होती.

काही काळानंतर एकदा जहाजावरील डेकवर बसले असताना स्कॉट्समन मॉर्गनला म्हणाला, ''मी तुझ्याकडे १०,००,००,००० डॉलर्स जास्तच मागायला हवे होते.''

मॉर्गन हसत हसत उत्तरला, ''जर तू मागितले असतेस, तर तुला ते मिळाले असते.''

त्या सौद्याचा खूपच गवगवा झाला. विदेशी पोलाद जगताला तर ते प्रचंड काम बघून आश्चर्याचा धक्का बसल्याची तार एका विदेशी वार्ताहरानं केली. येल कंपनीचे अध्यक्ष हॅडली म्हणाले की, जर ट्रस्ट कंपनीच्या व्यवहारावर नियंत्रण ठेवलं नाही, तर येत्या २५ वर्षांतच राजधानीबरोबर,

वॉशिंग्टन येथेही एका बादशहाचं साम्राज्य स्थापन झालेलं दिसेल. यादरम्यान मात्र चाणाक्ष पत्रकार कीने यानं तत्परतेने नवीन स्टॉक विकत घेण्याचा सपाटा लावला आणि अतिरिक्त झालेलं ६,००,०००,००० डॉलर्स इतकं अतिरिक्त भांडवल आपल्याकडे वळवलं. कार्नेगीला त्यामुळे आपले लक्षावधी डॉलर्स मिळाले. मॉर्गनलाही आपल्या कष्टाचं फळ ६२,०००,००० डॉलर्सच्या रूपात मिळालं आणि गेट्स ते गॅरी या सगळ्यांनाच लक्षावधी डॉलर्स कमावता आले.

आणि या सगळ्या कामगिरीचा पुरस्कार चार्ल श्वाबला मिळाला, तो नव्या कॉर्पोरेशनच्या अध्यक्षाच्या रूपानं, तो १९३० सालापर्यंत कायम होता.

संपत्तीचा प्रारंभ विचारातूनच होतो...

आत्ताच वाचलेल्या या व्यवसायाची नाट्यपूर्ण कहाणी म्हणजे इच्छेचं रूपांतर तिच्या भौतिक सममूल्यात नेमकं कसं होतं, हे स्पष्ट करणारी कहाणी आहे.

या प्रचंड व्यवसायाची कल्पना एका माणसाच्या मनात आली. त्याच्याच मनात पोलाद कारखान्यांनी त्या व्यवसायाला दिलेलं आर्थिक स्थैर्य हीही कल्पना रुजली. त्याची श्रद्धा, इच्छा, कल्पनाशक्ती, आग्रह, सातत्य, धडाडी या सगळ्याचं एकत्रित फलित म्हणजे युनायटेड स्टेट्स स्टील कॉर्पोरेशनचं साम्राज्य. त्या कॉर्पोरेशननं ताब्यात घेतलेले पोलाद कारखाने, यंत्रसामग्री तर त्यांच्याकडे प्रासंगिकरीत्या आले होते. मात्र या व्यवहाराचं बारकाईनं विश्लेषण केल्यावर हे लक्षात येतं की, कॉर्पोरेशनच्या ताब्यातील संपत्तीचं मूल्य, या सर्व व्यवसायांचं निमंत्रण एकाच छत्राखाली असल्यामुळे जवळ जवळ सहा दशलक्ष-डॉलर्सनं वाढलं होतं.

म्हणजेच श्वाबनं आपली कल्पना ज्या विश्वासानं आणि श्रद्धेनं मॉर्गन व इतरांच्या गळी उतरवली, त्याचंच प्रत्यक्ष रूप म्हणजे हे सहा दशलक्ष डॉलर्स होत.

युनायटेड स्टेट्स स्टील कॉर्पोरेशनची पुढे चांगलीच भरभराट झाली. ते अमेरिकेतील सर्वांत श्रीमंत आणि शक्तिशाली कॉर्पोरेशन म्हणून ओळखलं जाऊ लागलं. हजारो लोकांना तिथं रोजगार मिळाला. पोलादाचे नवेनवे उपयोग शोधून काढले गेले आणि नवीन बाजारपेठही काबीज केल्या गेल्या.

म्हणजेच सहा दशलक्ष डॉलर्स नफ्याएवढ्या मूल्याची श्वाबची कल्पना किती शाश्वत होती, हे सिद्ध झालं.

श्रीमंतीचा प्रारंभ विचारानं होतो

मात्र त्या श्रीमंतीचं मूल्य किती वाढेल हे मात्र ती कल्पना ज्याच्या मनात सर्वप्रथम जन्म घेते, त्यावर अवलंबून आहे. तुमची श्रद्धा जितकी दृढ, तितकी ती सीमा विस्तारत जाते. मात्र तुम्ही जीवनात कुठल्याही गोष्टीचा सौदा करणार असाल, त्याचं मूल्य काहीही असलं तरी तुम्ही तत्त्वांवर, मूल्यांवर ठाम राहा, आग्रही राहा.

• • •

प्रकरण ४

स्वयंसूचना

सुप्तमनाला प्रभावित करण्याचं माध्यम
संपत्तीच्या वाटेवरचं तिसरं पाऊल

आपल्या स्वतःच्या मनाला आपण दिलेल्या सूचना म्हणजे स्वयंसूचना. आपण आपल्या मनाला प्रोत्साहन देण्यासाठी ज्या सूचना देतो. त्या सर्व सूचना आपल्या पंचेंद्रियांद्वारे आपल्या मनापर्यंत (सुप्त) पोहोचतात. आपल्या मनाचा एक असा भाग की, जिथं विचारांची निर्मिती होते व दुसरा असा भाग की, ज्यात तो विचार कृतीत आणला जाण्याचं केंद्र असतं, त्या दोन्ही भागांची देवाण-घेवाण इथं होते.

आपल्यावर प्रभाव टाकणारे विचार मग ते सकारात्मक असोत की नकारात्मक जे आपल्या मनात असतात, त्यांच्यावर या स्वयंसूचनांचा प्रभाव पडतो आणि मग त्या विचारांचा प्रत्यक्ष प्रभाव आपल्या कृतीवर होत असतो.

मानवाच्या सुप्तमनापर्यंत पोहोचणाऱ्या सर्वच विचारांवर त्याच्या पंचेंद्रियांचं नियंत्रण राहील, अशी व्यवस्था निसर्गानं केली आहे. मात्र मानव नेहमीच त्या नियंत्रणाचा वापर करतोच असे नाही म्हणजेच आपल्या सुप्तमनापर्यंत कुठल्या गोष्टीचा विचार जाऊ द्यायचा, कुठला नाही, हे ठरवणं माणसाच्या हाती असतं; पण तो योग्य-अयोग्याचा विचार न करता नको त्या विचारांनाही सुप्तमनापर्यंत पोहोचू देतो. ज्याचा परिणाम म्हणून अनेक नकारात्मक गोष्टी आपल्या आयुष्यात घडताना दिसतात. उदा. दुःख, गरिबी इत्यादी.

आपण आपलं मन आणि बागेतली सुपीक जमीन यांची जी तुलना केली होती ती आठवा. सुपीक जमिनीत जर आपल्या धान्याची बीजं अथवा उपयोगी असलेली बीजं पेरली नाहीत, तर जमिनीत असलेल्या तणाची बीजंच फोफावतील. स्वयंसूचना हे असं माध्यम आहे, ज्याद्वारे आपण आपल्या सुप्तमनाला विधायक विचार पुरवायचे की विघातक, याचं नियंत्रण आपल्याच हातात आहे.

अनुभवा पैशाचा प्रत्यक्ष स्पर्श

इच्छा या प्रकरणात आपण इच्छेचं संपत्तीत रूपांतर करण्याचे जे टप्पे बघितले, त्यातल्या शेवटच्या सहाव्या टप्प्यात अशी स्पष्ट सूचना होती की, तुमच्या लिखित विधानाचं ज्यात तुम्ही तुमची संपत्तीची इच्छा नमूद केली आहे, तिचं दिवसातून दोन वेळा मोठ्यानं वाचन करा. मनोमन असाही अनुभव करा की, जणू काही ती संपत्ती आत्ता तुमच्या हातात आहे. यातून तुम्ही तुमची इच्छापूर्ण श्रद्धेनिशी तुमच्या सुप्तमनापर्यंत पोहोचवता आहात. क्रिया पुन्हा पुन्हा केल्यानं तुमच्या मनाला स्वतःहूनच तुमच्या विचारांच्या सवयीचं रूपांतर तितक्याच परिमाणाच्या आर्थिक सममूल्यात करण्याची सवय लागते. जी पुढे संपत्ती निर्माण कार्यात महत्त्वाची भूमिका बजावते.

पुन्हा एकदा त्या सहा टप्प्यांत दिलेल्या सूचनांचा काळजीपूर्वक अभ्यास करा. आता (प्रकरण ७) 'सुसंबद्ध योजना' या प्रकरणातील दिलेल्या मास्टर माइंड गटाच्या संघटनेबद्दलच्या चारही सूचना अत्यंत काळजीपूर्वक वाचा. या दोन्ही प्रकारच्या सूचनांची तुलना स्वयंसूचनेसाठी ज्या सूचना दिलेल्या आहेत, त्याच्याशी करा. तुमच्या लक्षात आलं असेल की, त्या सूचना म्हणजे स्वयंसूचना तत्त्वाचं पालन करणंच आहे.

सगळ्यात महत्त्वाची गोष्ट अशी की, जेव्हा तुम्ही या सूचना वाचता, ज्याद्वारे स्वतःच पैशाविषयीची जाणीव विकसित करता, तेव्हा त्या सूचना केवळ निर्जीव शब्द वाचावेत, तशा यांत्रिकपणे वाचू नका. अगदी मनापासून, आपल्या भावना त्या शब्दांत मिसळून त्या वाचा. आपल्या भावना व ते शब्द जणू एकच आहेत, अशी रीतीनं त्या सूचना वाचा. कारण भावनांनी ओथंबलेले शब्द तुमच्या सुप्तमनापर्यंत खोलवर पोहोचतात आणि तुमच्या सुप्तमनाला विचारांची ओळख पटते व ते कृती करायला उद्युक्त होतं.

प्रत्येक प्रकरणाची वारंवार उजळणी केल्यानंच ते नीट आत्मसात होईल. कारण जर ती तत्त्वं नीट समजली नाहीत, तर आपल्याला हवे ते परिणाम मिळत नाहीत.

निर्जीव, भावनाहीन, कोरड्या शब्दांचा आपल्या सुप्तमनावर कुठलाच परिणाम होत नाही. आपल्याला जर अपेक्षित परिणाम हवे असतील, तर आपले विचार भावनेनं ओथंबलेले असले पाहिजेत. त्यासाठी वारंवार सश्रद्ध सराव अतिशय गरजेचा आणि महत्त्वाचा आहे.

कदाचित, पहिल्या प्रयत्नात आपल्याला यात यश मिळणार नाही. आपल्याला आपल्या भावना नियंत्रणात ठेवता येणार नाहीत वा त्यांना योग्य दिशेनं वळवता येणार नाही, त्यामुळे निराश न होता वाटचाल सुरू ठेवा. तुम्ही एखाद्या गोष्टीसाठी काहीच किंमत मोजली नाही तरी तुम्हाला काही मिळावं ही अपेक्षा कधीच पूर्ण होत नाही. तुम्ही तसं वागून तुमच्या मनाला फसवायचं ठरवलंत, तरी ते शक्य होत नाही. तुमच्या सुप्तमनाला ध्येयाप्रत नेण्याची किंमत म्हणजे चिकाटी, तत्त्वांची अंमलबजावणी करण्यातलं सातत्य हे होय. ही किंमत तर तुम्हाला द्यावीच लागेल. इतके परिश्रम तर तुम्हाला करावेच लागतात. यात काही कमतरता राहिल्यास अपेक्षित परिणाम मिळणार नाहीत. ज्या संपत्तीची तुम्ही मनीषा बाळगलीत, ती मिळवण्यासाठी प्रयत्नांच्या रूपानं ही किंमत तुम्हाला मोजावीच लागेल आणि ते तुम्हालाच करावं लागेल.

तुमच्या इच्छेचं तीव्र, उत्कट महत्त्वाकांक्षेत जोपर्यंत रूपांतर होत नाही, तोपर्यंत स्वयंसूचनांच्या तत्त्वाचा उपयोग करण्याची तुमची क्षमता वाढती ठेवा.

एकाग्रतेची शक्ती वाढवा

दुसऱ्या प्रकरणात सांगितलेल्या सहा प्रभावी टप्प्यांचा उपयोग करताना तुम्हाला एकाग्रतेच्या तत्त्वाचाही विचार करावा लागेल.

एकाग्रतेचा परिणामकारक उपयोग करण्यासाठी काही सूचना लक्षात घ्या. त्या सहा टप्प्यांपैकी पहिल्या टप्प्यात असं सांगितलं आहे की, 'तुम्हाला अपेक्षित असलेल्या संपत्तीवर (आकड्यावर) मन एकाग्र करा. तुमची अपेक्षित संपत्ती जणू तुमच्यासमोर साक्षात आहे, अशा भावनेनं डोळे मिटून त्यावर लक्ष केंद्रित करा. हे रोज किमान एकदा तरी करा. या

क्रियेदरम्यान मागील 'श्रद्धा' या प्रकरणातील सूचनांचं पालन करा आणि ती संपत्ती तुमच्याकडे आलेली बघा.

पूर्ण श्रद्धेनं जेव्हा तुम्ही तुमच्या सुप्तमनाला एखादी आज्ञा देता, तेव्हा तुमचं सुप्तमन ती आज्ञा स्वीकारतं, मात्र त्या आज्ञेप्रमाणं त्यानं कृती करण्यासाठी तुम्ही तुमच्या मनाला त्याच त्या सूचना वारंवार देणं अतिशय आवश्यक आहे म्हणजेच तुम्हाला खूप संपत्ती मिळणार आहे, यावर तुमचा ठाम विश्वास असेल, तर तुम्हाला तुमच्या सुप्तमनाला 'मला संपत्ती मिळणार आहे' अशी सूचना वारंवार द्यावी लागेल, जेणेकरून तुमचं सुप्तमन ती सूचना ऐकून त्यावर कार्यवाही करण्यास प्रवृत्त होईल. जणू ती संपत्ती तुम्ही कधी तुमच्या ताब्यात घेता, याचीच निसर्ग वाट बघत आहे. त्यासाठीची सुयोग्य दिशा तुमच्या सुप्तमनानं तुम्हाला दाखवावी, इतकी ठाम आत्मविश्वासानं भरलेली ती श्रद्धायुक्त सूचना असेल.

संपत्ती मिळवण्यासाठी सूचना देण्याचा जो मार्ग वरती सुचविला आहे, त्याची कल्पना तुमच्या मनात रुजवा आणि मग त्याचं मिळणारं फळ बघा. तुमच्या सुप्तमनात त्या कल्पनेची इतकी उत्तम रुजवण होईल की, संपत्ती मिळवण्याचे व्यवहार्य मार्ग तुम्हाला आपोआप सापडतील.

एखादी वस्तू विकू वा सेवा देऊन आपण इच्छित संपत्ती मिळवू अशा एखाद्या दीर्घकालीन योजनेची वाट बघत राहू नका, तर तो पैसा तुम्हाला आत्ताच मिळाला आहे, अशी तुमच्या मनात कल्पना करा. तो पैसा तुम्हाला मिळायलाच हवा यासाठी योग्य तो मार्ग, योग्य ती योजना तुम्हाला सुचवण्याची तुमच्या सुप्तमनाला सूचना द्या. एकदा तशी सूचना केली वा मागणी केली की, सुप्तमनाचं कार्य लगेच सुरू होतं, हे लक्षात असू द्या. त्या योजना वा मार्ग केव्हाही सुचतील, यासाठी मन सतर्क ठेवा आणि एकदा का तो मार्ग तुम्हाला समजला की, त्याच्या अंमलबजावणीसाठी तत्पर राहा. ती तातडीनं कार्यान्वित करा. असा एखादा विचार कदाचित एका क्षणातच तुमच्या मनात चमकून जाईल. तुम्हाला काही वेगळं करून पाहण्याचा संकेत मिळेल. मात्र तो संकेत ओळखा, त्याला योग्य तो मान द्या आणि तो लगेच कार्यवाहीतही आणा.

दुसऱ्या प्रकरणात तुम्हाला जे सहा टप्पे सांगितले आहेत, त्यातील चौथ्या टप्प्यात म्हटलं आहे की, संपत्ती मिळवण्याची तुमची योजना पूर्ण करण्याची एक कार्ययोजना बनवा आणि तिच्या पूर्तीसाठी कामाला

लागा. सुप्तमनाकडून संकेत मिळाल्यानंतर तुम्ही या सूचनेवर हुकूम तातडीनं कामाला लागलं पाहिजे. मात्र या योजनेत कुठलेही म्हणजे जर असं झालं तर, तसं असेल तर... असे कुठलेही तर्क नकोत. तर्क कदाचित चुकीचे ठरू शकतात, त्यामुळे जर तर्क योग्य नसतील, तर त्यावर विसंबल्यामुळे तुमची योजना यशस्वी होत नाही व तुम्ही निराश होऊ शकता.

मात्र ज्या योजनेद्वारे आपण संपत्तीप्राप्तीचं ध्येय डोळ्यांसमोर ठेवलं आहे, वस्तू विकून वा सेवा प्रदान करून, ती योजनेची प्रत्यक्ष अंमलबजावणी होत आहे, अशी कल्पना सतत जागृत ठेवा म्हणजेच त्या सेवांद्वारेच वा विक्रीद्वारेच ही संपत्ती तुम्हाला मिळत आहे, याचं सूचन सतत तुमच्या सुप्तमनाला होत राहिलं पाहिजे, जे या सगळ्यात खूप महत्त्वाचं आहे.

तुमच्या सुप्त मनाला उत्तेजित करण्याच्या सहा पायऱ्या :

दुसऱ्या प्रकरणातील सहा टप्पे आणि या प्रकरणातील सूचना या एकत्र करून आपण पुढील टप्प्यांवर पोहोचतो.

१. जिथं तुम्हाला कोणीही व्यत्यय आणणार नाही वा तुमचं लक्ष विचलित करणार नाही, अशा एखाद्या शांत जागी बसा. शक्यतो रात्री तुमच्या अंथरुणावर बसल्यास जास्त उत्तम. तुमचे डोळे मिटून घ्या आणि पूर्ण श्रद्धेनं ते वाक्यं तुमच्या स्वतःशी मोठ्यानं म्हणा - ज्यात तुम्हाला अपेक्षित असलेली संपत्ती, ती मिळण्याची कालमर्यादा यांचं स्पष्ट सूचन असेल. सूचना म्हणतानाच आपण ज्या मार्गानं ही संपत्ती मिळवू इच्छितो, त्याचंही मोठ्यानं उच्चारण करा. सुप्तमनाला ही सूचना देतेवेळी ही संपत्ती तुमच्या ताब्यात आहे, तुमच्या हातात आहे, अशी कल्पना करा. हे चित्र तुमच्या मनश्चक्षूंवर उमटू दे.

उदा. - आजपासून पाच वर्षांनी माझ्याकडे एक कोटी रुपये असतील. त्यासाठी मी वस्तू विक्रीचा मार्ग निवडला आहे, अशी जर तुमची सूचना असेल, तर तुम्ही पुढीलप्रमाणं शब्द उच्चारा.

एक जानेवारी २०२३ रोजीपर्यंत माझ्याकडे एक कोटी रुपये इतकी रक्कम जमा झालेली असेल. या मधल्या पाच वर्षांच्या काळादरम्यान ती माझ्याकडे येत राहील. वस्तूविक्रीची सेवा मी ग्राहकाला तत्परतेनं पुरवेन. माझ्या वस्तू गुणवत्तेला शंभर टक्के न्याय देतील, यासाठी मी बांधील असेन. विक्रीपश्चातच्या सेवेचीही (गरज असल्यास) मी त्याची तत्परतेनं पूर्तता करेन.

माझी पूर्ण खात्री आहे की, अपेक्षित कालावधीत मला ही संपत्ती मिळणारच आहे. पूर्ण श्रद्धेनं मी हे बघतो आहे की, ही सारी संपत्ती माझ्यासमोर हजर आहे. मी तिला हात लावून तिचा स्पर्श अनुभवू शकतो आहे. मला हवी असेल त्या वेळी ती संपत्ती माझ्या वस्तू विक्रीच्या बदल्यात माझ्याकडे येण्याची मी वाट बघत आहे. त्यासाठी आवश्यक त्या कार्ययोजनेचा संकेत मिळण्याची मी आतुरतेनं वाट बघत आहे. तो संकेत मिळताच मी तातडीनं कामाला लागेन.

२. हेच उच्चारण जोपर्यंत तुमच्या कल्पनेत तुम्ही अपेक्षिलेली संपत्ती मिळाल्याचं बघत नाही, तोपर्यंत रोज रात्री व सकाळी करा.
३. तुमचे हे विधान आपल्या हस्ताक्षरात लिहून अशा ठिकाणी ठेवा की, ते सतत तुम्हाला दिसत राहील. ते तोंडपाठ करा व रोज रात्री झोपण्यापूर्वी व सकाळी उठल्यावर म्हणत राहा. ज्याद्वारे तुम्ही तुमच्या सुप्तमनाला प्रोत्साहित करून कार्यतत्पर कराल.

या सर्व सूचना म्हणजे स्वयंसूचना आहेत, ज्याद्वारे तुम्ही तुमच्या सुप्तमनाला आज्ञा देता, सूचना करत असता. मात्र ज्या सूचना वा आज्ञा पूर्ण श्रद्धेनं, पूर्ण विश्वासानं केलेल्या असतात, त्याच सूचनांचं वा आज्ञांचं पालन तुमचं अंतर्मन करत असतं, हे नेहमी लक्षात ठेवा. श्रद्धेत चांगलं वा वाईट घडवण्याची प्रचंड मोठी ताकद आहे म्हणून श्रद्धा प्रकरणात दिलेल्या सूचना कायम ध्यानात ठेवा व त्यांचं पालन करा.

अगदी सुरुवातीला जेव्हा तुम्ही या सूचनांचा वापर कराल, तेव्हा तुम्हाला कदाचित काहीसं विचित्र वाटेल. या सूचनांमुळे आपलं ध्येय कसं पूर्ण होणार अशी आशंकाही तुमच्या मनात येईल. मात्र अशा आशंकांना मनातून काढून टाका व या सर्व सूचनांचं सश्रद्धतेनं पालन करा. या सूचनांतील तुम्हाला अचंबित करणारी, थक्क करणारी ताकद लवकरच तुमच्यासमोर उभी असेल.

मानसिक शक्तीचं रहस्य

कुठलीही नवीन कल्पना माणसाला सुचली की, त्याचा आधी त्या कल्पनेवर विश्वास बसत नाही. हे कसं शक्य होईल, असा संशय त्याच्या मनात कायमच येतो. तुम्ही जर वर दिलेल्या सूचनांचं विश्वासानं पालन केलं,

तर तुम्हाला हळूहळू त्याचे परिणाम दिसायला लागतात आणि मग त्या सूचनांवर तुमची श्रद्धा जडते. तुम्ही अतिशय श्रद्धेनं त्या सूचनांचं पालन करायला लागता.

सर्वच तत्त्वज्ञ म्हणतात की, माणूसच त्याचा नियतीचा मालक आहे, त्याचं नशीब घडवणं त्याच्याच हातात असतं. मात्र हे 'कसं' हे मात्र कोणीच सांगत नाही. मानवच आपल्या भविष्याचा, नशिबाचा उद्गाता कसा, विशेषतः आपल्या आर्थिक स्थितीचा, या प्रश्नाचं उत्तर आपल्याला 'स्वयंसूचना' या प्रकरणात मिळतं. कारण आपल्या सुप्तमनाला ज्या सूचना देतो, त्याचेच पडसाद आपल्या आजूबाजूच्या वातावरणावर उमटत असतात.

इच्छेचं संपत्तीत परिवर्तन करण्याच्या प्रक्रियेचं स्वयंसूचना हे फक्त एक माध्यम आहे. या माध्यमाद्वारे आपण आपल्या सुप्तमनापर्यंत पोहोचू शकतो आणि त्यास प्रभावित करू शकतो. याबरोबरची इतर तत्त्वं फक्त साधनं आहेत, त्यामुळे इतर तत्त्वांपेक्षा स्वयंसूचना या तत्त्वाचं महत्त्वपूर्ण स्थान लक्षात घ्या म्हणजे या तत्त्वाचा सहभाग संपत्ती मिळवण्याच्या प्रयत्नात किती महत्त्वाचा आहे, हे तुमच्या लक्षात येईल.

हे पुस्तक पूर्ण वाचल्यानंतर पुन्हा एकदा हे 'स्वयंसूचना' प्रकरण वाचा आणि पूर्ण श्रद्धेनं आणि निष्ठेनं, समर्पित भावना व कृतीनं पुढील सूचनांचं पालन करा.

जोपर्यंत तुमचा स्वयंसूचनेच्या तत्त्वावर, त्याच्या खरेपणावर विश्वास बसत नाही, आपण अपेक्षा धरत असलेल्या गोष्टी प्रत्यक्षात घडतीलच याची खात्री पडत नाही, तोपर्यंत त्या सर्व सूचना रोज मोठ्यानं वाचत राहा. वाचताना तुम्हाला महत्त्वाचा वाटणारा भाग अधोरेखित करा.

वरील सर्व सूचनांचं/तत्त्वांचं तंतोतंत पालन करा म्हणजे संपूर्ण समाज आणि यश मिळवण्याचं दार तुमच्यासाठी खुलं होईल.

• • •

प्रत्येक अडथळा,
प्रत्येक अपयश
आणि प्रत्येक दुःख
आपल्याबरोबर
सममूल्याचं किंवा
त्याहूनही अधिक किमतीच्या
लाभाचं बीज
घेऊन येतं असतं.

प्रकरण ५

विशेष ज्ञान

व्यक्तिगत अनुभव किंवा निरीक्षणं
संपत्तीच्या वाटेवरचं चौथं पाऊल

सामान्य ज्ञान आणि विशेष ज्ञान असे ज्ञानाचे दोन प्रकार आहेत. मात्र तुमच्याजवळ कितीही सामान्य ज्ञान असलं, तरी संपत्ती मिळविण्यासाठी ते उपयोगी फारसं पडत नाही. मोठमोठ्या विख्यात विद्यापीठात सर्वसामान्य ज्ञान देणारे अनेक विभाग असतात. मात्र खूप सारं ज्ञान असूनही तेथील प्राध्यापक खूप श्रीमंत आहेत, असं फारसं आढळत नाही. त्यांना विद्यार्थ्यांना ज्ञान देता येतं. मात्र त्या ज्ञानाचा विशेष उपयोग स्वतःसाठी संपत्तीवर्धनासाठी करता येत नाही. (लक्ष्मी आणि सरस्वती दोन्ही एकाच ठिकाणी नांदत नाहीत, असं म्हणतात, ते वर लागू पडतं.)

जोपर्यंत तुम्ही तुमच्याकडे असलेलं ज्ञान योजनाबद्ध रीतीनं कसं वापरायचं ते ठरवत नाही वा त्याचा योग्य वापर करत नाही, तोपर्यंत तुमच्या ज्ञानाच्या साहाय्यानं तुम्ही संपत्ती मिळवू शकत नाही. याचीच नेमकी जाणीव नसल्यामुळे बहुसंख्य लोकांना ज्ञान हीच शक्ती वाटते. मात्र तसं काही नाही. ज्ञान ही एक सुप्त शक्ती आहे. एखादी निश्चित योजना आखून तिला नियोजनपूर्वक योग्य दिशेनं कार्यरत केल्यास ती शक्ती सक्रिय होते.

आपल्या शिक्षणपद्धतीमधला एक सर्वांत महत्त्वाचा दोष म्हणजे ज्ञान दिल्यानंतर ते ज्ञान रोजच्या व्यवहारात कसं वापरावं, त्याचं उपयोजन कसं करावं, हे विद्यार्थ्यांना शिकवलंच जात नाही.

हेन्री फोर्ड यांचं शालेय शिक्षण अगदी अल्प असल्यामुळे लोक त्यांना शिक्षणतज्ज्ञ मानत नाहीत. आपल्या समाजात ज्यानं वेगवेगळ्या वा एकाच विषयांच्या बऱ्याच पदव्या घेतल्या आहेत, त्या व्यक्तीला शिक्षणतज्ज्ञ म्हटलं जातं.

पण वास्तव फार वेगळं आहे. कारण पदवी असली की, तो शिक्षित होतो; पण सुशिक्षित होतोच असं नव्हे! या लोकांना 'एज्युकेट' या शब्दाचा मूळ अर्थ समजलाच नाही, असं म्हणावं लागतं. 'एज्युकेट' या लॅटिन शब्दाची उत्पती 'एज्युको'पासून झाली, ज्याचा अर्थ आहे 'आतून विकास करणं.'

म्हणजेच बरेच सामान्य वा विशेष ज्ञान असलेला मनुष्य रूढार्थानं शिक्षित असेलच असं नाही. जो मनुष्य शिक्षित आहे तो आपल्याबरोबर इतरांचा साकल्यानं विचार करू शकतो, त्याचं मन विकसित झालेलं असतं, त्यामुळे इतर कोणावर अन्याय न करता वा त्यांचं हक्क न डावलता तो स्वतःला जे हवं आहे, ते मिळवू शकतो

अज्ञानी माणूस

पहिल्या महायुद्ध काळात (१९१४-१८) शिकागो येथील एका वृत्तपत्रात काही संपादकीय लेख छापून आले. त्यात 'हेन्री फोर्ड' हे एक अज्ञानी शांतिवादी 'गृहस्थ आहेत' असं विधान केलं होतं. मि. फोर्ड यांनी या विधानाला हरकत घेतली व त्या वृत्तपत्रावर बदनामीचा खटला दाखल केला. न्यायासनासमोर खटला आल्यावर वृत्तपत्राच्या वकिलांनी आपलाच अशील बरोबर आहे हे सिद्ध करायचा प्रयत्न केला. मि. फोर्ड यांना साक्षीदारांच्या पिंजऱ्यात उभं केलं गेलं. मि. फोर्ड यांना मोटारीबद्दल बरंचसं विशेष ज्ञान असलं तरीही ते अज्ञानी आहेत, कारण त्यांना सामान्य ज्ञान नाही, असा त्या वकिलांचा युक्तिवाद होता.

'बेनेडिक्ट अरनॉल्ड कोण होते?', 'अमेरिकेतील १७७६चं आंदोलन दडपण्यासाठी ब्रिटिशांनी किती सैनिक पाठविले होते?' यासारख्या काही सामान्य प्रश्नांचा त्यांच्यावर भडिमार करण्यात आला.

शेवटच्या प्रश्नाच्या उत्तरादाखल फोर्ड म्हणाले की, 'नेमके किती सैनिक पाठवले गेले, ते मला सांगता येणार नाही. मात्र जेवढे सैनिक परत आले, त्यापेक्षा ती संख्या नक्कीच बरीच मोठी होती.'

प्रश्नांच्या या सरबत्तीला कंटाळून मि. फोर्ड यांनी त्या वकिलाकडे किंचित झुकत अंगुलिनिर्देश केला आणि विचारलं, 'तुमच्या या फारसे अर्थ नसलेल्या प्रश्नांची उत्तरं द्यायचीच असतील, तर मी तुम्हाला एक आठवण करून देऊ इच्छितो. माझ्या टेबलवर अशी अनेक बटणं आहेत, त्यातील एखादं बटण दाबलं की, मला हव्या असलेल्या माझ्या व्यवसायासंबंधित प्रश्नाचं उत्तर देण्यासाठी माझा साहाय्यक धावून येतो. आता मला हे सांगा की, मला हवी असलेली कुठलीही माहिती पुरवण्यासाठी आवश्यक अशा लोकांची फौज जर माझ्याकडे उपलब्ध आहे, तर मग मी इतकं सामान्य ज्ञान मिळवण्यासाठी माझा मेंदू का शिणवावा?'

ते उत्तर निश्चितच तर्कशुद्ध होतं.

त्या उत्तरानं तो वकील खजील झाला. न्यायालयात उपस्थित असलेल्या प्रत्येकाला खात्री पटली की, फोर्ड यांचं उत्तर अतिशय तर्कशुद्ध आणि योग्य आहे. कारण ते एका सुशिक्षित माणसाकडून मिळालं होतं. आपल्याला हवं असलेलं नेमकं ज्ञान कुठलं हे ओळखता येणं, नेमकं कुठून मिळेल हे माहीत असणं आणि त्याचा योग्य वेळी योग्य तो उपयोग करता येणं, या साऱ्याचं नेमकं नियोजन म्हणजे सुशिक्षितपणा होय.

आपल्याकडच्या बुद्धिमान साहाय्यकांच्या मदतीनं हेन्री फोर्ड हवं ते विशिष्ट ज्ञान कुठल्याही क्षणी मिळवू शकत होते. जे त्यांना अमेरिकेतील सर्वाधिक श्रीमंत माणूस बनवू शकेल, ते सारं ज्ञान त्यांना स्वतःला असणं मुळीच आवश्यक नव्हतं.

तुम्हाला हवं ते सर्व ज्ञान तुम्ही मिळवू शकता

तुम्हाला अपेक्षित असणारी संपत्ती मिळवण्याची क्षमता जेव्हा तुम्हाला लाभावी असं वाटतं, तेव्हा ती मिळविण्याची कार्ययोजना निश्चित करणं अत्यंत आवश्यक आहे म्हणजेच संपत्तीच्या बदल्यात तुम्ही जी सेवा देणार आहात वा वस्तू विकणार आहात, वा व्यवसाय करणार आहात, त्याचं विशेष ज्ञान तुम्हाला असणं अत्यंत गरजेचं आहे. कदाचित, ते ज्ञान आजघडीला तुमच्यापाशी नसेल किंवा कदाचित तुमची तेवढी क्षमता नसेल. मात्र जरी हे खरं असलं, तरी तुम्ही ते ज्ञान मिळवू शकता. तुम्ही तुमच्या बुद्धिमान साहाय्यकांच्या मदतीनं त्यात प्रावीण्य प्राप्त करू शकता. प्रचंड संपत्ती मिळवण्यासाठी करावे लागणारे प्रयत्न वा लावावी लागणारी

ताकदही तितकीच प्रचंड लागणार म्हणजे योजनापूर्वक राबवलेल्या आणि हुशारीनं आखलेल्या योजनेद्वारे ते विशेष ज्ञान तुम्हाला मिळू शकतं. मात्र ते ज्ञान संपत्ती मिळविण्याची महत्त्वाकांक्षा असणाऱ्या त्या प्रत्यक्ष व्यक्तीलाच असावं, असं मात्र नाही.

नशीब घडवण्याची ज्याची महत्त्वाकांक्षा आहे आणि ज्याच्याजवळ ते विशेष ज्ञान नाही, त्या व्यक्तीसाठी वरचा परिच्छेद प्रोत्साहनपर ठरावा. कारण योग्य ते शिक्षण नसल्याचा न्यूनगंड बऱ्याच लोकांना असतो. मात्र आपल्याभोवती अशा विशेष ज्ञान असणाऱ्या लोकांचा समूह ते जमवू शकतात आणि आपल्या न्यूनगंडावर मात करू शकतात.

थॉमस अल्वा एडिसनला अवघ्या तीन महिन्यांचं शालेय शिक्षण मिळालं आणि त्यांची परिस्थितीही हलाखीची होती. मात्र त्यांना भविष्यात शिक्षणाची उणीव कधीही भासली नाही आणि त्यांचा मृत्यूही हलाखीत झाला नाही.

हेन्री फोर्ड यांचं शालेय शिक्षण जेमतेम सहाव्या इयत्तेपर्यंतच झालं होतं. मात्र त्यांनी प्रचंड मोठी आर्थिक समृद्धी मिळवली होती. विशेषज्ञान विपुल प्रमाणात उपलब्ध आहे आणि त्यासाठी फार मोठी किंमतही मोजावी लागत नाही. विद्यापीठातील पगारपत्रकांवर एक नजर टाकली, की याचा अंदाज लगेच येतो.

ज्ञान विकत कसं घेता येतं, ही माहिती लाभदायक ठरते

कार्ययोजनेची आखणी करतानाच आपला विशेष ज्ञान मिळवण्याचा हेतू काय आहे, हे निश्चित करा, त्याचबरोबर आपल्या हेतूसाठी तुम्हाला कुठलं विशिष्ट ज्ञान असणं गरजेचं आहे, हेही समजून घ्या. या हेतू आणि उद्देशांवर आपलं ज्ञान अवलंबून असतं. एकदा हा महत्त्वपूर्ण टप्पा ठरवलात की, आपल्याला हवं असलेलं ज्ञान कुठं मिळू शकेल, या स्थानांचा शोध घेणं, तितकंच महत्त्वाचं आहे. हे ज्ञान आपल्याला पुढील ठिकाणी उपलब्ध होऊ शकतं.

१. तुमचा स्वतःचा अनुभव आणि तुमचं शिक्षण
२. तुमच्या बुद्धिमान समूहाच्या सहकार्यानं मिळणारं ज्ञान व अनुभव
३. महाविद्यालयं व विद्यापीठं

४. सार्वजनिक ग्रंथालयं (ज्यातील पुस्तके व नियतकालिके यांतून असं ज्ञान उपलब्ध होऊ शकतं)
५. विशेष प्रशिक्षण कार्यक्रम (रात्रशाळा व घरातूनच असं शिक्षण घेता येईल, असं शिक्षण देणाऱ्या संस्था.)

तुम्हाला हवं असलेलं ज्ञान एकदा मिळालं की, ते नीट संगतवार मांडून त्याचा अभ्यास करा. आपण आखलेल्या कार्ययोजनेनुसार तुमच्या विशिष्ट हेतूनं त्याचा उपयोग करा. विशिष्ट हेतूनं मिळवलेलं हे ज्ञान जर वापरलं गेलं नाही, तर ते फोल ठरतं.

तुम्हाला आवश्यक असलेलं ज्ञान ज़र तुम्ही अजून जास्त सखोलतेनं मिळवायचा विचार करत असाल, तर ज्ञान मिळवण्याचा हेतू सर्वांत आधी निश्चित करा आणि विश्वसनीयरीत्या आणि योग्य ते ज्ञान कुठं मिळेल याची माहिती मिळवा.

यशस्वी लोक आपल्या विशिष्ट हेतूसाठी, धंद्यासाठी वा व्यवसायासाठी अत्यावश्यक असं विशिष्ट ज्ञान मिळवण्यासाठी कुठलाही संकोच करत नाहीत. मात्र शालेय शिक्षण संपलं की, आपलं शिकण्याचे दिवस संपले, असा गैरसमज ज्यांचा होतो, असे लोक सामान्यतः अयशस्वी झालेले दिसतात. मात्र निव्वळ शालेय शिक्षण म्हणजे पुरसे व्यवहारज्ञान नव्हे, हे आता समजून घेतलं पाहिजे.

आपलं वर्तमान जग आहे विशेषज्ञांचं. एका बातमीत, कोलंबिया विद्यापीठाचे मार्गदर्शक असलेले रॉबर्ट पी. मूर यांनीही या विशेषज्ञांचं महत्त्व स्पष्टपणे अधोरेखित केलं आहे.

विशेषज्ञांना असलेली सर्वाधिक मागणी

आजकाल कुठल्याही कंपनीत विशेषज्ञांना खास मागणी असल्याचं चित्र दिसतं. बिझनेस स्कूलचे पदवीधर, अकाउंट्स, स्टॅटिस्टिक्स, इंजिनिअर्स, पत्रकार, आर्किटेक्ट्स, केमिस्ट, नेतृत्व करणारे तरुण... क्षेत्र कुठलंही असलं, तरीही तुम्ही जर तुमच्या क्षेत्रातील विशेष प्रशिक्षण घेतलेलं असेल, तर तुम्हाला नक्कीच खास मागणी आहे. उत्तम शैक्षणिक कारकिर्दीबरोबरच ज्यांचं व्यक्तिमत्त्व आकर्षक आहे, जे लोकांना प्रभावित करू शकतात अशा तरुणांना तर निव्वळ शैक्षणिक क्षमता असलेल्या तरुणांपेक्षा विशेष मागणी

आहे. तुमचे व्यक्तिमत्त्व जर असे सर्वगुण संपन्न वा अष्टपैलू असेल, तर अनेक कंपन्या नोकरीसाठीचे प्रस्ताव घेऊन तुमच्यासमोर उभ्या असतात.

आपल्या क्षेत्रात अग्रणी असणाऱ्या एका खूप मोठ्या औद्योगिक कंपनीनं श्री. मूर यांना लिहिलेल्या पत्रात प्रथितयश विद्यार्थ्यांबाबतची अपेक्षा व्यक्त करताना म्हटलंय की, व्यवस्थापनाच्या कामात अभूतपूर्व प्रगती दाखवू शकणाऱ्या लोकांच्या आम्ही शोधात आहोत म्हणूनच शैक्षणिक पार्श्वभूमीपेक्षाही चारित्र्य, हुशारी आणि विकसित व्यक्तिमत्त्व हे गुण आमच्यासाठी अत्यंत महत्त्वपूर्ण ठरतात.

उमेदवारीचा प्रस्ताव

मि. मूर यांनी विद्यार्थ्यांसमोर एक प्रस्ताव ठेवला - विद्यार्थ्यांनी आपल्या उन्हाळ्याच्या सुटीत कार्यालयात, दुकानांत वा उद्योग व्यवसायात उमेदवारी करावी, जेणेकरून वरील ठिकाणी कामकाजासाठी कुठली विशेष कौशल्यं गरजेची असतात, त्याची विद्यार्थ्यांना माहिती होईल. आपल्या प्रस्तावात ते पुढे म्हणतात की, कॉलेजमधील दुसऱ्या-तिसऱ्या वर्षीच विद्यार्थ्यांना त्यांच्यासाठी पुढील विशिष्ट अभ्यासक्रम निवडण्यास प्रवृत्त करावं. मात्र जे विद्यार्थी कुठल्याही हेतूशिवाय, वेळ जाण्याचं साधन म्हणून शिक्षणाकडे बघत असतील, त्यांना शिक्षणास रामराम ठोकण्यास सांगावं.

सर्वच व्यवसायात आता विशेषज्ञांना वाढती मागणी असल्यामुळे आता या शैक्षणिक संस्थांनी व्यावसायिक समुपदेशनाची जबाबदारी घ्यावी. अर्थात बदलता काळ, त्याची मागणी व आपली आजची शिक्षणव्यवस्था यांची योग्य सांगड घालून, आजच्या जगात आवश्यक अशी कौशल्यं विद्यार्थ्यांच्यात रुजवण्यासाठी महाविद्यालयांनी प्रयत्न केले पाहिजेत.

विशिष्ट ज्ञानाची, शिक्षणाची गरज असणाऱ्यांसाठीचा विश्वसनीय व महत्त्वपूर्ण स्रोत म्हणजे रात्रशाळा. पत्राद्वारा हे शिक्षण विद्यार्थ्यांना घरबसल्या प्राप्त करता येतं. याचा आणखी एक फायदा म्हणजे तुम्ही तुमच्या फावल्या वेळात हे ज्ञान प्राप्त करू शकता. तुम्ही जर काळजीपूर्वक अशा शिक्षणसंस्थेची निवड केली, तर तेथील अभ्यासक्रमांबरोबरच तुम्ही तुम्हाला हव्या असलेल्या व्यवसायाचं उचित मार्गदर्शनही मिळवू शकता.

कलेक्टिंग एजन्सीनं दिलेला धडा

विनासायास मिळालेल्या गोष्टीची किंमत नसते. कुठलीही किंमत न देता आपल्याला जर एखादी गोष्ट मिळाली असेल, तर आपल्याला त्याचं कौतुकही नसतं. असंच काहीसं होतं आपल्या शालेय शिक्षणाबाबत. फारशी किंमत न द्यावी लागल्यामुळे आपण अगदी मोजक्याच संधींचा लाभ घेतो. जणू आधीच्या घालवलेल्या संधींची भरपाई करण्याकरता, व्यावसायिक अभ्यासक्रम शिकत असताना आपल्याला बऱ्याचदा स्व-अनुशासन शिकावं लागतं.

पत्राद्वारा शिक्षण देणाऱ्या अशा सर्व संस्था या अतिशय नियोजनपूर्वक काम करणाऱ्या व्यापारी संस्था असतात. त्यांची फी अगदी अल्प असली, तरी खर्च भागवण्यासाठी त्यांना ती वसूल करणंही गरजेचं असतं. एकदा अशा अभ्यासक्रमाला तुम्ही प्रवेश घेतला, की त्यांची फी देणं तुमच्यावर बंधनकारक असतं. तुम्ही तो अभ्यासक्रम यशस्वीरीत्या पूर्ण केला वा मध्येच अर्धवट सोडला तरीही. या शाळांतले वसुली विभाग आपल्या या कार्यपद्धतीद्वारे तुम्हाला निर्णय, तत्परता आणि हाती घेतलेलं या कार्यपद्धतीद्वारे तुम्हाला निर्णय, तत्परता आणि हाती घेतलेलं काम पूर्ण करण्याचं उत्कृष्ट शिक्षण मात्र तुम्हाला नक्कीच देतात.

पंचेचाळीस वर्षांपूर्वी मी जाहिरात व्यवसायाच्या अशा एका अभ्यासक्रमासाठी नाव नोंदवलं आणि तिथं हे शिक्षण मला मिळालं. आठ-दहा धडे/पाठ झाल्यानंतर मी तो अभ्यास मध्येच थांबवला मात्र त्या शाळेकडून मला 'फी'ची बिलं मात्र येतच राहिली. एकदा प्रवेश घेतल्यावर फीची रक्कम देणं माझ्यावर कायद्यानं बंधनकारक होतं. शेवटी त्यांच्या तगाद्यांना वैतागून मी ठरवलं की, पैसे द्यावे लागणार आहेतच, तर ते फुकट देण्यापेक्षा त्यातून मिळणारं ज्ञान तरी पदरात पाडून घ्यावं. ती वसुलीची पद्धत म्हणजे फक्त कार्यालयीन पद्धत असावी, असं मला त्या वेळी वाटलं; पण नंतर उमजलं की, तो माझ्या प्रशिक्षणाचा एक मौल्यवान असा भाग होता. मात्र त्यासाठी पैशाच्या रूपात कुठलंही मूल्य न चुकवता कुठलीही किंमत न मोजता मला ते मिळालं होतं.

एखाद्या गोष्टीचा पुरेपूर पिच्छा करताना, आपण ते शिक्षण मिळवत असतो. हा शोध मला खूपच नंतर लागला. मी जाहिरात व्यवसायाचं अनिच्छेनं शिक्षण घेत असताना ही आणि ती पद्धत माझ्यासाठी अत्यंत मौल्यवान ठरली.

विशेष ज्ञानाकडे नेणारी वाट

अमेरिका या देशात जगातली सर्वांत मोठी अशी पब्लिक स्कूल पद्धत आहे. जी वस्तू आपल्याला फुकट मिळते, तिची आपल्याला किंमत नसते, ही मानवीवृत्तीच आहे म्हणूनच कदाचित आपल्याला मोफत/विनाशुल्क शिक्षण देणाऱ्या संस्था वा विनामोबदला चालवली जाणारी ग्रंथालयं यांची किंमत नसते. शाळा संपल्यावर आपण जेव्हा कामधंद्याला लागतो, तेव्हा पुन्हा एकदा आपल्याला विशेष प्रशिक्षणाची गरज का भासते, या प्रश्नाचं उत्तर कदाचित वरील वृत्तीत दडलेलं सापडेल म्हणूनच तुम्ही जर आपल्या शालेय शिक्षणाबरोबर एखादं विशेष व्यावसायिक कौशल्य आत्मसात केलं असेल, तर तुम्हाला मालकवर्गाची पसंती असते. असलेल्या सवडीचा उपयोग तेच लोक करतात, ज्यांच्याकडे वेगळं काही करायची महत्त्वाकांक्षा असेल, त्याचबरोबर नेतृत्वगुणही असतील.

आपल्यात असणारी सर्वांत मोठी कमतरता म्हणजे महत्त्वाकांक्षेचा अभाव. नियमित नोकरीत असणारे लोक जे वेगळं कौशल्यं आत्मसात करतात; ते आपल्या नोकरीत सदैव पुढच्या पदांवर अधिकार सांगू शकतात. सतत काहीतरी नवीन शिकत राहण्यानं व त्याचं व्यवहारात उपयोजन करण्यानं आपले प्रगतीचे मार्ग खुले होतात आणि आपली गरज दिवसेंदिवस अधिकाधिक वाढत जाते.

घरबसल्या घेण्यात येणारे शिक्षणक्रम अशा लोकांना फायदेशीर ठरतात, ज्यांचं शालेय शिक्षण झालेलं असलं, तरी अतिरिक्त शिक्षणासाठी जे वेगळा वेळ देऊ शकत नाहीत.

स्टुअर्ट ऑस्टिन विअर यानं कन्स्ट्रक्शन इंजिनिअर/सिव्हिल इंजिनिअर म्हणून शिक्षण घेतलं आणि उद्योगात पदार्पण केलं. मात्र त्या वेळी बाजारात आलेल्या मंदीनं, त्याला अपेक्षित तो पैसा मिळू शकणार नाही, असं त्याच्या लक्षात आलं. त्यानं पुन्हा एकदा आपल्या जीवनाचं अवलोकन केलं व आपला व्यवसाय बदलायचं ठरवलं. तो आता कायद्याचा विद्यार्थी झाला. एक विशेष अभ्यासक्रम पूर्ण करून त्यानं कॉर्पोरेशन वकील होण्याची तयारी पूर्ण केली. शिक्षण पूर्ण करून त्यानं बारची परीक्षा उत्तीर्ण केली आणि तो यशस्वी वकील झाला.

'कौटुंबिक जबाबदारीमुळे शाळेत जाता आलं नाही' किंवा 'आता वय वाढलं' अशा सबबी जे लोक पुढे करतात, त्या लोकांसाठी विअर यांचं

उदाहरण विशेष महत्त्वाचं ठरावं. कारण कायद्याचा अभ्यास करतेवेळी विअर विवाहित होते आणि त्यांनी वयाची चाळिशीही पार केली होती.

आपली शिक्षणसंस्था निवडताना त्यांनी उच्च दर्जाचे अभ्यासक्रम उत्तम तऱ्हेनं निवडण्याची ख्याती असलेल्या शिक्षण संस्थेची निवड केली होती. चार वर्षांचा तो अभ्यासक्रम त्यांनी अवघ्या दोनच वर्षांत पूर्ण केला म्हणजेच ज्ञान कसं मिळवावं, याचंदेखील ज्ञान असावं लागतं.

अगदी साधीशी पण अमूल्य कल्पना

एक विशिष्ट घटना बघू या.

किराणामालाच्या दुकानात काम करणाऱ्या विक्रेत्याची नोकरी अचानक गेली. दुकानात हिशोब ठेवण्याचा थोडा अनुभव असल्यामुळे त्यानं अकाउंटिंगचा वेगळं प्रावीण्य मिळवणारा एक कोर्स केला. अत्याधुनिक बुक किपिंग व इतर कार्यालयीन कामं तो शिकला आणि त्यानं स्वतःचा व्यवसाय सुरू केला. आपल्या व्यवसायाची सुरुवात तो जिथं काम करत होता, त्या व्यापाऱ्यापासूनच केली. मग हळूहळू त्यानं शंभराहून जास्त व्यापाऱ्यांशी त्यांचा हिशेब ठेवण्याचे करार केले, ज्यासाठी अगदी वाजवी दर आकारला. त्याची ही कल्पना अतिशय लोकप्रिय झाली आणि एका छोट्या गाडीतच त्याला आपलं कार्यालय थाटावं लागलं. आपल्या या चालत्या-फिरत्या कार्यालयात त्यानं आधुनिक बुक-किपिंग मशिनरी बसवून घेतली. आता त्याच्याकडे अशा कार्यालयांचा एक ताफाच आहे. अनेक कर्मचारीही आहेत, ज्यांच्याद्वारे तो अनेक छोट्या व्यापाऱ्यांना माफक दरात अकाउंटिंगची सेवा पुरवतो.

हा अभिनव व्यवसाय विशेष ज्ञानाला दिलेल्या नावीन्यपूर्ण कल्पनेच्या जोडीमुळे उभा राहिला. त्याचा हा व्यवसाय इतका यशस्वी ठरला की, त्याचा या वर्षीचा इन्कमटॅक्स हा त्याच्या आधीच्या मालकाच्या या वर्षीच्या इन्कमटॅक्सपेक्षा दसपट होता.

फक्त एक कल्पना हाच या व्यवसायाचा प्रारंभ बिंदू होय. त्या विक्रेत्याला ती कल्पना सुचवण्याचं श्रेय माझं आहे. याहूनही अधिक उत्पन्न मिळवता येईल, अशी आणखी एक कल्पनाही मी सुचवू इच्छितो.

किराणामालाची विक्री सोडून देऊन ज्यानं बुक-किपिंगचा व्यवसाय सुरू केला, त्याच माणसानं ही कल्पना सुचवली. त्याच्या बेकारीवर

मात करण्यासाठी मी ही कल्पना त्याला सुचवली होती. त्याला कल्पना आवडली; पण या कल्पनेचं प्रत्यक्ष व्यवहारात कसं रूपांतर करायचं, हा त्याच्यासमोरचा मुख्य प्रश्न होता. बुक-किपिंगच्या ज्ञानाचा, ते मिळाल्यानंतर, व्यवसाय कसा करायचा, हे मात्र त्याला कळत नव्हतं.

मग ही अडचण सोडवण्यासाठी एक अभिनव मार्ग शोधला गेला. एका तरुण टंकलेखिकेच्या मदतीनं ही सारी कथा टंकलिखित केली गेली. तिची एक आकर्षक पुस्तिका तयार केली व ती पानं स्क्रॅपबुकमध्ये चिकटवली. ते स्क्रॅपबुकच आता विक्रेता झाले. त्या स्क्रॅपबुकच्या माध्यमातून त्याची ही गोष्ट अनेक लोकांपर्यंत पोहोचली आणि अनेक नवीन दुकानदार त्याचे व्यावसायिक गिऱ्हाईक बनले.

आदर्श नोकरी मिळवण्यासाठीची प्रमाणित योजना

आपल्या देशातील हजारो लोकांना आज व्यक्तिगत सेवेसंबंधातील आकर्षण टिप्पणी तयार करणाऱ्या विशेषज्ञाची गरज आहे. या कल्पनेचा उगम आवश्यकतेच्या पूर्तीसाठी झाला. निव्वळ एका माणसाला सेवा पुरवण्यावरच न थांबता त्या कल्पनेचा विस्तार झाला. ज्या महिलेनं ही कल्पना लढवली, तिची कल्पनाशक्ती अतिशय तीव्र होती. आपल्या कल्पनेत एका नव्या उद्योगाचं बीज दडलेलं आहे, ते तिनं ओळखलं. व्यक्तिगत सेवा देण्यासाठी तत्पर असलेल्या हजारो लोकांना असे व्यावसायिक मार्गदर्शन पुरवण्यासाठी ती सज्ज झाली.

तिच्या पहिल्याच अन् यशस्वी ठरलेल्या व्यक्तिगत सेवाविक्री योजनेच्या यशानं प्रोत्साहित झालेल्या या महिलेनं ही योजना आता आपल्याच मुलांसाठी राबवायचं ठरवलं. तिच्या मुलानं आपलं कॉलेजचं शिक्षण नुकतंच पूर्ण केलं होतं. मात्र आपल्या सेवेचं रूपांतर व्यवसायात कसं करता येईल, याबाबत तो ठाम योजनेवर पोहोचला नव्हता. (मग तिनं आपल्या मुलासाठी एक सर्वोत्तम अशी योजना तयार केली. ज्यात तिनं अतिशय सुबक रूपात ५० पृष्ठं टाइप केली, ज्याद्वारे तिच्या मुलाबद्दलची संपूर्ण माहिती मिळत होती. यात तिनं मुलाच्या मूळ क्षमता, शिक्षण, व्यक्तिगत अनुभव अशी सर्व माहिती विस्तृतपणे दिली होती. मुलाच्या अपेक्षाही नेमकेपणे विशद केल्या होत्या आणि त्या पूर्ण झाल्यास तो कसा यशस्वी होईल, याचंही बोलकं चित्र रेखाटलं होतं.

ही पुस्तिका तयार करण्यासाठी ती अनेक आठवडे कष्ट घेत होती. यादरम्यानच्या काळात तिनं आपल्या मुलालाही प्रत्यक्ष अनुभव घेऊन माहिती मिळवण्यास सांगितलं. यासाठी तिनं मुलाला पब्लिक स्कूलच्या ग्रंथालयात पाठवून सेवेची विक्री करण्याची आवश्यक ती सारी माहिती गोळा करावयास लावली, तसंच तो ज्यांना सेवा पुरवण्याची शक्यता आहे, अशा लोकांच्या प्रतिस्पर्ध्यांकडे जाऊन त्यांच्या व्यवसाय करण्याच्या पद्धती, त्यांच्या ताकदवान बाजू व उणिवा यांचाही अभ्यास करण्यास सांगितलं. ही सर्व माहिती या पुस्तिकेत समाविष्ट करण्यात आली. जेव्हा ही पुस्तिका तयार झाली, तेव्हा त्यात व्यवसायासंबंधित अशा अनेक सूचना होत्या, ज्या मुलाच्या भावी मालकांसाठी अत्यंत उपयुक्त ठरणाऱ्या होत्या.

अगदी मुळापासून प्रारंभाची गरज

वरील सर्व गोष्ट वाचल्यानंतर एखाद्याला साहजिक असा प्रश्न पडेल की, 'एक नोकरी मिळवण्यासाठी एवढी सगळी यातायात करण्याची खरंच काय गरज आहे?'

मुळात कुठलीही गोष्ट व्यवस्थित रीतीनं करणं म्हणजे यातायात नक्कीच नसते. कारण नियोजनानं कुठलाही मनस्ताप, शक्ती व्यर्थ जाणं, वृथा श्रम हे टाळता येऊ शकतं. शिवाय तुम्हाला जे हवंय ते नेमकेपणानं मांडता येतं आणि मिळवताही येतं. या महिलेनं आपल्या मुलासाठी जी योजना तयार केली, त्याच्या साहाय्यानं त्याला अपेक्षित अशी नोकरी अपेक्षित पगारासह पहिल्याच ठिकाणी मिळाली.

आपल्याकडच्या बलवान मुद्द्यांची त्याला पूर्ण जाणीव असल्यामुळे त्याला अगदी तळापासून चांगली सुरुवात करता आली. ताकद वृथा खर्चावी लागली नाही. अन्यथा, जिथून त्यानं आपल्या नोकरीची सुरुवात केली तिथपर्यंत पोहोचण्यासाठी त्याला कदाचित दहा वर्षे घालवावी लागली असती.

तळापासून सुरुवात करून हळूहळू पायऱ्या चढत जाणं, हे म्हणायला छान वाटतं. मात्र अशा लोकांना आजूबाजूला असणाऱ्या संधी पटकन दिसत नाहीत. प्रयत्न करून पुढे जाण्यातला त्यांचा दृष्टिकोनही फारसा उत्साही नसतो. आहे तसंच वा तिथंच राहण्याकडे त्यांचा कल असतो, कारण हळूहळू त्यांच्या महत्त्वाकांक्षा विझू लागतात. 'ठेविले अनंत तैसेचि

राहावे' ही वृत्ती मग त्यांच्या दैनंदिन आयुष्याचा भाग बनते आणि ते दैनंदिन कामाचे गुलाम बनतात. पुढे प्रगतीसाठी प्रयत्न करण्याचंही ते सोडून देतात म्हणूनच तळापासून सुरुवात करण्यापेक्षा शक्य झाल्यास दोन पायऱ्या वर चढूनच सुरुवात करा. थोड्या जास्त उंचीवरून आजूबाजूचा नजाराही आणखी विस्तृत दिसतो, तसंच आहे हे. तुमच्या उन्नतीच्या जास्त संधी कदाचित तुम्हाला सापडतील आणि तुम्हाला पुढे जाण्यासाठी बळही देतील.

असमाधान कायम धगधगतं ठेवा

डॅन हाल्पिन याचं उदाहरण अभ्यासल्यावर मला नेमकं काय म्हणायचंय, ते तुमच्या लक्षात येईल. डॅन हाल्पिन हा त्याच्या कॉलेज जीवनात, १९३०मध्ये नॅशनल चॅम्पियनशीपच्या नोत्रे डॅम फुटबॉल संघाचा मॅनेजर होता. त्या वेळी नूट ऍक्नी हे या संघाचे मार्गदर्शक म्हणून कार्यरत होते.

हाल्पिनचं कॉलेज शिक्षण संपलं, तेव्हा परिस्थिती बदलली होती. सर्वत्र मंदी आली होती. नोकऱ्या अतिशय कमी झाल्या होत्या. हाल्पिननं इन्व्हेस्टमेंट बँकिंग व फिल्म लाइनमध्ये अयशस्वी प्रयत्न करून पाहिला. मात्र शेवटी विजेवर चालणारी श्रवणयंत्रे विकण्याच्या व्यवसायात जम बसवायचा प्रयत्न केला. इथं तो कमिशनवर श्रवणयंत्रे विकणार होता. हा उद्योग कुणीही सुरू करू शकत असल्यामुळे फारसे उज्ज्वल भविष्य या धंद्याला नाही, याची हाल्पिनला कल्पना होती.

मात्र त्यानं यातही संधी शोधली. त्यानं थोड्या अनिच्छेनंच दोन वर्षं हा उद्योग केला. मात्र पुढे प्रगती करण्यासाठी त्यानं आपल्याच कंपनीत असलेल्या साहाय्यक विक्री प्रबंधक या पदावर आपलं लक्ष केंद्रित केलं आणि प्रयत्नांनी ते पद मिळवलंही, त्यामुळे अधिक विस्तृत संधी त्याला खुणावू लागल्या आणि तोही इतरांच्या नजरेत आला.

आपली श्रवणयंत्र विकण्याचा त्यानं असा विक्रम केला की, तो आपल्या प्रतिस्पर्धी कंपन्यांचं लक्ष आपल्याकडे वेधून घेऊ लागला. डिक्टोग्राम प्रॉडक्ट्स कंपनीचे चेअरमन ए. एम. अँड्र्यूज यांचं लक्ष हाल्पिनकडे गेलं. ही कंपनी हाल्पिनची प्रतिस्पर्धी कंपनी होती. आपला धंदा खेचणारा हाल्पिन आहे तरी कोण, या उत्सुकतेनं अँड्र्यूज यांनी त्याला भेटायला बोलावलं. त्यांची मुलाखत संपली, तेव्हा हाल्पिन डिक्टोग्राम कंपनीच्या (ध्वनिविषयक कार्य करणाऱ्या) अॅकॉस्टिकॉन विभागाचा नवा

विक्री प्रबंधक म्हणून नियुक्त झाला होता. हाल्पिनची विक्रीक्षमता तपासून घेण्याच्या उद्देशानं अँड्रयूज तीन महिन्यांसाठी फ्लोरिडाला गेले व सर्व जबाबदारी हाल्पिनवर आली. या कार्यकाळात त्यानं इतकं झपाटून काम केलं की, शेवटी तो कंपनीचा उपाध्यक्ष म्हणून निवडला गेला. या पदावर पोहोचण्यासाठी इतर लोकांना किमान दहा वर्षे लागली असती, त्या पदावर पोहोचण्यासाठी हाल्पिनला फक्त सहा महिने लागले.

हे सारं तत्त्वज्ञान एकच गोष्ट सांगतं की, तुम्ही प्रगती करता वा आहे तिथं राहता हे सर्वस्वी तुमच्याच हातात असते. तुम्ही परिस्थितीवर ताबा मिळवलात, तर यशाच्या शिखरावर पोहोचणं सहज शक्य होतं.

तुमचे अमूल्य सहकारी

यश आणि अपयश हे आपल्याच सवयीचे परिणाम आहेत, या विधानावर मी विशेष जोर देऊ इच्छितो. मला नक्की खात्री आहे, डॅन हाल्पिनला लाभलेला त्याच्या फुटबॉल प्रशिक्षकाचा सहवास त्याच्यात अशी काही दुर्दम्य इच्छाशक्ती जागवून गेला की, ज्यामुळे त्याची नोत्रे डॅम फुटबॉल टीम जगप्रसिद्ध बनली. ही दुर्दम्य इच्छाशक्ती म्हणजे मनात कायम धगधगती असणारी उत्कृष्टतेची ज्वलंत इच्छा. आपण ज्याला आपला आदर्श मानतो, त्याच्यात तर जगज्जेते होण्याची लढाऊ वृत्ती असेल, तर आदर्शापासून प्रेरणा घेऊन आपणही इच्छित गोष्टी साध्य करू शकतो.

तुमच्या व्यवसायातले तुमचे सहकारी तुमच्या यश व अपयश या दोन्हीतही अतिशय महत्त्वाचे असतात, हे मला एका घटनेनं दाखवून दिलं. माझा मुलगा ब्लेअर हा डॅन हाल्पिनशी एका पदासाठी बोलणं करीत होता. हाल्पिननं त्याला जो पगार देऊ केला होता, तो ब्लेअरला हाल्पिनच्या प्रतिस्पर्धी कंपनीनं देऊ केलेल्या पगारापेक्षा निम्मा होता. माझा मुलगा अर्थातच यावर नाराज होता, तेव्हा मी वडील म्हणून त्याच्यावर थोडा दबाव आणला व त्याला हे पद व पगार स्वीकारण्यास राजी केलं. कारण आपल्याला पसंत नसलेल्या परिस्थितीशी जुळवून घेण्याचं जो माणूस नाकारतो व त्याचवेळी तिथूनच तो आपल्या प्रगतीचा रस्ताही शोधतो, अशा माणसाचा सहवास अतिशय फायदेशीर ठरतो. अशा माणसाचं सान्निध्य एक असं भांडवल ठरतं की जे अमूल्य आहे.

अगदी तळात असलेलं आपलं स्थान हे एककल्ली, कंटाळवाणं असतं म्हणूनच आपल्याला सुयोग्य असणाऱ्या स्थानावरून सुरुवात करण्याचं महत्त्व मी पुन्हा पुन्हा सांगतोय, विशेष जोर देऊन सांगतोय.

विशेष ज्ञानाद्वारे अमूल्य बनवा तुमच्या कल्पना, वाढवा तुमच्या कल्पनांचं मूल्य –

आपल्या मुलासाठी 'व्यक्तिगत सेवा विक्री योजना' तयार करणाऱ्या महिलेला तशाच कामासाठी खूपच मागणी आली. ज्यांना आपल्या व्यक्तिगत सेवांद्वारे अधिक पैसे मिळवण्याची इच्छा होती, असे लोक तिच्याशी संपर्क साधतात.

तिच्या योजनेमध्ये आता फक्त वर्तमान सेवांत वाढ वा सेवांचे अल्प मूल्य आकारून अधिक पैसा मिळवण्याची चतुर गणितं असतात, असं नाही, तर ती आता सेवा विकत घेणाऱ्यांच्या व सेवा विकणाऱ्यांच्या विशेष रूची काय आहेत, हेही विस्तृतपणे जाणून घेते, जेणेकरून तिला अशी योजना तयार करता येईल की, ज्याद्वारे नोकरी देणाऱ्याला आपण देत असलेल्या पैशांचा पुरेपूर मोबदला मिळावा.

जर तुमच्या डोक्यात एखादी कल्पना घोळत असेल आणि तिचा उपयोग करून तुम्ही व्यक्तिगत सेवा अधिक लाभदायक करू शकत असाल, तर ही सूचना तुमच्यासाठी अत्यंत उपयोगी आहे. यामुळे तुम्ही सामान्य असतानाही इतका पैसा नक्कीच मिळवू शकाल, जेवढा एखादा डॉक्टर, वकील वा इंजिनिअरला मिळतो.

म्हणजेच कुठल्याही कल्पनेची किंमत आधीच ठरवता येत नाही, ती अमूल्य आहे.

प्रत्येक कल्पनेला विशेष ज्ञानाची जोड नक्कीच मिळालेली आहे. मात्र ज्या लोकांजवळ खूपशी संपत्ती नसते. त्यांच्याकडे हे विशेष ज्ञान मुबलक असते आणि कल्पनांपेक्षा तेच जास्त असतं. त्याचमुळे तुमच्याकडे जर नवीन कल्पना आणि त्याविषयीचे विशेष ज्ञान असेल, तर लाभदायक रीतीने व्यक्तिगत सेवा विकणाऱ्या लोकांना आता वाढती मागणी आहे. वेगळं काही करण्याची तुमची क्षमता म्हणजेच तुमची कल्पना. याच्याच जोरावर विशेष ज्ञान आणि कल्पनेचं योग्य मिश्रण केल्यास पैसा मिळवण्याची एक सुसंगत योजना तयार करता येते.

जर तुमच्याकडे नावीन्यपूर्ण कल्पना असतील, तर या प्रकरणातून तुम्हाला संपत्ती मिळवण्याचा नवा मार्ग सापडू शकतो. मात्र तुमचे विचार हेच तुमचे मुख्य भांडवल आहे, हे कायम लक्षात ठेवा. कारण विचार प्रत्यक्षात आणण्यासाठी लागणारे विशेष ज्ञान आजकाल कुठंही अगदी सहजतेनं उपलब्ध होऊ शकतं.

• • •

प्रकरण ६

कल्पना

मनाची कार्यशाळा
संपत्तीच्या वाटेवरचं सहावं पाऊल

कल्पनेच्या कार्यशाळेत आपल्या सगळ्या योजना माणूस तयार करत असतो. मनाच्या कल्पनाशक्तीच्या आधारेच आपल्या संवेदना, इच्छा यांना कार्यरूप दिलं जातं, आकार दिला जातो.

माणूस ज्याची कल्पना करू शकतो, त्या प्रत्येक गोष्टीची तो निर्मितीही करू शकतो.

मानवाला आपल्या अफाट कल्पनाशक्तीचा अंदाज आला आणि त्यानं आपल्या कल्पनांचं प्रत्यक्षात रूपांतर करून अवघ्या मानवी सृष्टीत बरेच बदल घडवून आणले. गेल्या पन्नास वर्षांत तर त्यानं सृष्टीच्या क्षमतांचा शोध घेतला आणि त्यांनाही आपल्या ताब्यात आणलं. त्यानं हवेत उडण्याची कल्पना केली आणि ती अशी काही प्रत्यक्षात उतरवली की, पक्ष्यांचं उड्डाणही तिथं काहीच वाटू नये. त्यानं कोट्यवधी मैल अंतरावर असणाऱ्या सूर्याचं पृथक्करण आणि वजन केलं आणि त्याआधारे आणि आपल्या कल्पनाशक्तीद्वारे सूर्याची मूलतत्त्वं शोधून काढली. वाफेच्या इंजिनाची गती आंता इतकी वाढली की, तो हजारो मैल वेगानं प्रवास करू शकतो. हे सर्व शक्य झालं केवळ कल्पनाशक्तीद्वारेच.

आपल्या कल्पनेचा विकास आणि त्याचा उपयोग करण्याची क्षमता ही त्याच्या तर्कावर आधारित आहे. त्याचा तर्क जितका विस्तृत, तितकी

ही क्षमता अधिक जास्त. मात्र त्याच्या कल्पनाशक्तीचा त्यानं अजूनही सर्वोच्च असा कळस गाठला नाही. अजूनही त्याची कल्पनशक्ती प्राथमिक स्तरावरच कार्यरत आहे. ती पूर्ण विकसित पावलेली नाही.

कल्पनेची दोन रूपं :

संकल्पन आणि निर्मिती ही कल्पनाशक्तीची दोन रूपं आहेत.

संकल्पन कल्पना : याद्वारे आपले जुने समज, कल्पना वा योजनांची पुनर्रचना करता येते. यात कुठलीही निर्मिती नसते. या कल्पनेत तुमच्याजवळचं ज्ञान, अनुभव, निरीक्षणजन्य माहिती यांवर फक्त प्रक्रिया केली जाते. जगातले बहुतांश संशोधक याच क्षमतेचा वापर करतात. काही असामान्य व्यक्ती मात्र आपल्या निर्मितीक्षम कल्पनाशक्तीचा वापर करतात. अर्थात ज्या वेळी संकलक कल्पनाशक्तीचा प्रश्न सोडवण्यासाठी फारसा होत नाही, त्या वेळी निर्मितीक्षम कल्पनाशक्ती मदतीस येते व तिच्या मदतीनं अशा सर्व असामान्य व्यक्ती आपल्या प्रश्नांवरची उत्तरं शोधतात.

निर्मितीक्षम कल्पना : मानवाचं मन ठरावीक क्षमतेपर्यंतचे अंदाज बांधू शकतं. मात्र त्याची बुद्धिमत्तेची झेप फार दूरवर असते. जेव्हा असं मन आणि बुद्धी यांचे सांधे जुळून येतात, तेव्हा त्यातून अफाट अंदाज बांधता येतात आणि नवनिर्मितीची प्रेरणा मिळते. या क्षमतेद्वारेच आपल्याला आपले मूलभूत किंवा नवे विचार सापडतात. ही तीच क्षमता आहे, ज्याद्वारे व्यक्ती दुसऱ्या व्यक्तीशी आपल्या सुप्तमनाद्वारे संवाद साधू शकते. निर्मितीक्षम कल्पना ही स्वयंचलित आहे, उत्स्फूर्त आहे आणि ती कशी, हेही पुढे सांगितलं आहे. तुमचं मन जेव्हा अतिशय तरल अशा अवस्थेत असतं, तेव्हा अशा मनाची ही क्षमता प्रचंड वाढलेली असते आणि निर्मितीचा तो विचार (निर्मिती कुठलीही असो) तुमच्या मनात झटकन तरळून जातो. ती अतिशय वेगवान आणि उत्स्फूर्त अशी क्रिया असते. त्या वेळी तुमच्या मनातली इच्छाही अतिशय तीव्र आणि प्रबळ असते. जसजशी आपण आपली कल्पनाशक्ती वापरायला लागतो, तसतशी ती अधिकाधिक विकसित पावते. शस्त्राला धार केल्यावर ते तेज होतं, त्याप्रमाणं आणि अशी विकसित पावलेली कल्पनाशक्ती नवनवीन कल्पनांना अधिकधिक वेगानं जन्मही देते.

व्यवसाय, उद्योग आणि अर्थजगतातील लोक तसेच कलाकार, संगीतज्ञ, कवी आणि लेखक हे महान होतात, कारण त्यांच्या कल्पनाशक्तीचा सर्वोच्च विकास झालेला असतो.

आपल्या शरीरातील स्नायूंचा आपण जितका जास्त वापर करू, तितके ते ताकदवान होतात, तसंच आहे हे. संकल्पन कल्पना व निर्मितीक्षम कल्पना या दोन्हींच्या सतत वापरामुळे त्यांचं स्फुरण पावण्याचं, आठवण्याचं प्रमाणही वाढतं, त्या जास्त तरल आणि तेजस्वी होतात.

इच्छा म्हणजे फक्त एक विचार वा प्रेरणा, जी अल्पजीवी वा धूसर असू शकते. जोपर्यंत त्या इच्छेचं वास्तवात रूपांतर होत नाही, तोपर्यंत तिला कुठलाही आकार व मूल्य नसतं. तुम्हाला तुमच्या इच्छेच्या प्रेरणेचं जर आर्थिक रूपांतर अपेक्षित असेल, तर तिथं अधिकांश वेळ संकल्पन कल्पनाशक्तीचा वापर होतो. मात्र काही वेळा निर्मितीक्षम कल्पनाशक्तीचाही वापर करावा लागेल, अशीही परिस्थिती उद्भवू शकते.

तुमच्या इच्छाशक्तीला थोडा ताण द्या

तुम्ही तुमच्या कल्पनाशक्तीचा जर बराच काळ वापर केला नाही, तर ती थोडी क्षीण होते. (ती त्याच ताकदीनं काम करत नाही.) या कल्पनाशक्तीला पुन्हा जागृत करता येतं. आपली कल्पनाशक्ती कधीही लोप पावत नाही. मात्र वापराअभावी अकार्यक्षम नक्की होते.

आता आपण आपलं लक्ष संकल्पन कल्पनेवर केंद्रित करू कारण याद्वारेच आपल्या इच्छेचं रूपांतर आपण संपत्ती मिळवण्यात करणार आहोत.

मनात संपत्ती मिळवण्याची असण्याची इच्छा म्हणजे निर्विकार प्रेरणा होय. या निर्विकार प्रेरणेचं साकार रूपात म्हणजे संपत्तीत रूपांतर करण्यासाठी आपल्याला कदाचित अनेक योजनांचाही वापर करावा लागेल. या योजनांची आखणी ही कल्पनेच्या वा विचारांच्या साहाय्यानं होते आणि त्यासाठी मुख्यतः संकल्पन कल्पनाशक्तीचा वापर होतो.

हे पुस्तक पूर्ण वाचून झालं की, पुन्हा एकदा हे प्रकरण वाचा. आता संपत्ती मिळवण्यासाठी (तुमच्या इच्छेनुसार) योजना बनवण्यासाठी तुमच्या कल्पनाशक्तीला कामाला लावा. योजना तयार करण्यासाठीच्या आवश्यक त्या सूचना प्रत्येकच पुस्तकात दिल्या आहेत. तुमच्या आवश्यकतेनुसार

त्या-त्या सूचनांचं जरूर ते पालन करा. अर्थात त्यासाठी तुमची योजना लिखित स्वरूपात तुमच्यासमोर असणं अत्यंत गरजेचं आहे. तुम्ही अजूनही तुमची योजना लिखित रूपात तयार केली नसेल, तर ते आधी करा. तुमची निर्विकार असलेली इच्छा आता साकार भौतिक रूपात येईल. आता ही इच्छा पुन्हा पुन्हा वाचा. शांतपणे वाचा. मोठ्याने वाचा. संपत्ती मिळवण्याच्या तुमच्या इच्छापूर्तीच्या मार्गातलं पहिलं पाऊल आता तुम्ही टाकलं आहे. इच्छा व्यक्त करणं, तिच्यासाठी योजना तयार करणं याद्वारे इच्छापूर्तीकडे तुमची वाटचाल सुरू झाली आहे.

श्रीमंतीकडे नेणारे कायदे

आपण स्वतः, सर्व प्राणिमात्र, आपली पृथ्वी आणि या पृथ्वीवरच्या सर्व वस्तू हे उत्क्रांतीमुळे जे बदल घडून आले, त्याचे दृश्यपरिणाम आहेत. यातूनच प्रत्येक वस्तूच्या सूक्ष्मतम कणांना एकत्र केले जाते व त्यांना सुव्यवस्थित आकार दिला जातो.

आपल्या पृथ्वीचा आपल्या प्रत्येकाच्या अणुरेणूचा उगम हा निर्विकार अशा ऊर्जेतूनच झाला आहे. अखिल विश्वाच्या मुळाशी हीच ऊर्जा आहे, ऊर्जेशिवाय दुसरं काहीही नाही. ही गोष्ट अतिशय महत्त्वाची आहे.

इच्छा ही आपल्या विचारांची प्रेरणा आहे. प्रेरणा हेही ऊर्जेचं एक रूप आहे. (वर सांगितल्याप्रमाणं - प्रत्येक गोष्टीमागं फक्त ऊर्जाच असते.) एखादा विचार जेव्हा तुम्हाला प्रेरणा देतो, तुम्हाला संपत्ती मिळवण्याची इच्छा होते, त्या वेळी तुम्ही अशा शक्तीला पाचारण करता, जिच्यामुळे या पृथ्वीच्या भौतिक विश्वातील प्रत्येक गोष्ट, शरीर, शरीरातील विचारांना चालना देणारा मेंदू बनले आहेत.

आपण अशा निर्विकार न बदलणाऱ्या कायद्यांनी आपलं नशीब बदलू शकतो. त्यासाठी आपण आधी ते कायदे समजून घेऊ व त्यांचा वापर कसा करायचा तेही शिकून घेऊ या. आपण शक्य तितक्या सगळ्या दृष्टिकोनांद्वारे या कायद्यांमागील तत्त्वाचं सविस्तर वर्णन समजून घेऊ या. त्यांची उजळणी करू या म्हणजे मग अमाप संपत्ती मिळते कशी, हे गूढ रहस्य आपल्याला उलगडेल. जरी हे विचित्र वा गूढ वाटलं, तरी ते कुठलंही रहस्य नाही. त्या रहस्याची जाहिरात खुद्द निसर्गच करत असतो. सदासर्वदा, सर्वकाळ आपण राहतो ती पृथ्वी, आकाशातले ग्रह-तारे, आपल्या सभोवती असलेली सर्व

मूलतत्त्वं, अगदी गवताचं पातंही म्हणजे आपल्याला जे दिसतं, ते प्रत्येकच याची जाहिरात करत असतं.

आता काही अशा मूलतत्त्वांची नावं मी सांगतो, ज्याद्वारे तुम्हाला कल्पना म्हणजे नेमकं काय, हे समजेल. हे तत्त्वज्ञान एकदा वाचा, त्यावर मनन करा. पुन्हा एकदा नीट वाचा; आता तुमच्या लक्षात येईल की, स्पष्टीकरण द्यावं असं काहीतरी तुम्हाला उमगलंय, काहीतरी घडलंय. हळूहळू तुम्हाला याची विस्तृत समज येईल; पण इथंच न थांबता याचा अभ्यास चालूच ठेवा. कल्पनेची नीट आणि विस्तृत स्पष्टता येण्यासाठी हे पुस्तक किमान तीनदा वाचा. या अभ्यासादरम्यान कुठलाही संकोच बाळगू नका. एकदा तुम्हाला याची नीट कल्पना आली की तुम्ही अजिबात न थांबता सतत पुढे जात राहाल.

कल्पनेचा व्यावहारिक उपयोग कसा करावा?

आपल्या संपत्तीचा प्रारंभ बिंदू म्हणजे आपला विचार. आपल्या कल्पनेतूनच आपल्या मनात विचार येतो. आता काही अशा विचारांची चर्चा करू ज्यामुळे कल्पनेचं प्रचंड संपत्तीत रूपांतर झालं. या उदाहरणांद्वारे ही प्रक्रियाही आपल्याला स्पष्ट होईल.

मोहिनी घालणारी किटली

पन्नास वर्षांपूर्वीची गोष्ट आहे ही. एक म्हातारा खेडूत डॉक्टर एका शहरातल्या औषधांच्या दुकानात गेला. त्यानं आपली घोडागाडी बाहेर बांधून ठेवली. मागल्या दारानं तो दुकानात शिरला आणि तिथल्या औषधविक्रेत्याशी चर्चा करू लागला.

अगदी हलक्या आवाजात त्यांच्यात सुमारे तासभर चर्चा चालू होती. मग तो डॉक्टर आपल्या घोडागाडीकडे गेला. जुन्या पद्धतीची एक मोठी किटली आणि औषधी द्रव ढवळण्याचा लाकडी चमचा त्यानं तिथून दुकानाच्या मागच्या दारात नेऊन ठेवला.

त्या औषधविक्रेत्यानं/कारकुनानं ती किटली नीट तपासून घेतली आणि पैशांचं एक पुडकं त्या डॉक्टरच्या हातात ठेवलं. त्या पुडक्यात त्याची आयुष्यभराची बचत असे पाचशे डॉलर्स होते.

डॉक्टरनं आता त्याला एक गुप्त फॉर्म्युला लिहिलेली एक चिठ्ठी दिली. तो फॉर्म्युला अतिशय अमूल्य होता, अगदी एखाद्या राजाच्या संपत्तीपेक्षाही अमूल्य असा. त्या चिठ्ठीवर असं काहीतरी लिहिलेलं होतं जे ती किटली (किटलीतील द्रव) उकळण्यासाठी महत्त्वाचं होतं. जणू तो एक जादुई मंत्र होता. मात्र त्या मंत्राद्वारे वाहणाऱ्या संपत्तीबाबत तो डॉक्टर, तो कारकून दोघंही अगदीच अनभिज्ञ होते.

त्या जुनाट वस्तू पाचशे डॉलर्सला विकल्या गेल्यामुळे तो डॉक्टर खूश झाला. ती जुनाट किटली आणि काहीतरी फॉर्म्युला लिहिलेला तो कागद मिळवण्यासाठी त्या कारकूनानं आपल्या आयुष्याची अवघी कमाई वेचली होती. तो जणू जुगार खेळला होता. त्याला बिलकूल कल्पना नव्हती की, त्यानं आयुष्यभराची बचत देऊन गुंतवणूक केलेली ही किटली त्याच्यापुढे असा काही खजिना उघडून देणार होती, की जिच्यापुढे अल्लाउद्दीनचा दिवाही फिका ठरेल.

त्या कारकुनानं त्या किटलीबरोबरच एक कल्पना विकत घेतली होती. एक विचार विकत घेतला होता. संपत्तीच्या प्रचंड ओघासाठी ती किटली, लाकडी चमचा आणि चिटोऱ्यावरील गुप्त रहस्य निमित्तमात्र होतं. चिठ्ठीवरच्या सूचनेनुसार काम करत असताना त्या कारकुनानं त्यात आपल्या हुशारीनं असं काहीतरी मिसळलं आणि मग सुरू झालं ते गर्दी खेचून घेणारं त्या किटलीचं विलक्षण मनमोहक दर्शन!!

ज्यात कारकुनानं गुप्त फॉर्म्युल्याबरोबरच असं काहीतरी विलक्षण मिसळलं आणि मग सर्वत्र पसरलेली ती जादुई गर्दी. ही कथा आहे आणि बघा, ती तुम्हाला ओळखता येतेय का!

आता आपण त्याची ती विलक्षण कल्पना बघू ज्याद्वारे संपत्तीचा अविरत ओघ सुरू राहिलाय. तो अजूनही वाहतोच आहे, आणि जगभरातले लक्षावधी, स्त्री-पुरुष त्याचं वाटप करताहेत.

ती किटली आज जगातलं साखरेचं सर्वांत मोठं गिऱ्हाईक आहे, ज्याद्वारे असंख्य लोकांना ऊस तयार करण्यापासून, साखर तयार करण्यापर्यंत रोजगार मिळालाय.

आज लक्षावधी कारकून, स्टेनोग्राफर, जाहिरात करणारे अशांना हक्काची रोजीरोटी मिळालीय. त्या किटलीच्या उत्पादनाचं वर्णन करण्यासाठी अनेक चित्रकार-कलाकारांना तिनं संधी आणि यश-संपत्ती दिलीय.

त्या किटलीमुळेच दक्षिणेतल्या एका छोट्याशा गावाचं रूपांतर औद्योगिक राजधानीत झालं आहे, ज्याचा लाभ तिथल्या उद्योगांना आणि सगळ्या नागरिकांनाही मिळाला आहे.

या कल्पनेचा लाभ आता सगळ्याच विकसित देशांनाही झालाय आणि संपत्तीचा ओघ आता तिकडेही वाहतोय.

या किटलीतून निर्माण झालेल्या संपत्तीतूनच दक्षिणेतलं सर्वांत नामवंत कॉलेज चालवलं जातं आणि आपल्या उज्ज्वल भविष्यासाठी हजारो तरुण तिथं शिक्षण घेत आहेत.

किटली बोलू लागली, तर अनेक प्रेमप्रकरणं प्रत्यक्षात साकार होतील, ज्यासाठी भाषेची, प्रदेशाची कुठलीही सीमा नसेल.

प्रेम, व्यापार, व्यवसाय यात गुंतलेल्या अशा अनेक स्त्री-पुरुषांची प्रेमप्रकरणं या किटलीला दररोज जणू ऊर्जा पुरवत असतात.

या साऱ्या प्रेमप्रकरणांच्यात एका प्रकरणाबाबत लेखक अगदी खात्रीपूर्वक सांगू शकतो. कारण ते त्याचं स्वतःचंच आहे. त्या प्रकरणाचा तो नायक आहे आणि ते स्थळही तेच ऐतिहासिक स्थळ आहे, जिथं त्या कारकुनानं त्या डॉक्टरकडून ती किटली विकत घेतली होती. इथंच लेखकाची त्याच्या पत्नीशी पहिली भेट झाली आणि तिनंच त्याला त्या मोहक किटलीशी गाठ घालून दिली. जेव्हा ते दोघंही त्या किटलीतल्या त्या अप्रतिम द्रवाचं सेवन करत, तेव्हाच लेखकानं आपल्या भवितव्याचा निर्णय आपल्या पत्नीच्या हाती सोपवला होता. तिनं आपल्याला जोडीदार म्हणून स्वीकारावं, अशी विनंती केली होती.

तुम्ही जगाच्या पाठीवर कुठंही राहत असा, तुमचा व्यवसाय कुठलाही असो वा तुम्ही कुणीही असा, जेव्हा कधी तुम्हाला कोका-कोला हे शब्द आढळतील, तेव्हा ती विलक्षण गोष्ट नक्कीच आठवेल. कारण ते फक्त शब्द नाहीत, तर एका अफलातून कल्पनेतून निर्माण झालेलं, अमाप संपत्ती असलेलं आणि सर्वदूर पसरलेलं ते साम्राज्य आहे. आठवा त्याचा जबरदस्त प्रभाव, ती तरतरी आणि त्या कारकुनाला - एसा कॅण्डलरलाही विसरू नका. ज्यानं त्या गुप्त फॉर्म्युल्यात मिळवलेल्या गोष्टीचं नाव होतं - कल्पना!

क्षणभर थांबून विचार करा

या पुस्तकात संपत्तीच्या वाटचालीवरच्या ज्या पावलांचं वर्णन केलं आहे, त्या माध्यमानं म्हणजे कोका-कोलानं आज संपूर्ण जगभरात प्रत्येक

खेड्यात, चौकात, रस्त्यावर आपलं बस्तान बसवलंय. अशी पावलं म्हणजे अशी कुठलीही नावीन्यपूर्ण कल्पना जिच्यात कोका-कोलाप्रमाणं अख्खा जगाची तहान भागवण्याची क्षमता असेल, जी खात्रीनं लाभदायक असेल.

मला दशलक्ष डॉलर्स मिळाल्यास...?

आपल्याकडे एक म्हण आहे, 'इच्छा तिथं मार्ग.' तुम्हाला एखादी गोष्ट करण्याची तीव्र इच्छा असेल, तर तुम्हाला त्यासाठीचा मार्ग नक्कीच सापडतो. ही गोष्ट मला माझे शिक्षक फ्रँक डब्ल्यू. गुनसाल्स यांनी सांगितली. शिकागोच्या स्टॉकयार्डमधून त्यांनी आपल्या प्रवचनांची सुरुवात केली होती. ही गोष्ट वरील म्हणीची सत्यता पटवते.

महाविद्यालयात शिक्षण घेत असतानाच डॉ. गुनसाल्स यांना आपल्या शिक्षणपद्धतीत असणारे दोष जाणवले. जर आपण एखादं नवीन महाविद्यालय सुरू केलं व त्याचे प्रमुख झालो, तर हे दोष आपण दूर करू शकू, असं त्यांना वाटलं.

आपल्या हेतूला मूर्त रूप देण्यासाठी त्यांनी महाविद्यालय सुरू करण्याचं ठरवलं, ज्यात कुठल्याही पारंपरिक शिक्षणपद्धती असणार नव्हत्या.

योजना महत्त्वाकांक्षी होती आणि ती प्रत्यक्षात आणण्यासाठी तितक्याच मोठ्या रकमेची गरज होती. सुमारे एक दशलक्ष डॉलर्स. मात्र इतकी मोठी रक्कम कशी व कुठून उभी करावी, या प्रश्नानं ते विचारात पडले होते; पण कुठलाच मार्ग समोर दिसत नव्हता.

रोज सकाळी उठल्यापासून ते रात्री झोपेपर्यंत एवढा एकच विचार त्यांच्या मनात घोळत असायचा. इतकंच नव्हे, तर जिथं ते जातील त्या प्रत्येक ठिकाणी हाच विचार कायम त्यांच्या मनात असायचा म्हणजे अगदी झोपेत, स्वप्नात, जागेपणी जळी-स्थळी-काष्ठी-पाषाणी एकच विचार... एवढा पैसा आणायचा कुठून आणि कसा?

डॉ. गुनसाल्स स्वतः तत्त्वज्ञ होते, त्यामुळे आपला हेतू निश्चित असणं हाच कार्याचा प्रारंभबिंदू होय, हे त्यांना नक्की माहीत होतं. जेव्हा आपण आपला हेतू निश्चित करून त्याला आपल्या दृढ आणि ज्वलंत इच्छेचं पाठबळ पुरवतो, सातत्यानं त्याचा पाठपुरावा करतो, तेव्हा त्या हेतुपूर्तीसाठी जीवनातल्या सगळ्या शक्ती मदतीला येतात आणि आपली इच्छा साकार रूप घेते. हे सगळं जरी खरं असलं, तरी पैसे उभारायचे कुठून, हा प्रश्न

अद्यापही उभाच होता. अशा परिस्थितीत एखादा सामान्य माणूस म्हणाला असता की, माझी कल्पना चांगली आहे. मात्र मी ती प्रत्यक्षात आणू शकत नाही. कारण त्यासाठी आवश्यक तो पैसा मी कधीच उभा करू शकणार नाही आणि निराश होऊन त्यानं आपले प्रयत्न सोडून दिले असते.

इथंच डॉ. गुनसाल्स यांच वेगळेपण प्रकर्षानं दिसतं. त्यांनी असा कुठलाही विचार केला नाही. मात्र आपल्या हेतुपूर्तीसाठी त्यांनी जे काही केलं, ते त्यांच्याच शब्दांत जाणून घेऊ या.

माझी योजना पूर्ण होईल, अशा मार्गांच्या मी जवळजवळ दोन वर्षे शोधात होतो. एका शनिवारच्या संध्याकाळी मी याचाच विचार करत माझ्या खोलीत बसलो होतो.

आता विचार पुरे, काहीतरी निश्चित कृती करण्याची वेळ आली आहे, असं मला जाणवलं. त्याचक्षणी मी निश्चय केला की, काहीही झालं तरी एका आठवड्यात मी ही रक्कम उभी करणारच; पण कुठून आणि कशी, याची चिंता मात्र मला त्याक्षणी भेडसावत नव्हती, एवढं मात्र खरं. मी ठरवलेल्या वेळात पैसे मिळवण्याचा निर्णय घेतला आणि जणू माझ्या आतून मला एक शांतता जाणवली. वचनबद्धतेची भावना. कोणीतरी जणू मला विचारत होतं, हा निर्णय घेण्यासाठी तू इतका वेळ का लावलास? ते पैसे तर तुझी वाटच बघत आहेत.

मग सगळ्या गोष्टी आपसूक सुरळीत झाल्या. वार्ताहरांना बोलावून मी माझ्या उद्याच्या प्रवचनाचा विषय सांगितला - एक दशलक्ष डॉलर्स मिळाल्यास मी काय करेन? मग आता कुठल्याही कारणानं मागं वळून पाहायचं नव्हतं.

मग मी माझ्या प्रवचनाच्या तयारीला लागलो. खरंतर गेली दोन वर्षं मी ती तयारी करतच होतो.

मध्यरात्र उलटण्यापूर्वीच मी माझं प्रवचन लिहून काढलं आणि निश्चिंत मनानं झोपलो. आता ते पैसे आपल्या हातातच आहेत, अशी एक सुखद भावना माझ्या मनात होती.

दुसऱ्या दिवशी मी लवकरच उठलो. स्नानगृहात गेलो. प्रवचन वाचून काढलं. गुडघे टेकून प्रार्थना केली की, यासाठी जो मला पैसे देणार आहे, अशा दात्याच्या कानी हे प्रवचन पडावं.

मी तशी प्रार्थना करत होतो आणि काय आश्चर्य. जणू ते पैसे घेऊन कुणीतरी उभं आहे, असं मला वाटलं. त्या भारावलेल्या अवस्थेतच मी प्रवचनासाठी बाहेर पडलो.

प्रवचनाला उभं राहताना माझ्या लक्षात आलं की, मगाशी आपण प्रवचनाचे कागद खोलीतच विसरून आलोत. ते कागद घेऊन येण्याइतका वेळ नव्हता. मग मी डोळे मिटले, खोलवर श्वास घेतला आणि माझ्या मनश्चक्षूवर मला काय सांगायचं आहे, ते जणू जिवंत झालं.

त्याच अवस्थेत मी श्रोत्यांशी संवाद सुरू केला. माझी तळमळ, माझं स्वप्न शब्दरूप घेऊन त्यांच्यापर्यंत पोहोचत होतं. मी जणू ईश्वराशीच बोलतोय असं मला वाटत होतं. इतका मी माझ्या स्वप्नानं पछाडला गेलो होतो.

माझ्या हाती जर मला अपेक्षित असलेली दहा लक्ष डॉलर्सची रक्कम आली, तर मला एक असं महाविद्यालय उभारायचं आहे, ज्यात तरुण मुलं कालसुसंगत व्यावसायिक शिक्षण घेतील आणि शिक्षणातून स्वतःचा मानसिक विकासही साधतील. माझी सर्व कार्ययोजना मी विस्तारानं विशद केली.

मी प्रवचनातून बीज रोवलं, आता श्रोत्यांच्या प्रतिसादाची वाट बघत स्थानापन्न झालो आणि चमत्कार घडला.

साधारण तिसऱ्या रांगेतून एक गृहस्थ व्यासपीठाकडे आला. त्यानं माझ्याशी हस्तांदोलन केलं आणि मला म्हणाला की, माझं नाव फिलीड डी. आर्थर. मला तुमचं प्रवचन आवडलं. इच्छित रक्कम मिळाल्यास आपण आपली योजना उत्तमरीतीनं अमलात आणाल, याचा मला विश्वास आहे. उद्या सकाळी आपण माझ्या कार्यालयात या आणि आपल्याला अपेक्षित असलेली रक्कम घेऊन जा.

फ्रँक गुनसाल्स, आर्थर यांच्या कार्यालयात गेला आणि कार्यपूर्तीसाठीची रक्कम घेऊन आला. त्या रकमेतून आर्थर इन्स्टिट्यूट ऑफ टेक्नॉलॉजी या संस्थेची त्यानं उभारणी केली, जिचं आता इलिनॉय इन्स्टिट्यूट ऑफ टेक्नॉलॉजी असं नामकरण झालं आहे.

गुनसाल्सला ते एक दशलक्ष डॉलर्स ज्यामुळे मिळाले ती गोष्ट म्हणजे आपल्या स्वप्नातील त्याची कल्पना आणि त्या स्वप्नपूर्तीसाठीची ज्वलंत इच्छा!

गुनसाल्सनं स्वतःच्या मनाशी ठाम निश्चय केला आणि अवघ्या छत्तीस तासांत त्याचं स्वप्न सत्यात उतरलं.

जर या तरुणानं आपल्या कार्ययोजनेचा अर्धवट विचार केला असता, त्याबाबतची अंधुकशी आशा बाळगली असती, तर यात फारसं काही वेगळं नव्हतं. कारण त्या आधी वा त्यानंतर असा विचार अनेकांनी केला असेलच. मात्र त्या शनिवारचा त्याचा निर्णय सगळं काही बदलून टाकणारा होता. त्याक्षणी अनिश्चितता दूर करून तो ठामपणे म्हणाला की, मी ते पैसे आठवडाभरातच मिळवणार.

इच्छापूर्तीच्या दिशेनं ठाम पाऊल टाका, आत्मविश्वासानं कार्यपूर्तीसाठी तयार व्हा, जगातल्या सर्व चांगल्या शक्ती, अज्ञात असल्या तरी तुमच्या मदतीला येतातच, याच तत्त्वाच्या आधारानं गुनसाल्स आपल्या कार्ययोजनेत यशस्वी झाला आणि तीच गोष्ट आजही तितकीच लागू पडते.

कल्पनेचं पैशात रूपांतर करण्याचा मार्ग

आसा कँडलर आणि फ्रँक गुनसाल्स यांची यशोगाथा वाचल्यास त्या दोघांच्यात एक गोष्ट सारखी आहे, असं जाणवतं. ती म्हणजे निश्चित हेतू आणि निश्चित योजना अशा एकत्र आल्या तर निर्माण होणाऱ्या ताकदीमुळे, शक्तीमुळे तुम्ही कल्पनेचं पैशात रूपांतर करू शकता, यावर त्या दोघांनाही असणारा ठाम विश्वास.

जर तुम्हाला वाटत असेल की, प्रामाणिकपणे अपार कष्ट केल्यासच तुम्हाला संपत्ती मिळते, तर तुमचं वाटणं नक्कीच खरं नाही. कारण अमाप संपत्ती मिळण्याला अपार कष्ट लागतात; पण त्याला निश्चित अशा हेतूची आणि कार्ययोजनेची जोड मिळणं अत्यंत गरजेचं आहे. संधी, नशीब असल्या गोष्टींनी संपत्ती मिळेलच असं काही नाही.

कल्पनेचा जन्म होतो विचारातून. कल्पनेला जेव्हा तुम्ही आवाहन करता, तेव्हा विचार कार्य करण्यास सुरू करतो म्हणूनच चाणाक्ष विक्रेत्याच्या वस्तू ज्या प्रमाणात विकल्या जातात, तितक्या एखाद्या सर्वसामान्य विक्रेत्याच्या वस्तू विकल्या जातीलच, असं नाही. कारण विचारांची विक्री होते; वस्तूंची नव्हे, याची त्या विक्रेत्याला पूर्ण माहिती असते.

एका स्वस्तातल्या पुस्तक विक्रेत्याच्या लक्षात आलं की, लोक फक्त शीर्षक पाहून पुस्तक विकत घेतात. पुस्तकात आत काय लिहिलंय,

हे पाहण्याचीही ते तसदी घेत नाहीत. मग त्या विक्रेत्यानं आपलं डोकं लढवलं. एका फारशा विकल्या न जाणाऱ्या पुस्तकाचं त्यानं फक्त मुखपृष्ठ व शीर्षक बदललं. आतल्या एका ओळीतही त्यानं बदल केला नाही. त्याची युक्ती सफल झाली आणि त्याच पुस्तकाच्या लक्षावधी प्रती संपल्याही.

गोष्ट अगदी साधी होती; पण यामागं होता तो फक्त एक विचार आणि एक कल्पना.

विचार किंवा कल्पनेची नेमकी अशी किंमत ठरवता येत नाही. विचारांचा निर्माताच त्याचं मूल्य ठरवतो आणि चाणाक्ष निर्मात्याला ते मिळतंदेखील.

कल्पनेचा निर्मिक आणि त्या कल्पनेचा विक्रेता जेव्हा एकत्र येतात, त्यांच्यात सुसंवाद घडतो, त्यातून नशीब जन्माला येतं. कार्नेगींकडे विचार होता. तो विचार प्रत्यक्षात आणणाऱ्या माणसांची फौज त्यांच्या आजूबाजूला होती. ते विचार कार्यान्वित झाले आणि यातूनच अमाप संपत्ती निर्माण झाली.

लाखो लोक अशी एखादी संधी, असा एखादा क्षण आपल्या आयुष्यात येईल आणि आपण श्रीमंत होऊ असं स्वप्न बघत असतात. तो क्षण कदाचित येईलही पण असेल हरी तर देईल खाटल्यावरी अशी नुसती वाट बघणं योग्य नाही, त्याला परिश्रमांचीही जोड मिळणं अत्यंत गरजेचं आहे.

माझ्या जीवनातही तो क्षण आला आणि माझं अवघं आयुष्य पालटलं. मात्र त्यामागं माझे तब्बल २५ वर्षांचे श्रम होते.

त्या सुदैवी क्षणी अँड्रयू कार्नेगींची आणि माझी भेट झाली. त्यांनी मला सहकार्याचा हात दिला, त्या क्षणानंच माझ्या मनात यशाचं सुयशात रूपांतर करण्याचं बीज पेरलं. गेली २५ वर्षं झालेल्या संशोधनांचा लाभ आज अनेक जणांना मिळतोय आणि अनेकांची नशिबं त्यामुळे फळफळली आहेत. त्याची सुरुवातही साधीच होती. कुणीही सहज विकसित करू शकेल, अशी सोपी कल्पनाही होती.

अँड्रयू कार्नेगींमुळे हा क्षण माझ्या आयुष्यात आला खरा पण त्यामागं माझे अथक परिश्रम होते. दृढनिश्चय, निश्चित असा हेतू, लक्ष्यापर्यंत जाण्याची तीव्र इच्छा आणि त्यासाठी २५ वर्षांचे कष्ट. दरम्यानच्या काळात निराशा आली, निरुत्साह दाटला, तात्कालिक अपयशामुळे टीकाही झाली

आणि वेळ फुकट चालल्याची टोचणीही मनाला लागली. मात्र माझी इच्छा सर्वसामान्य नव्हती, ती विलक्षण होती, झपाटलेली होती म्हणूनच या सगळ्याला ती पुरून उरली.

कार्नेगींनी माझ्या मनात तो विचार रुजवला, त्याला खतपाणी घातलं, तो वाढवला. हळूहळू तो विचार इतका विस्तारला की, त्याला त्याचीच एक शक्ती मिळाली. त्या शक्तीनं मला सतत टोचणी लावली. तुम्ही एखाद्या विचाराला जन्म देऊन त्याचं संगोपन केलंत, दिशा दिलीत कार्यप्रवृत्त केलंत, तर तो इतका शक्तिशाली होतो की, येणाऱ्या सगळ्या विरोधांना तो मोडून काढतो. विचार ही जरी निर्विकार शक्ती असली तरी ती अतिशय शक्तिशाली आहे. हे विचार अमर असतात. त्यांच्या निर्मात्याचा जरी मृत्यू झाला, तरी ते जिवंत राहतात, अमर राहतात.

• • •

प्रकरण ७

सुसंबद्ध योजना

इच्छेचं रूपांतरण क्रियेत करा
संपत्तीच्या वाटेवरचं सहावं पाऊल

माणसाच्या प्रत्येक गोष्टीचं बीज हे सुरुवातीला त्याच्या इच्छेत दडलेलं असतं. ती इच्छा हा आपल्या प्रवासाचा पहिला टप्पा आहे. पुढच्या टप्प्यात कल्पनेद्वारा इच्छेचं रूपांतर अपेक्षित गोष्टीत केलं जातं.

दुसऱ्या प्रकरणात आपण पाहिलं की, आपली संपत्ती मिळवण्याची इच्छा प्रत्यक्षात आणण्यासाठी निश्चित कार्ययोजनेची गरज असते. या कार्ययोजनेची सहा पावलं आहेत. ज्याचं पहिलं पाऊल आहे निश्चित, व्यावहारिक अशी कार्ययोजना तयार करणं, ज्याद्वारे आपलं ध्येय आपण गाठू शकू.

आपल्यासाठी उपयुक्त ठरतील अशी कार्ययोजना कशी तयार करायची, त्यासाठीच्या आवश्यक सूचनांचा आता विचार करू –

१. मागील प्रकरणात म्हटलं तसं आपल्याला जमतील तेवढ्या लोकांचा एक असा गट बनवा की, त्यांच्या साहाय्यानं (त्यांची बुद्धी) आपण मास्टर माइंडचा उयोग करू शकू. ज्याद्वारे संपत्ती मिळवण्याच्या आपल्या योजनेची आखणी करून तिची अंमलबजावणी करू शकू. (ही सूचना अत्यंत महत्त्वपूर्ण आहे.)

२. या गटातील आपल्या प्रत्येक सहकाऱ्याला त्याच्या सहकार्याबद्दल आपण काय मोबदला देणार आहोत, हे आधीच ठरवायला हवं. कारण

मोबदला दिल्याशिवाय काही मिळत नाही, हे लक्षात ठेवा. अर्थात प्रत्येक सुज्ञ माणूस विनामोबदला कुणाकडूनही कुठल्याच गोष्टीची अपेक्षा करत नाही. तो मोबदला पैशाच्या रूपात असू शकतो वा इतर कुठल्याही रूपात.

३. जोपर्यंत तुमची योजना निश्चित रूप घेत नाही, तोपर्यंत तुमच्या गटातील सदस्य कायम एकमेकांना भेटतील - आठवड्यात किमान दोन वेळा याची काळजी घ्या.

४. तुमच्यात व मास्टर माइंड गटातील सदस्यांमध्ये सुसंवाद असणं अत्यंत गरजेचं आहे. जर असा सुसंवाद नसेल, तर तुमची योजना अयशस्वीही होऊ शकते. मास्टर माइंड तत्त्वांचं कार्य योग्य रीतीनं होण्यासाठी हा सुसंवाद अतिशय महत्त्वाची भूमिका बजावतो.

पुढील गोष्टी नीट ध्यानात घ्या

एकः तुम्ही स्वतःसाठी जी योजना बनवत आहात त्यात यश मिळवण्यासाठी ही योजना १००% अचूक असेल, याची खबरदारी घ्या.

दोनःतुमच्या गटातील अन्य सदस्यांचा त्यांचं शिक्षण, अनुभव, स्थानीय क्षमता, कल्पनाशक्ती या सगळ्याचा पुरेपूर उपयोग करून घ्या. आजपर्यंत ज्या ज्या लोकांनी भव्यदिव्य यश मिळवलं आहे, त्यांनीही असंच केलं आहे.

जगातल्या कुठल्याच एका व्यक्तीकडे यश मिळवण्यासाठी लागणारा अनुभव, क्षमता, ज्ञान असं सर्वकाही नसतं. जर यश मिळवायचं असेल, तर तुम्हाला इतरांच्या सहकार्याची नितांत गरज आहे. मिळालेलं यश हे तुमच्या एकट्याचं नाही, तर ते तुमच्या सांघिक प्रयत्नांचं यश आहे. जरी योजना पूर्णतः वा अंशतः तुमची असली तरी यश मिळवण्यासाठी ती तुमच्या सहयोगी गटासमोर मांडा आणि त्यांचीही मान्यता घ्या.

पहिली योजना अयशस्वी ठरल्यास दुसरीसाठी पुन्हा प्रयत्न करा

कुठल्याही गोष्टीत यश मिळवायचं असेल, तर प्रयत्नांचं सातत्य अत्यंत आवश्यक आहे. तुमची पहिली योजना जर अयशस्वी ठरली, तर दुसऱ्यावर काम करा, तीही अयशस्वी झाल्यास तिसऱ्यावर. मात्र यश मिळाल्याशिवाय प्रयत्न सोडू नका. अपयशी होणाऱ्या लोकांबाबत असं आढळतं की, एकदा

अपयश आलं की ते खचून जातात आणि प्रयत्न करणं सोडून देतात. यश मिळवण्यासाठी चिकाटी अत्यंत गरजेची आहे.

जर तुमची योजना प्रत्यक्षात येण्यासारखी नसेल, व्यवहार्य असेल, तर प्रचंड हुशार माणसानं कितीही प्रयत्न केले, तरी त्याला यश मिळत नाही, हे चिरकालीन सत्य आहे. जरी तुमची योजना पहिल्या प्रयत्नात अयशस्वी ठरली तरी तो काही कायमस्वरूपी पराभव नाही. अपयश ही यशाची पहिली पायरी आहे, हे कायम लक्षात ठेवा आणि पुन्हा एकदा नव्या उमेदीनं नव्या योजनेसाठी सज्ज व्हा.

एखादं अपयश येतं तेव्हा ते हेच सूचित करतं, की तुमच्या योजनेत काहीतरी त्रुटी राहिली आहे. ती शंभर टक्के त्रुटीविरहित नाही. जगात आपल्याला असंख्य दुःखी, दरिद्री लोक दिसतात कारण आपलं नशीब बदलवू शकेल, अशी परिपूर्ण योजना ते तयार करत नाहीत.

योजनेच्या परिपूर्णतेइतकं मोठं दुसरं काहीच नाही. अगदी तुमचं यशही नाही. माणूस प्रयत्न सोडून देऊन मनानं हार स्वीकारेल, तरच तो अयशस्वी होईल, अन्यथा कधीही नाही.

पूर्व-पश्चिम असा लोहमार्ग सुरू करण्याच्या पहिल्या प्रयत्नात जेम्स जे. हिल हे अपयशी ठरले, कारण त्यासाठी आवश्यक तितकं भांडवल ते उभं करू शकले नाहीत. मात्र त्यांनी आपल्या त्रुटी ध्यानात घेऊन, त्यांवर मात करत दुसरी योजना बनवली आणि यशस्वी झाले.

हेन्री फोर्ड यांचा मोटार बनवण्याचा प्रवासही तसा सोपा नव्हता. कारण सुरुवातीलाच नव्हे, तर यशस्वी झाल्यावरही त्यांना तात्कालिक अपयशाला सामोरं जावं लागत होतंच. यावर मात करण्यासाठी त्यांनी पुन्हा एकदा कार्ययोजनेची आखणी केली आणि आर्थिक संपन्नतेकडे वाटचाल केली.

आपल्या आजूबाजूला असणाऱ्या यशस्वी लोकांचे यश, कमावलेलं नशीब इतकंच आपण बघत असतो. मात्र या प्रवासादरम्यान त्यांनाही कधीतरी अपयशाला सामोरं जावं लागलं असतं. ते मात्र आपल्याला दिसत नाही वा आपण तिकडे अगदी सहज दुर्लक्ष करतो.

वरील तत्त्वज्ञान समजून घेतलं की, एक गोष्ट नक्की जाणवते. ती ही की, अपयशावाचून यशाचा मार्ग सापडत नाही. अपयश आल्यास ते आपल्या योजनेत अजूनही अचूकता नाहीये, हेच एक ते वारंवार सांगत असतं, तेव्हा त्या अपयशाचा स्वीकार करा, चुकांचा अभ्यास करा, त्या

सुधारा आणि आता पुन्हा एकदा एक निर्दोष योजना तयार करा आणि तुमचं ध्येय गाठण्यासाठी प्रयत्नाला लागा. पळपुटा माणूस कधीच जिंकत नाही आणि विजयी होणारा माणूस कधीच रणांगण सोडून पळ काढत नाही, हे वाक्य तुमच्या मनात कोरून ठेवा. ठळक अक्षरात भिंतीवर ते अशा जागी लावा की जिथून ते कायम तुमच्यासमोर राहील. रोज सकाळी उठल्यावर आणि रात्री झोपण्यापूर्वी तुम्हाला ते दिसेल.

अपयशानं खचून न जाणारी माणसं निवडणं हे मास्टर माइंड गटातल्या निवडीचं मूलभूत तत्त्व आहे.

पैसा पैशाकडेच जातो, असं काही जण म्हणतात. मात्र ते खरं नाही. तुमच्या इच्छेचं संपत्तीत रूपांतर करण्याचं माध्यम म्हणजे वर सांगितलेली तत्त्वं. कारण पैसा अचल आहे. त्याला ना बोलता येतं, ना इकडून तिकडे जाता येतं. विचारही करता येत नाही. मात्र त्याला आपल्याकडे येण्याची मनापासून घातलेली साद त्याला नक्की ऐकू येते.

योजना व्यक्तिगत सेवाविक्रीची

कुठल्याही व्यवसायाच्या यशासाठी नेमकी योजना अत्यंत आवश्यक असते. व्यक्तिगत सेवांद्वारे संपत्ती मिळवणाऱ्या लोकांसाठी आवश्यक अशा सूचना पुढे दिल्या आहेत.

प्रत्येक मोठ्या व्यवसायाची सुरुवात ही अगदी लहानशा सेवाविक्री व्यवसायातून झालेली असते. हे विधान सर्वच नवोदितांची उमेद वाढवणारं आहे. ज्याच्यापाशी कुठलीच स्वतःची अशी संपत्ती नसते, त्याच्याजवळही विचार, कल्पना असतातच.

बऱ्याचशा पुढाऱ्यांच्या कारकिर्दीची सुरुवात अनुयायी म्हणूनच होते

जगातल्या लोकांचं निरीक्षण केलं तर दोन प्रकार आढळतात, नेते मंडळी आणि अनुयायी. सगळ्यात आधी आपल्याला कोण व्हायचंय, हे निश्चित करा. आपल्याला आयुष्यभर अनुयायीच राहायचंय की पुढारी, हे निश्चित करणं महत्त्वाचं आहे. या दोघांना मिळणाऱ्या मोबदल्यात खूप फरक आहे. अनुयायाला जरी त्याची तशी अपेक्षा असली तरी कधीही पुढाऱ्याला मिळणाऱ्या मोबदल्याइतका मोबदला मिळत नाही.

एखाद्याच्या कारकिर्दीची सुरुवात अनुयायी म्हणून झाली असेल, तर त्यात काही शरम वाटण्यासारखी गोष्ट नाही. मात्र आयुष्यभर अनुयायी म्हणूनच राहणं, ही मात्र नक्कीच ओशाळवाणी बाब आहे. बऱ्याच नेतेमंडळींची कारकीर्द ही पुढारी म्हणूनच सुरू झालेली असते. मात्र ते पुढे पुढारीपदापर्यंत पोहोचतात ते अंगभूत हुशारीच्या जोरावर. प्रत्येक अनुयायी आपल्या पुढाऱ्याचं बारकाईनं निरीक्षण करत असतो. आपल्यातले नेतृत्व गुण तो झपाट्यानं विकसित करतो, त्याचबरोबर नेतृत्व करण्यायोग्य ज्ञानही मिळवतो.

नेतृत्वगुणाची लक्षणं

१. स्व-जाणीव व व्यवसायावर आधारित, स्थिर साहस : प्रत्येक नेत्याकडे आत्मविश्वास व साहस असावंच लागतं. ज्याच्याकडे हे गुण नसतात, असं कुठलंही नेतृत्व फार काळ टिकत नाही.

२. स्व-नियंत्रण ज्याचं स्वतःवर नियंत्रण असतं, तोच समाजावर, आपल्या अनुयायांवर नियंत्रण ठेवू शकतो. योग्य नियंत्रणामुळे नेतृत्वाचा आदर्श निर्माण होतो व त्याला अनुयायी मिळतात.

३. न्यायाची जाणीव - पुढाऱ्याचं वागणं जर निष्पक्षपातीपणाचं असेल, तरच त्याला अनुयायांचा आदर मिळू शकतो. त्याचंच नेतृत्व मान्य केलं जातं.

४. निर्णयाबाबत ठामपणा ज्या व्यक्तीचा स्वतःवर विश्वास नसतो, त्याचे निर्णयही ठाम नसतात आणि याचं प्रतिबिंब त्याच्या पुढारपणातही पडतं, त्यामुळे आत्मविश्वासपूर्वक निर्णय घेणं हे नेतृत्वासाठी अत्यावश्यक आहे.

५. निश्चित योजना - प्रत्येक यशस्वी पुढाऱ्याचा हा गुण आहे की, तो आधी योजना तयार करतो आणि नंतर त्या योजनेनुसार काम करतो. कुठलीही योजना तयार केल्याशिवाय तो अंदाजानं पाऊल टाकतो, त्याची स्थिती सुकाणू नसलेल्या दिशाहीन जहाजाप्रमाणं असते, कारण असं जहाज नियंत्रण हरवल्यामुळे खडकावर आदळू शकतं.

६. मिळणाऱ्या मोबदल्यापेक्षा अधिक काम करण्याची सवय - अनुयायांपेक्षा जास्त काम करावं लागणं आणि तेही स्वेच्छेनं, ही जणू पुढारी म्हणून मिळालेली शिक्षाच असते.

७. उमदं व्यक्तिमत्त्व - नेतृत्वाचं व्यक्तिमत्त्व हे उमदं, प्रसन्न असावं लागतं. गबाळा राहणारा, इतरांबाबत बेफिकीर माणूस उत्तम नेता बनू शकत नाही. कारण नेतृत्वाला आदर मिळावा लागतो. तुम्ही जर सर्वसामान्यांपेक्षा उच्च, श्रेष्ठ असाल, तरच तुमचे अनुयायी तुम्हाला आदर देतात.

८. सहानुभूती आणि समज - आपल्या अनुयायांबाबत सहानुभूती असणं आणि त्यांच्या समस्यांची जाण असणं प्रत्येक नेत्यासाठी महत्त्वाचं आहे.

९. माहितीवर प्रभुत्व - प्रत्येक यशस्वी नेत्याला आपल्या जबाबदारीची सांगोपांग माहिती असणं अत्यंत गरजेचं आहे.

१०. जबाबदारी स्वीकारण्याची तयारी - आपल्या अनुयायांच्या चुका वा उणिवांची संपूर्ण जबाबदारी स्वीकारण्याची नेतृत्वाची तयारी असली पाहिजे. जो अशी जबाबदारी घेण्याचं नाकारतो, त्याचं नेतृत्व दीर्घकाळ टिकून राहत नाही. आपल्या अनुयायांची चूक वा अक्षमता जणू आपली स्वतःची आहे, असं मानून त्याचा स्वीकार नेतृत्वानं करणं गरजेचं आहे.

११. सहकार्य - सहकार्याचं महत्त्व समाजजीवनात खूप महत्त्वपूर्ण ठरतं. हे महत्त्व नेत्यालाही कळलं पाहिजे आणि ते त्यानं आपल्या अनुयायांनाही समजून सांगितलं पाहिजे.

आपल्या आजूबाजूला दोन प्रकारची नेतृत्व बघायला मिळतात. एक सर्वांच्या अनुमतीनं प्रदान केलेलं आणि दुसरं लादलेलं नेतृत्व. पहिल्या प्रकारच्या नेतृत्वाला अनुयायांचा पाठिंबा, प्रेम व सहानुभूती मिळते मात्र दुसऱ्या प्रकारच्या नेतृत्वाला प्रेम, आदर, सहानुभूती मिळत नाही.

लादलेलं नेतृत्व हे दीर्घकाळ टिकत नाही, याचे अनेक दाखले इतिहासात मिळतात. नेपोलियन, हिटलर, मुसोलिनी व जुलमी राजे ही अशीच उदाहरणं आहेत. लादलेलं नेतृत्व जरी लोकांनी स्वीकारलं तरी ते अनिच्छेनंच स्वीकारलेलं असतं.

आधुनिक युगातील नेतृत्वासाठी वरील सर्व गुणांचा समावेश तुमच्या व्यक्तिमत्त्वात असणं आवश्यक आहे आणि अशा व्यक्तीसाठी नेतृत्वाच्या अगणित संधी उपलब्ध होतात.

नेतृत्वाच्या अपयशाची मुख्य कारणं

यापुढे आपण नेतृत्व अपयशी ठरण्यासाठी काय कारणीभूत ठरतं, ते बघूया, कारण कुठल्या गोष्टी करण्याबरोबरच कुठल्या गोष्टी टाळायलाच हव्यात, हे तुम्हाला माहीत असणं, अत्यंत गरजेचं आहे.

१. तपशिलांच्या जुळणीतील अक्षमता - प्रत्येक नेत्याकडे आपल्या कामासंदर्भातले सर्व तपशील असावेत. ज्यामुळे तो आपल्या अनुयायांसाठी सर्वकाळ उपलब्ध असेल. नेता कायमच आपल्या कामात अतिशय गर्क असेल, तर आपल्या अनुयायांसाठी वेळ देणं, त्याला शक्य होणार नाही म्हणूनच प्रत्येक नेत्याकडे आपल्या कामासंदर्भातले सर्व तपशील अद्ययावत माहितीसह असावेत, ज्यायोगे आवश्यक ती माहिती तो आपल्या अनुयायांना पुरवू शकेल.

२. विनम्रतेनं सेवा देण्यातली अनिच्छा - पडेल ते काम करण्याची तयारी असणं, हा अतिशय महत्त्वाचा गुण आहे. जे काम तुमच्यासाठी इतर लोक करणार आहेत, ते काम वेळ आल्यास तुम्हीही केले पाहिजे. तुम्हाला सर्वोच्च व्हायचे असेल तर तुम्ही सेवेसाठी तत्पर असायलाच हवे.

३. मोबदल्याची अवास्तव अपेक्षा- माणसाकडे असलेल्या ज्ञानाचा माणसाला मोबदला मिळत नाही, तर तो जे आणि जेवढं काम करेल, त्यानुसारच त्याला मोबदला मिळतो.

४. अनुयायांच्या स्पर्धेची भीती - अनुयायाकडून आपलं पद धोक्यात येईल, अशा भीतीखाली वावरणाऱ्या पुढाऱ्याची भीतीही काही काळानं खरी ठरते, असं दिसतं. आपल्याला हवं ते काम आपले अनुयायी करू शकतील इतकं आपण त्यांना सक्षम बनवलं पाहिजे म्हणजेच प्रत्येक ठिकाणी व्यक्तिशः हजर न राहताही आपलं कुठलंच काम अडून राहणार नाही. आपल्याला स्वतः काम करून जो पगार मिळतो, त्यापेक्षा जास्त पगार आपण ते काम दुसऱ्याकडून करून घेण्यात मिळवतो, कारण एकावेळी अशी अनेक कामं करून घेता येतात. आपल्या कामाबाबतचं ज्ञान, आपलं व्यक्तिमत्त्व यांच्या साहाय्यानं आपल्या अनुयायांना सक्षम करता येतं, त्यांना योग्य मार्गदर्शन करून त्यांच्याकडून अधिक चांगलं काम करून घेता येतं.

५. कल्पनेचा अभाव – नेत्याला परिस्थितीची पूर्ण कल्पना असली पाहिजे आणि आकस्मिक परिस्थिती उद्‌भवल्यास त्यावर मात करण्यासाठी काय करता येईल, याचा पूर्ण विचार करून आपल्या अनुयायांना योग्य तो सल्ला दिला पाहिजे.

६. अप्पलपोटेपणा – खरा पुढारी तोच असतो, जो यशाचं अथवा केलेल्या कामाचं श्रेय एकट्यानं न लाटता त्यात आपल्या सहकाऱ्यांनाही सामील करून घेतो. कारण काम करण्यासाठी नुसता पैसा नव्हे, तर कौतुक आणि श्रेयाची भावना जास्त फायदेशीर असते, हे तो जाणून असतो.

७. संयमशीलतेचा अभाव – प्रत्येक नेता हा आपल्या वागण्या-बोलण्यात संयमी असलाच पाहिजे. कारण असंयमानं माणसाच्या कृतीचा, सहनशक्तीचा व काम करण्याच्या क्षमतेचा नाश होतो.

८. विश्वासघात – हा दुर्गुण नेत्यासाठी सर्वांत घातक आहे. जो नेता आपले अनुयायी, कनिष्ठ, वरिष्ठ अशांच्या विश्वासास पात्र ठरत नाही, गद्दारी करतो, त्याचं नेतृत्व लवकरच संपतं. हाच दुर्गुण भल्या भल्या नेत्यांनाही जमिनीवर आणतो. प्रत्येकास आपल्या वर्तणुकीप्रमाणं मान-अपमान मिळत असतो. निष्ठा नसणं हे आयुष्यातील अपयशामागचं महत्त्वपूर्ण कारण आहे.

९. सत्ता गाजवणं – आपल्या अनुयायांवर हुकूम गाजवण्यापेक्षा खरा पुढारी सहकार्यानं, प्रेमानं आपल्या अनुयायाचं नेतृत्व करतो. आपली वागणूक, समान न्याय, कामाप्रतीची समज व आपलं काम याच गोष्टींच्या आधारावर तो त्याचं नेतृत्व टिकवतो. इतर कुठल्याही गोष्टींची त्याला गरज भासत नाही.

१०. पदाची लालसा – आपल्या अनुयायांनी आपल्याला मान द्यावा, यासाठी खऱ्या नेत्याला कुठल्याही पदाची कधीच आवश्यकता नसते. त्याला आपला मान टिकवण्यासाठी पदाचं गाजर अनुयायांना सतत दाखवावं लागतं. खरा नेता अनुयायांसाठी कुठल्याच डामडौलाशिवाय, दिखाव्याशिवाय कायम उपलब्ध असतो.

नेतृत्व अपयशी ठरण्यामागची ही काही प्रमुख कारणं आहेत. यातली एक गोष्टही तुमचं नेतृत्व अपयशी ठरवायला पुरेशी आहे. जर तुम्हाला नेतृत्व करायचं असेल, तर वरच्या सर्व गोष्टींचा नीट अभ्यास करा.

नव्या नेतृत्वाची गरज असणारी काही क्षेत्रं

या प्रकरणात आपण अशा काही क्षेत्रांची माहिती करून घेऊ. ज्यात कायमच नव्या नेतृत्वाची गरज भासते, कारण प्रचलित असलेलं नेतृत्व कालांतरानं तितकंसं प्रभावशाली ठरत नाही.

- राजकारणात नव्या नेतृत्वाला सदैव मागणी असते. लोकांना आपल्याकडे खेचून घेणारा नेता सदैव हवा असतो.
- बँकिंग क्षेत्रात सतत नवनवीन बदल घडत असतात. ते योग्य तऱ्हेनं लोकांपर्यंत पोहोचवणारं नेतृत्व आवश्यक असतं.
- उद्योग क्षेत्रात नव्या नेतृत्वाला उत्तम संधी आहे. यातील भावी पुढाऱ्याला जणू आपण सार्वजनिक अधिकारी असल्यासारखी आपली वागणूक ठेवावी लागते. त्याच्यावर मॅनेजमेंटचा विश्वास असल्यानं आपला जाच इतर कुणालाही होणार नाही, याची सजगता कायम ठेवावी लागते.
- धार्मिक क्षेत्र हे आजकाल अतिशय संवेदनशील क्षेत्र बनलं आहे, तेव्हा नेते मंडळींना आपल्या अनुयायांच्या आर्थिक व व्यक्तिगत प्रश्नांची जाण हवी. भूतकाळ वा भविष्यकाळाचा विचार न करता वर्तमानाचा विचार करूनच त्यांना निर्णय घ्यावा लागतो.
- कायदा, वैद्यक व शिक्षण या क्षेत्रांत कायमच नवं नेतृत्व गरजेचं आहे, विशेषतः शिक्षण क्षेत्रात तर अधिकच. कारण शाळेतल्या शिक्षणाचा उपयोग भविष्यासाठी करून घेण्याची सवय समाजात रुजवण्याची नितांत गरज आता निर्माण झाली आहे, तेव्हा ही दृष्टी असलेल्या नेतृत्वाला अफाट मागणी भविष्यकाळात असेल.
- प्रचंड वेगानं बदलणाऱ्या या जगात वृत्तपत्रीय क्षेत्रातल्या नव्या नेतृत्वाची गरज आहे.

नवं नेतृत्व जिथं गरजेचं आहे, अशी ही काही क्षेत्रं आहेत. प्रचंड वेगानं सारं जग बदलत आहे. ज्या काही गोष्टींमुळे मानवी सवयीत बदल होतो आहे, त्या गोष्टींनाही हे बदल मान्य करावेच लागतील. ही सारीच माध्यमं मानवी प्रगतीला प्रभावित करणारी आहेत.

पदासाठी अर्ज करताना

हजारो स्त्री-पुरुषांना त्यांच्या सेवेसाठी परिणामकारक ठरलेल्या, मदतनीस झालेल्या मुद्द्यांवरून ही माहिती दिली आहे.

पुढे दिलेली माध्यमं ही व्यक्तिगत सेवा विक्रेता आणि खरेदीदार यांच्यामधला उत्तम दुवा असतात, हे या अनुभवावरून ठामपणे सांगता येतं.

१. रोजगार पुरवणाऱ्या संस्था - अशा संस्थांबद्दल नीट माहिती घेऊनच त्यांच्यामार्फत आपले अर्ज सादर करावेत. तुलनेनं अशा संस्था अगदी मोजक्या आहेत.

२. वृत्तपत्रातल्या जाहिराती - वृत्तपत्र, रोजगार वार्तापत्र, नियतकालिकं यातल्या जाहिराती विश्वासार्ह असतात. कारकुनाची व इतर नोकऱ्यांच्या जाहिराती छोट्या जाहिराती या सदरात येतात. मात्र मोठ्या अधिकाराच्या जाहिराती वृत्तपत्रात विशिष्ट जागी दिलेल्या असतात. या जाहिराती खास विशेषज्ञांकडून तयार करून घेतलेल्या असतात, ज्यात नोकरीसाठीच्या अपेक्षा विशेषत्वानं नमूद केल्या जातात.

३. व्यक्तिगत अर्ज - एखादा कार्यालयात वा एखाद्या व्यक्तिगत सेवेसाठी अर्ज करायचा असेल, तर त्यांनाच उद्देशून अर्ज करणं, ही एक परिणामकारक पद्धत आहे. असा अर्ज छान टाइप करून स्वाक्षरी केलेला असावा. पत्रासोबत अर्जदाराची सर्व शैक्षणिक, वैयक्तिक माहिती, शिक्षण, अनुभव, इत्यादी सर्वांची माहिती असावी. अशी माहिती एखाद्या जाणकाराकडून लिहून घेतल्यास त्यात तुमची शैक्षणिक पार्श्वभूमी, विशेष सन्मान तुमचे गुण यांचे प्रभावशाली प्रतिबिंब उमटलेलं दिसतं.

४. ओळखीतून अर्ज पाठवणं - तुम्हाला शक्य असेल तर तुम्ही तुमच्या अशा एखाद्या परिचितामार्फत अर्ज सादर करू शकता, जो तुमच्या नोकरीदात्यालाही ओळखत असेल. तुमच्याबद्दलची प्रशंसा तिऱ्हाईतामार्फत कानावर गेल्याचा फायदा तुम्हाला नोकरी मिळण्यात होऊ शकतो. विशेषतः वरिष्ठ जागांसाठी ही पद्धत जास्त लाभदायक ठरते.

५. स्वतःच अर्ज सादर करणं - एखाद्या स्थानासाठी भरती होत आहे किंवा तिथं उपलब्धी आहे, हे कळल्यास तुम्ही स्वतःच त्यासाठीचा अर्ज नेऊन स्वतः भेटू शकता. तुमच्या अर्जात तुमच्या सर्व प्रभावी

क्षमतांचा, गुणवत्तेचा स्पष्ट उल्लेख हवा, ज्यामुळे संभाव्य मालक आपल्या सहकाऱ्यांशी चर्चा करून तुमच्याबाबतचा निर्णय घेऊ शकतो.

अर्जात नमूद करावयाची माहिती

कोर्टात आपली केस (खटला) लढण्यासाठी वकील जेव्हा उभा राहतो, तेव्हा त्यानं आपल्या खटल्याचा पूर्ण अभ्यास केलेला असतो आणि टाचण बनवलेलं असतं. कुठल्याही पदासाठी अर्ज करताना आपणही त्याचा पूर्ण अभ्यास करायला हवं आणि नेमका आणि नेटका अर्ज करायला हवा. जर तुम्हाला अर्ज कसा करावा याचा अनुभव नसेल, तर त्यासाठी एखाद्या जाणकाराचा सल्ला अवश्य घ्या. आपल्या उत्पादनाची विक्री होण्यासाठी उत्पादक जाहिरात कंपनीचा सल्ला घेऊन त्याची उत्तम जाहिरात करतो. ज्यामुळे त्याच्या उत्पादनाचे सगळे गुण गिऱ्हाइकाला कळतात.

आपल्या अर्जात पुढील माहितीचा समावेश असणं अत्यंत गरजेचं आहे.

शिक्षण – आपल्या शैक्षणिक पार्श्वभूमीबद्दल थोडक्यात पण नेमकी माहिती द्यावी. तुम्ही मिळवलेल्या प्रावीण्याचाही उल्लेख करावा.

अनुभव – ज्या पदासाठी तुम्ही अर्ज केला असेल, त्या संदर्भातील पूर्वानुभव असल्यास, तोही नमूद करावा. त्याचबरोबर या आधी तुम्ही जिथं काम केलं असेल त्याचं नाव – पत्त्यासकट शक्य तितकी सगळी माहिती द्यावी.

संदर्भ – तुमच्याबद्दल पूर्वानुभव, विशेष कौशल्य हे सारं जाणून घ्यायला नवीन मालक/अधिकारीही उत्सुक असतो. कारण हे पद जर विशिष्ट जबाबदारीचं असलं, तर ही माहिती त्यांच्यासाठी उपयुक्त व आवश्यक असते. तुमच्या अर्जासोबत पुढील छायाप्रतीही जोडाव्यात.

- आधी नोकरी करत असलेल्या मालकाचं / अधिकाऱ्याचं पत्र
- तुमच्या माजी शिक्षकाचं पत्र
- तुमच्या बद्दल विशेष अभिमानानं सांगतील अशा सन्माननीय व्यक्तीचं शिफारस पत्र.

छायाचित्र – अर्जासोबत तुमचं सध्याचं छायाचित्र अवश्य जोडावं.

विशिष्ट पदासाठीचा अर्ज – नेमक्या पदाचा उल्लेख न करता अर्ज करणं

टाळा. पदाचा नेमका उल्लेख न केल्यानं विशिष्ट पदासाठी लागणारी पात्रता तुमच्याकडे नाही, असा याचा अर्थ होतो.

नेमक्या, विशिष्ट स्थानासाठी अर्ज करा. तो अर्ज करताना तुम्हीच त्या पदासाठी कसे पात्र आहात, ते विशेषत्वानं नमूद करा. त्याची कारणं स्पष्टपणे लिहा. तुमच्या अर्जातला हाच सगळ्यात महत्त्वाचा भाग आहे. रिक्त जागेसाठी तुमचाच विचार का व्हावा, या प्रश्नाचं उत्तर तुमच्याच अर्जातून स्पष्ट होतं.

नोकरीत कायम होण्यापूर्वी काही काळ उमेदवारी करण्याची तुमची तयारी असल्याचंही अर्जात नमूद करा. ही सूचना कदाचित विचित्र वाटेल; पण हा सल्ला फायदेशीरच आहे. तुमचा तुमच्या क्षमतांवर पूर्ण विश्वास असल्याचंच यातून स्पष्ट होतं. तुमच्या गुणांची पारख झाल्यास आणखी उत्तम. तशी तयारी अर्जातच तुम्ही दाखवली, तर त्यातून तुमचा आत्मविश्वास ठळकपणे दिसतो.

तुमच्या अर्जात पुढील गोष्टीही स्पष्टपणे नमूद केल्या आहेत, याची काळजी घ्या -

१. अर्जातील पदाबाबतचा तुमचा आत्मविश्वास.
२. तुमच्या संभाव्य मालकाकडून/अधिकाऱ्याकडून तुमचीच निवड केली जाण्याचा तुम्हाला असलेला विश्वास.
३. ते पद आपल्याला मिळणारच याबाबत तुम्हाला असलेला आत्मविश्वास.

संभाव्य व्यवसायाचं आवश्यक ज्ञान -

- तुम्ही ज्या पदासाठी अर्ज करू इच्छित असाल, त्या आधी त्या व्यवसायासंबंधी आवश्यक ती सर्व माहिती मिळवून तिचा अभ्यास करा म्हणजेच तुम्हाला त्या क्षेत्रातलं ज्ञान आहे हे समोरच्याला कळेल व तुमची छाप पडेल. यातून तुमची कष्टाळू, अभ्यासूवृत्ती व चौकसवृत्ती यांचा अंदाज येतो.

कायद्यातील निष्णात वकील आपला प्रत्येक खटला जिंकतोच असं नाही. जो आपल्या प्रकरणाचा सखोल अभ्यास करतो, तोच खटला जिंकतो म्हणूनच जर तुम्ही अर्ज करतानाच पूर्ण तयारीनिशी केला, तर तुम्ही अर्धी लढाई जिंकलीच असं समजा.

ही माहिती नमूद केलेला तुमचा अर्ज कदाचित मोठा होईल; पण हरकत नाही. कारण तुम्हाला जितकी नोकरीची गरज आहे, तितकीच गरज समोरच्यालाही सुयोग्य उमेदवाराची आहे. सुयोग्य सहकाऱ्यांच्या निवडीवरच बऱ्याचदा यशस्वी व्यावसायिकांचं यश अवलंबून असतं. कारण तुमची संपूर्ण माहिती उपलब्ध असणं त्यांच्यासाठी आवश्यक असतं.

तुमचा अर्ज जितका व्यवस्थित, नीटनेटका व सुयोग्य माहिती असलेला असेल, तितकाच तो व्यक्तिमत्त्वाची ओळख करून देणारा ठरेल. अशा अर्जावरून तुमचं व्यक्तिमत्त्व एका कष्टाळू, अभ्यासू व्यक्तीचं आहे, हेच प्रतीत होत असतं. मी माझ्या गिऱ्हाइकांना अशी सुव्यवस्थित निवेदन पत्रं तयार करून दिली, ज्यामुळे वैयक्तिक मुलाखतीची गरज उरली नाही. त्यांच्या निवडीसाठी एकदा का तुमचा हा अर्ज तयार झाला की, तो सुबकपणे एकत्र करा. अर्जात वापरलेल्या अक्षरांचा आकार, टाइप सुबक हवा.

ब्लॅक कंपनी इंकच्या अध्यक्षांच्या
खाजगी चिटणीस पदासाठी
रॉबर्ट के स्मिथ यांची संक्षिप्त माहिती

मुखपृष्ठाचा व मलपृष्ठाचा कागद जाड हवा. अर्ज ज्यावर टाइप करणार असाल, तो कागद उत्तम प्रतीचा असेल, याकडे लक्ष द्या. ज्या संस्थेसाठी आपल्याला अर्ज करायचा आहे, त्यानुसार नावात वेळोवेळी बदल करा. तुमचा सध्याचा फोटो योग्य त्या ठिकाणी लावा. या सर्व सूचनांचं काळजीपूर्वक पालन करा आणि त्यात आवश्यक ते बदलही करा.

सर्वच यशस्वी विक्रेते स्वतःला घडवण्यासाठी खूप कष्ट घेतात. कारण प्रथम पडलेली छाप आयुष्यभर टिकते, याची त्यांना चांगलीच जाणीव असते. तुमचा अर्ज हा जणू काही तुमच्या उत्पादनाचा विक्रेताच आहे म्हणून त्याला असं छान सजवा, देखण्या रूपात प्रस्तुत करा की, तो हजारोंच्यातही उठून दिसेल. अर्थात तुम्हाला अपेक्षित असलेलं स्थान जर वेगळं असेल, महत्त्वाचं असेल, तर त्यासाठी वेगळी, थोडी जास्त मेहनतही घ्यायलाच हवी. तुमची उत्तम छाप जर संभाव्य मालकावर पडली, तर कदाचित तुम्हाला अपेक्षित मोबदल्यापेक्षा जास्तही मोबदला मिळू शकेल, तो तुम्हाला सामान्य पद्धतीनं अर्ज पाठवल्यास मिळाला असता. जर तुम्ही एखाद्या रोजगार देणाऱ्या संस्थेमार्फत वा एम्प्लॉयमेंट एजन्सीमार्फत अर्ज करत

असाल, तर तुमच्या वैयक्तिक माहितीच्या आणखी काही प्रती त्यांच्याकडे देऊन ठेवा व तुमच्यासाठी इतरत्रही प्रयत्न करण्यास त्यांना सांगा. त्यातून तुम्हाला कदाचित या एजन्सीकडे वा संभाव्य कंपनीत अग्रक्रम मिळू शकेल.

अपेक्षित स्थान कसं प्राप्त कराल?

जे स्थान/पद उच्च दर्जाचं असतं, तिथं काम करायला प्रत्येक जण उत्सुक असतो. चित्र काढणारा चित्रकार, कलाकृती घडवणारा कलाकार वा लेखनात रमलेला लेखक हे कायमच आपल्या कामातून आनंद घेत असतात. मात्र ज्यांची अशी विशेष प्रतिभा लक्षात येत नाही, त्यांना कदाचित उद्योग-व्यवसायाची आवड असू शकते. अमेरिकेत व्यवसाय, शेती, उद्योग, व्यापार, धंदा या सर्वच क्षेत्रांत आपल्या नागरिकांना पूर्ण संधी मिळते.

एक – आपल्याला नक्की काय करायचं आहे, हे निश्चित करा. जर ती संधी अथवा पद आज अस्तित्वात नसेल, तर तुम्ही ते निर्माण करू शकता.

दोन – आपल्याला कुठं काम करायचं आहे, त्यानुसार योग्य अशा कंपनीची निवड करा.

तीन – तुम्हाला जिथं संधी मिळू शकेल, असं तुम्हाला वाटतंय, त्या कंपनीच्या योजना, त्याची भविष्यकालीन प्रगती वा तिथला कर्मचारी वर्ग यांचा नीट अभ्यास करा.

चार – आपलं व्यक्तिमत्त्व कसं आहे, आपल्या क्षमता व योग्यता काय आहेत, यांचाही सखोल अभ्यास करा. तुमची कुठली सेवा देऊ शकाल वा कुठल्या प्रकारचे काम करू शकाल, त्याचाही आढावा घ्या. तुमच्याजवळ कुठल्या नवीन कल्पना आहेत, तुमची विशेष कौशल्यं, त्याचाही नीट विचार करून ठेवा.

पाच – कुठलीही विशिष्ट नोकरी वा क्षेत्र डोळ्यासमोर ठेवू नका. मला एक उत्तम नोकरी असेल असं स्वप्नरंजनही करू नका, तर माझ्या सर्व क्षमतांचा विचार करून मी जास्तीत जास्त काय चांगलं देऊ शकतो, याकडे लक्ष केंद्रित करा.

सहा – आपल्या सर्व सकारात्मक बाजूंचा योग्य उपयोग करून घेता येईल, अशी ठाम योजना लिहून काढा व एखाद्या तज्ज्ञाकडून तिला नेटके, सुव्यवस्थित रूप द्या.

सात – योग्य अशा अधिकारी व्यक्तीकडे ती योजना सुपूर्द करा. ती योजना नक्कीच अपेक्षित ठिकाणापर्यंत पोहोचते, कारण प्रत्येक कंपनीला उत्कृष्ट, सक्षम कर्मचारी हवेच असतात. नवीन कल्पना, तत्पर सेवा यांचं सर्वत्र स्वागतच केलं जातं, त्यामुळे तुमची योजना कंपनीसाठी फायदेशीर असेल, तर अशी प्रत्येक व्यक्ती कंपनीला हवीच असते.

या गोष्टीसाठी काही काळ लागू शकतो, कदाचित याचं फळ मिळण्यासाठी काही महिनेही जाऊ शकतात. मात्र जेव्हा फळ मिळतं, तेव्हा ते बरंच जास्त देऊन जातं. थोडक्या पगारावर अफाट कष्ट करणं वाचतं. योग्य तो मोबदला मिळतो आणि जिथंपर्यंत पोहोचायचं ध्येय आपण बाळगलेलं असतं, त्या कालावधीत बरीच बचत होते. अपेक्षित ध्येयाकडे होणारी ही वाटचाल आपल्याला प्रारंभ बिंदूपासून सुरू करायची नाही, तर अर्ध्या वाटेवरून म्हणजे यात आपले बरेच श्रम वाचणार आहेत. मात्र सुयोग्य योजनेच्या आखणीमुळेच हे शक्य होऊ शकते.

सेवेच्या विक्रीचे नवनवीन मार्ग

आपल्या सेवांची विक्री करून ज्यांना भविष्यात अधिकाधिक लाभ मिळवायचा आहे, त्यांनी मालक वा अधिकारी आणि कर्मचारी यांच्यातल्या बदललेल्या संबंधांचा नीट, बारकाईनं अभ्यास करायला हवा.

भविष्यात कदाचित या गटात मालक वा अधिकारी, दोन कर्मचारी या दोघांबरोबरच ज्यांना ते सेवा देतात त्या जनतेचाही विचार करणं अत्यावश्यक ठरेल.

बदलेल्या परिस्थितीत या व्यक्तिगत सेवाविक्रीच्या स्वरूपातही खूपच बदल झाला आहे. आता मालक व कर्मचारी यांच्यातले संबंध सहकर्मचारी या रूपात बदलले आहेत. जनतेला योग्य क्षमतेनं सेवा पुरवणं हेच आता या दोघांचंही उद्दिष्ट आहे. पूर्वी मालक व त्याचे कर्मचारी यांनीच सर्व संबंधित लाभ आपल्यातच वाटून घेतला. मात्र याच वेळी आपण देत असलेल्या सेवेच्या दर्जाकडे पुरेसं लक्ष दिलं नाही.

मात्र आज परिस्थिती बदलली आहे. विनम्र सेवा व अदब हे या व्यवसायातील परवलीचे शब्द बनले आहेत. कारण (कर्मचारी) सेवा देणारा मालक व त्याचा कर्मचारी हे शेवटी सामान्य जनतेला सेवा पुरवण्यास

बांधील असतात. मात्र जर ते यात कुचराई करतात, असं लक्षात आलं, तर त्यांचं गिऱ्हाईक दुसरीकडे जाऊ शकतं. परिणामी त्यांना आपलं गिऱ्हाईक गमवावं लागतं.

पूर्वीच्या काळात दरवाजात उभं राहून गॅस मीटरचा रीडर इतक्या जोरजोरात धडका मारे की दार निखळून पडतंय की काय असं वाटावं. दार उघडताक्षणीच तो घरात घुसे. त्याला दरवाजात तिष्ठत ठेवून आपण फार मोठा गुन्हाच केलाय, असा त्रासिक भाव त्याच्या चेहऱ्यावर असे. मात्र आता ते चित्र बदललंय. तुमच्या सेवेसाठीच त्याची नेमणूक झाल्याची जाणीव झाल्यानं तोही सभ्यतेनं सेवा देतो. आपल्या या रीडर लोकांची अरेरावी कंपनीपर्यंत पोहोचण्यापूर्वीच गॅस-विक्रेता अदबीनं गिऱ्हाइकाला येऊन भेटलेलाही असतो.

मंदीच्या काळात मी पेन्सिलव्हानियातील कोळसा क्षेत्रात बरेच दिवस व्यतीत केले आणि डबघाईला आलेल्या कोळसा उद्योगाचा अभ्यास केला. मंदी आल्यामुळे घटलेला नफा वसूल करण्यासाठी खाणमालक आणि तिथल्या नोकरवर्गानं आपाआपसात ठरवून कोळशाच्या किमती प्रचंड वाढवल्या आणि सर्व खर्च वसूल केला. मात्र त्याचा परिणाम असा झाला की, कोळशाचा धंदा बंद पडण्याच्या स्थितीत आला आणि तेलावरच्या उपकरणांच्या धंद्यानं बाजार काबीज केला.

ज्यांना व्यक्तिगत सेवाविक्री करायची आहे, त्यांच्यासाठी ही उदाहरणं महत्त्वाची ठरावीत. कारण तुमचा व्यवहारच तुमचं स्थान निश्चित करत असतो. कारण परिणामांचं हे तत्त्व जसं अर्थकारण, वाहतूक, उद्योग-व्यवसाय यांना लागू होतं, तसंच ते प्रत्येक व्यक्तीलाही लागू होत असतं. ज्यावर त्याचं भवितव्य निश्चित केलं जातं.

महत्त्वपूर्ण ठरणारा क्यू.क्यू.एस.चा स्तर

विक्री व्यवसायात कायमस्वरूपी आणि परिणामकारक यश मिळवायचं असेल, तर ज्या गोष्टी महत्त्वपूर्ण ठरतात, त्या आपण बघितल्या. मात्र आपलं यश दीर्घकाळ टिकून राहावं, असं आपल्याला वाटत असेल, तर त्यांच्या आपल्याला अभ्यास करावा लागेल, त्याचं नेमकं विश्लेषण करून त्या आपल्यात रुजवाव्या लागतील. आपण जी सेवा देतो, तिचा दर्जा, तिची वारंवारिता आणि सेवा देण्याची पद्धत यावर त्या सेवेचं मूल्य ठरवलं

जातं. जर व्यक्तिगत सेवांची विक्री परिणामकारक ठरावी असं वाटत असेल, तर क्यू.क्यू.एस.च्या फॉर्म्युल्याची अंमलबजावणी सर्वोत्तम असेल, अशी करायला हवी. क्यू.क्यू.एस. म्हणजेच क्वालिटी, क्वांटिटी आणि सुयोग्य वातावरण दर्जा, संख्या आणि योग्य वातावरण. या तिन्ही गोष्टी जेव्हा एकत्र जुळून येतात, तेव्हा तयार होणारी विक्री व्यवस्था ही आदर्श असते.

आता या फॉर्म्युल्याचं विश्लेषण करू -

१. क्वालिटी - सेवेचा दर्जा : कुठलीही सेवा देताना ती अत्यंत सक्षमतेनं द्यायला हवी. तुमच्या स्थानानुसार सर्वाधिक कुशलता हे तुमचं ध्येय असलं पाहिजे.
२. क्वांटिटी - जास्तीत जास्त सेवा देणं : जसजसा तुमचा अनुभव व तुमची क्षमता वाढत जाते, त्याप्रमाणं ती सेवा अधिकाधिक मात्रेनं देता यायला हवी. ही क्षमताही सरावानं व अनुभवानंच वाढत जाते. मात्र ही सवय तुमच्या स्वभावाचाच एक भाग बनून जायला हवी.
३. सेवेची पद्धत : गिऱ्हाइकाला सेवा देतानाची विनम्र असावी. त्याच्याशी संवाद साधणारी असावी. जर तुम्ही याप्रकारे सेवा देत असाल, तर तुमचे सहव्यवसायी व सहकर्मचारीही तुमच्यापासून प्रेरणा घेतात.

तुमची सेवा बाजारात दीर्घकाळ टिकून राहण्यासाठी सेवेचा दर्जा व त्याची वारंवारिता या गोष्टींबरोबरच तुमची त्यामागची भावनादेखील महत्त्वपूर्ण ठरते. ज्यावर तुमच्या सेवेची किंमत व कालावधी असते.

अँड्र्यू कार्नेगींनीही याच मुद्यावर भर दिला आहे. त्यांच्या मतानुसार व्यक्तीच्या गुणांइतकीच, क्षमतेइतकीच त्याची सुसंवादी वागणूक महत्त्वपूर्ण ठरते. जर व्यक्तीची वागणूक सुसंवाद साधणारी नसेल, तर समाजात तिचं स्वागत होत नाही. या गुणाचं महत्त्व विशद करताना ते सांगतात की, त्याच्या या गुणवैशिष्ट्यांनुसार काम करणाऱ्या अनेकांना त्यांनी श्रीमंत होण्यासाठी मदत केली. मात्र ज्यांच्याकडे हे गुण नव्हते, त्यांच्यासाठी कार्नेगींकडे जागा नव्हती.

तुमचं व्यक्तिमत्त्व आनंददायी असणं, उमदं असणं अतिशय आवश्यक आहे. त्याचबरोबर तो जर सुसंवादी पद्धतीनं सेवा प्रदान करत असेल, तर

जरी त्याच्या सेवेच्या दर्जात काही उणिवा असल्या तरी त्याकडे डोळेझाक केली जाते म्हणजे सुसंवादाचं स्थान सगळ्यात महत्त्वपूर्ण ठरतं.

सेवेचं भांडवली मूल्य

जरी तुमचे उत्पन्न हे व्यक्तिगत सेवाविक्रीद्वारे मिळत असेल, तरी एखाद्या विक्रेत्यापेक्षा तुमची किंमत कणभरही कमी नाही. त्या सुसंवादी वागणुकीचं बंधन तुम्हालाही लागू पडतं. हे विशेषत्वानं नमूद करण्याचं कारण इतकंच की, व्यक्तिगत सेवा विक्रेत्यांना हा मुद्दा आपणासाठी गैरलागू आहे, असं वाटतं, जी त्यांची चुकीची समजूत आहे.

सध्याचा काळ हा अदबीनं सेवा देण्याचा आहे. जा-देऊन या असा आहे. जा-घेऊन या हा काळ कधीच मागं पडला आहे.

तुम्ही तुमच्या बुद्धीचं भांडवली मूल्य कसं ठरवाल? तुम्ही तुमच्या व्यक्तिगत सेवाविक्रीतून किती पैसा कमवता, यावर ते मूल्यमापन होत असतं. तुमची जी वार्षिक मिळकत असेल, तिला १६ * २/३ नी गुणा. येणारी रक्कम तुमच्या सेवेचं भांडवली मूल्य असेल. इथं तुमची वार्षिक मिळकत ही तुमच्या भांडवली मूल्याच्या ६% आहे, असं गृहीत धरलं आहे. कारण पैशाचे बरेचसे व्यवहार ६ दसादशे दरानंच होतात. पैशाची किंमत कायमच बुद्धीपेक्षा कमी असते.

तुमच्या बुद्धीचा जर सक्षमतेनं, चातुर्यानं वापर केला, तर त्याचं मूल्य सामान्य वस्तू व्यापारापेक्षा खूपच जास्त भरतं. कारण बुद्धीची किंमत कधीही कमी होत नाही. बुद्धीच्या भांडवलाची चोरी करता येत नाही. प्रत्येक व्यवसायात तुम्ही जी काही गुंतवणूक करता, तिला जर बुद्धीची जोड दिली नाही, तर त्याचं मूल्य वाळवंटात सर्वत्र विपुल प्रमाणात पसरलेल्या वाळूइतकंच नगण्य असतं.

अपयशाची प्रमुख ३१ कारणं

जगात अशी असंख्य माणसं आहेत की, प्रामाणिक प्रयत्न करूनही त्यांना अपयश येतं. ही जीवनातली सर्वांत मोठी शोकांतिका म्हटली पाहिजे. यशस्वी लोकांचं प्रमाण हे अयशस्वी लोकांपेक्षा खूपच कमी असतं.

माझ्या आजपर्यंतच्या विश्लेषणात मला असं आढळून आलंय की, ९८% लोकांची गणना अपयशी या एका शीर्षकाखाली केली जाते.

माझ्या विश्लेषणातून मी असा निष्कर्ष काढला, की अपयश येण्याची मुख्य ३१ कारणं असू शकतात, तर १३ मुख्य बाबी संपत्ती मिळवण्यासाठी महत्त्वपूर्ण ठरतात. जसजसं आपण त्या कारणांचा विचार करू, तेव्हा तुमच्या लक्षात येईल की, तुमच्या व तुमच्या यशाच्यामध्ये यातली कुठली कारणं अडसर म्हणून येतात.

१. **प्रतिकूल कौटुंबिक पार्श्वभूमी –** विचार करण्यात अक्षम, अगदी कमी किंवा मंद बुद्धी असलेल्या लोकांना आपण फारशी मदत करू शकत नाही. मास्टर माइंडच्या साहाय्यानं जरी तुम्ही या उणिवेवर मात करण्याचा प्रयत्न केला, तरी या प्रयत्नाला मर्यादा येतात. या एकाच गोष्टीवर व्यक्तिगत प्रयत्नांनीही फारशी मात करता येत नाही.

२. **निश्चित हेतूचा अभाव –** आपल्या आयुष्यात आपले लक्ष्य जर निश्चित नसेल, तर यश मिळण्याची शक्यता अगदीच कमी असते. माझ्या विश्लेषणात मला असं आढळून आलंय, की शंभरापैकी ९८ लोकांनी आयुष्यात कुठलंही लक्ष्य ठेवलेलं नव्हतं. दिशाहिन वाटचाल अपयशाचं मुख्य कारण असू शकतं.

३. **उन्नतीच्या महत्त्वाकांक्षेचा अभाव –** आहे त्याच परिस्थितीत समाधान मानणारा, आपली उन्नती व्हावी यासाठी कुठलेच प्रयत्न न करणारा, अशा व्यक्ती यश मिळवण्यास कधीच पात्र ठरत नाहीत, कारण त्यांच्यात महत्त्वाकांक्षाच नसते.

४. **अपुरं शिक्षण –** कमी पडणाऱ्या शिक्षणाची उणीव ही प्रयत्नपूर्वक भरून काढता येते. ज्यांनी सर्वोत्तम ज्ञान मिळवलेलं आहे, त्यांनी हे ज्ञान शाळा-कॉलेजबरोबरच जगाच्या शाळेतून ही प्राप्त केलल असतं आणि त्यासाठी विशेष परिश्रम घेतलेले असतात. प्रत्येक सुशिक्षित माणसाला इतरांचे हक्क न डावलता आपल्याला हवं ते कसं मिळवायचं, याचीही सदसद्विवेकबुद्धी असते. तुमच्या शिक्षणाचा योग्य रीतीनं, परिणामकारकतेनं उपयोग करणं अत्यंत महत्त्वाचं आहे. तुमच्या माहितीला जी किंमत मिळते, त्यापेक्षा जास्त किंमत तुम्ही त्या माहितीचा योग्य उपयोग कसा करून घेता, या उपयोजनासाठी मिळते.

५. **स्व-शिस्तीचा अभाव** – अंगी शिस्त बाणवण्यासाठी स्व-नियंत्रण अत्यंत महत्त्वाचं आहे. आपल्यातल्या नकारात्मक गोष्टींना आपल्याला नियंत्रणात ठेवता आलं पाहिजे. जर तुम्ही स्वतःवर नियंत्रण मिळवलं तर तुम्ही कुठल्याही परिस्थितीवर नियंत्रण मिळवू शकाल. स्वतःवर नियंत्रण मिळवणं, अतिशय अवघड आहे. अन्यथा, तुम्ही अगदी सहज पराभूत होऊ शकता. आरसा एकाच वेळी तुमच्यातील मित्राचं आणि शत्रूचं दर्शन तुम्हाला घडवू शकतो.

६. **प्रकृती अस्वास्थ्य** – तुमची उत्तम प्रकृतीच तुम्हाला कष्टसाध्य यशात साथ देते. स्वतःवर नियंत्रण ठेवल्यास उत्तम आरोग्य मिळवणं शक्य आहे. प्रकृती अस्वास्थ्याला कारणीभूत असणाऱ्या गोष्टी म्हणजेच प्रकृतीला हानिकारक अशा अन्नाचं सेवन, नकारात्मक विचार करण्याची सवय, लैंगिक विकृती, कामवासनेचा अतिरेक, आवश्यक त्या व्यायामाचा अभाव, अयोग्य श्वसन क्रिया, शुद्ध हवेची कमतरता.

७. **बालपणातील चुकीच्या वातावरणाचा प्रभाव** – जर झाडाची मुळं कमजोर असतील, तर झाडही कमजोरच असतं, या न्यायानुसार गुन्हेगारी प्रवृत्तीचे लोक त्यांच्या बालपणी त्यांना वाईट संगत लागल्यानं चुकीच्या रस्त्याकडे वळतात.

८. **टाळाटाळ करणं** – टाळाटाळ करणं हा मनुष्य स्वभावच आहे. तो कायम प्रयत्न करण्यात टाळाटाळ करतो. सुयोग्य वेळ आणि संधीची वाट बघत आपण नुसतं बसून राहतो; पण अशी संधी कधीच येत नाही. योग्य वेळेची वाट बघत बसण्यापेक्षा आत्ता हातात असलेली वेळ प्रयत्नांनी योग्य बनवणं, जास्त महत्त्वाचं आहे. हातात जी काही साधनसामग्री आहे; त्यांचा उपयोग करून वाटचाल सुरू करा. हळूहळू योग्य ती साधनसंपत्ती तुमच्यापर्यंत आपसूक पोहोचेल.

९. **चिकाटीचा अभाव** – अनेक आरंभशूर माणसं आपल्या आजबाजूला असतात; पण त्यांच्यापैकी फारच थोडी आपल्या ध्येयापर्यंत पोहोचतात. प्रयत्नाच्या प्रारंभीच अपयश आल्यास माणसं खचून जाऊन प्रयत्नच सोडून देतात. चिकाटी हा शब्द परवलीचा बनला की, मार्गात येणारं अपयश कुठं गायब होतं, कळतही नाही. चिकाटीपुढे अपयश कधीच टिकत नाही.

१०. **नकारात्मक व्यक्तिमत्त्व** – तुमचं व्यक्तिमत्त्व जर नकारात्मकतेनं भरलेलं असेल, तर तुम्ही लोकांपासून लांब राहता. शक्ती ही लोकांपासूनच मिळते आणि अशी माणसं लोकांपासून फटकून राहिल्यामुळे शक्ती ही त्यांच्यापासून दूरच राहते, त्यामुळे अशा लोकांना कधीही इतरांचं सहकार्य मिळत नाही, त्यामुळे ते अपयशी ठरण्याची शक्यता आणखी वाढते.

११. **नियंत्रित कामवासनेचा अभाव** – मानवाची कामवासना जर नियंत्रणात ठेवता आली तर यशाचा मार्ग सहज सोपा होतो. कारण कुठल्याही गोष्टीसाठी प्रेरित करणारी ती एक महत्त्वपूर्ण शक्ती आहे. मात्र अनियंत्रित कामवासना संकटांना आमंत्रण देते म्हणूनच तिची ताकद अन्य योग्य मार्गांकडे वळवणं आवश्यक ठरतं.

१२. **कुठलीही किंमत न देता काही तरी मिळवण्याची अपेक्षा** – जुगार खेळण्याची लालसा माणसाला विनाशाच्या गर्तेत ढकलते. याचा सर्वांत भयावह अनुभव १९२९ साली वॉल स्ट्रीटचा वायदेबाजार कोसळण्यात दिसून आला. लक्षावधी लोकांनी पैसा मिळण्याच्या लालसेनं शेअर बाजारात जुगारात पैसे लावले होते.

१३. **निर्णयक्षमतेचा अभाव** – तातडीनं निर्णय घेण्याची क्षमता अत्यंत महत्त्वपूर्ण आहे. तत्काळ निर्णय घेतल्यावर कदाचित एखाद्या वेळी तो बदलावा लागतो. मात्र संथपणे, प्रचंड वेळ घालवून निर्णय घेणं आणि तो घाईघाईनं बदलणं यापेक्षा हे योग्य ठरतं. निर्णयच न घेणं किंवा तो घेण्यात होईल तितकी टाळाटाळ करणं दोन्ही सारखंच आहे. कारण एकामागोमाग दुसरा हमखास येतो, त्यामुळे हे तुमच्यावर स्वार होण्यापूर्वीच त्यांना दूर करा.

१४. **मूलभूत भीतीचा पगडा असणं** – या संबंधातलं सखोल विवरण पुढच्या प्रकरणात करण्यात आलं आहे. आपल्या सेवेच्या परिणामकारक विक्रीसाठी या भीतींवर नियंत्रण मिळवणं आवश्यक आहे.

१५. **अयोग्य अशा वैवाहिक साथीदाराची निवड** – हे अपयशाच्या कारणांपैकी एक महत्त्वाचं कारण आहे. लग्नसंबंधामुळे दोन व्यक्ती एकमेकांच्या आयुष्यात येतात. त्यांच्यातले संबंध जर सुखकर नसतील, तर जीवनात अपयश येण्याची शक्यता वाढते. हे अपयश पुढे

जाऊन दुःख आणि नैराश्यात बदलतं आणि यामुळे महत्त्वाकांक्षेचाही ऱ्हास व्हायला सुरुवात होते.

१६. **अतिदक्षता** – कुठलंही काम करण्यापूर्वी अतिविचार करून जोखीम घेण्याचे जी व्यक्ती टाळते, तिच्या हाती अपयशाशिवाय दुसरं काहीच लागत नाही. दक्षता न घेणं आणि अतिदक्षता घेणं दोन्ही सारखंच आहे. दोन्हीचा अतिरेक घातकच ठरतो, कारण आपल्याला आयुष्यात जोखीम पत्करावीच लागते.

१७. **अयोग्य भागीदाराची निवड** – व्यवसायातल्या अपयशाचं हे एक मोठं कारण आहे. आपण आपला भागीदार निवडताना तो आपल्याला प्रोत्साहक ठरेल, असा निवडावा. तो स्वतः हुशार आणि यशस्वी असल्यास आपल्याला त्याच्याकडून बरंच काही शिकता येतं. त्याच्याशी आपली जवळीक होणं शक्य असतं म्हणूनच सुयोग्य भागीदार निवडीला अत्यंत महत्त्वाचं स्थान आहे.

१८. **अंधश्रद्धा व गैरसमज** – कुठल्याही गोष्टीबाबत असलेल्या अंधश्रद्धेम ागे भीती हे महत्त्वाचं कारण असतं. अंधश्रद्धा अज्ञानातून येते. मात्र आपण मन खुलं ठेवून, कुठलीही भीती न बाळगता यशाकडे वाटचाल करू शकतो.

१९. **चुकीचा व्यवसाय निवडणं** – ज्याची आवड नाही, तीच गोष्ट केल्यास, ती मनापासून केली जात नाही. परिणामी अपयशच पदरी येतं म्हणूनच तुमच्या आवडीच्या गोष्टीचीच, व्यवसाय म्हणून निवड केलीत, तर तुम्ही त्यात स्वतःला पूर्ण झोकून द्याल, जेणेकरून अपशय येणार नाही.

२०. **प्रयत्नांच्या एकाग्रतेचा अभाव** – आपलं लक्ष्य नीट ठरवून एकाग्रतेनं प्रयत्न केल्यास अपयश मिळत नाही. मात्र एक ना धड भाराभर चिंध्या याप्रमाणं वागल्यास कुठलीच गोष्ट नीट होत नाही.

२१. **अव्यावहारिक खर्चाची सवय** – अत्यावश्यक गोष्टींसाठीही खर्च करताना कंजूषपणा करणारी व्यक्ती यशस्वी होऊ शकत नाही. कारण खर्च केल्यास आपला पैसा संपून जाईल, अशी भीती सतत त्याच्या मनात असते, त्यामुळे बचतीची सवय अंगी बाणवा. हातात पैसा नसताना आपणास दुसऱ्याच्या मतानुसार वागावं लागतं; ती व्यक्ती जे

आणि जितके देईल त्यातच समाधान मानावं लागतं. मात्र तुमच्याकडे पैसा असेल, तरी त्या ताकदीवर वैयक्तिक सेवाविक्रीतही तुम्ही तर तम भावानं योग्य-अयोग्याची निवड करू शकता.

२२. **उत्साहाचा अभाव** – तुमच्यात जर कुठलीही गोष्ट करण्याचा उत्साह नसेल, तर तुम्ही दुसऱ्याची खात्री पटवून देऊ शकणार नाही. उत्साह हा संसर्गजन्य असतो, त्यामुळे एका उत्साही माणसामुळे इतरांचाही उत्साह वाढतो म्हणून उत्साही माणसाचं सर्वत्र स्वागत असतं.

२३. **असहिष्णुता** – कोती मनोवृत्ती असलेल्या माणसाची प्रगती कधीचीच खुंटलेली असते. असा माणूस वृत्तीनं असहिष्णू असतो. कुठल्याच क्षेत्रातलं नवीन काहीही शिकायची तयारी नसणं हीही असहिष्णुताच म्हणता येते. जग वेगानं बदलत असताना ही वृत्ती असेल तर अपयश येणारच.

२४. **अतिरेक** – अतिरेक कुठल्याही गोष्टींचा असला तरी तो घातकच ठरतो. खाणं-पिणं, मद्यपान, कामवासनेच्या अतिरेकानं माणसाचं नुकसानच होतं.

२५. **असहकार्याची वृत्ती** – बऱ्याच लोकांना इतरांशी कुठल्याच बाबतीत सहकार्य करणं जमत नाही. यामुळे ते आपली पत गमावतात आणि उत्तम संधी गमावून बसतात. आजच्या सामाजिक जीवनात हा सर्वांत मोठा दोष ठरतो. या दोषामुळे नेता असो वा व्यावसायिक, त्याचं नुकसान अटळ ठरतं.

२६. **आयता मिळालेला पैसा** – जोपर्यंत तुम्ही कष्ट करून पैसा मिळवत नाही, तोपर्यंत त्या पैशाची किंमत तुम्हाला कळत नाही, तुम्ही योग्य प्रकारे पैशाचा वापर करत नाही. मात्र जेव्हा कुठलेही कष्ट न करता आयता पैसा मिळतो, तेव्हा तो आपल्याबरोबर इतरही अनेक चुकीच्या गोष्टी घेऊन येतो, ज्याची परिणती अपयशात होते.

२७. **लबाडी** – यश मिळवण्यासाठी प्रामाणिकपणाला पर्याय नसतो काही वेळा इच्छा नसतानाही गरज म्हणून खोटं बोलावं लागतं वा अप्रमाणिकपणे वागावं लागतं. मात्र लबाडी हा जर तुमच्या स्वभावाचाच भाग असेल, तर त्याची कृत्यं कधीतरी उघड होतात. ज्यातून कायमचं नुकसान होतं, प्रतिष्ठाही धुळीला मिळते.

२८. **अहंभाव आणि ताठा** – यशाच्या मार्गावर हे दोन लाल दिवे सतत तुमच्यासाठी धोक्याचा इशारा बनून उभं राहतात. यांच्यापासून सावधानता बाळगावी लागते.

२९. **तर्क करणं** – एखाद्या माहितीद्वारे जर तुम्हाला सुयोग्य विचार करता येत असेल, तर ते कायमच फायदेशीर ठरतं. मात्र लोक अशी माहिती मिळवण्याचा आळस करतात व नुसत्या तर्कानं अंदाज बांधून कृती करतात व आपलं नुकसान करून घेतात.

३०. **भांडवलाचा अभाव** – नव्यानंच उद्योग, व्यवसायात पदार्पण करून अपयशी झालेल्या अनेक कारणांपैकी हे एक मुख्य कारण आहे. कारण सुरुवातीला होणाऱ्या चुकांची दुरुस्ती, भरपाई करण्यासाठी लागणाऱ्या आवश्यक त्या भांडवलाची त्यांची तयारी केलेली नसते.

३१. वर दिलेल्या अनेक कारणांपेक्षा वेगळं असं एखादं कारण ज्यामुळे तुम्हीही कधीतरी अपयशाचा सामना केला आहे, असं असेल, तर त्याची नोंद एकतिसावं कारण म्हणून करा.

जाणून घ्या स्वतःची किंमत

स्वतःची किंमत ओळखा असं आपल्या पूर्वजांपासून सगळेच सांगत आले आहेत. कुठलीही वस्तू विकण्यासाठी तुम्हाला तिची मूळ किंमत माहीत हवी, तरच तुम्हाला तिच्यावर नफा कमावता येईल आणि हेच स्वतःलाही लागू होतं. जर तुम्हाला स्वतःतले गुण उत्तमरीतीनं माहीत असतील, तर त्याच्या साहाय्यानं तुम्हाला यश मिळवता येईल. त्याचबरोबर तुमच्यातले दोषही ओळखा, जेणेकरून त्यांच्यावर मातही करता येईल. वस्तूच्याही बाबतीत असंच आहे. एखाद्या उत्पादनातली बलस्थानं व उणिवा माहीत असतील, तर त्यातील दोषांवर मात करून गुणांच्या मदतीनं यशस्वी विक्रेता बनता येईल.

नोकरीसाठी एका तरुणानं एका प्रसिद्ध कंपनीकडे अर्ज केला. अपेक्षित वेतनापर्यंत येईपर्यंतची त्यांची मुलाखत उत्तम चालली होती. मुलाखतकर्तासुद्धा तरुणावर खूश होता. मात्र वेतनाचा मुद्दा उपस्थित झाल्यावर चर्चा भलतीकडेच गेली. कारण त्या तरुणानं अपेक्षित वेतनाबाबत कुठलाच विचार केला नव्हता, असं दिसून आलं.

तुझं काम बघून तुझं वेतन ठरवू, असं त्या मुलाखतकर्त्यानं त्या तरुणाला सांगितलं.

मात्र तो तरुण स्वतःला नीट ओळखत नसल्यामुळे म्हणाला की, मला ते मान्य नाही, कारण माझ्या सध्याच्या नोकरीत मला त्यापेक्षा जास्त वेतन मिळतंय.

म्हणूनच नव्या नोकरीचा विचार करताना अथवा वेतनाबाबत विचार करताना आपल्याला नक्की किती वेतन हवंय, आपल्याला नक्की काय हवंय, हे नीट, ठामपणे ठरवा.

अधिक पैसे हवे असणं ही एक बाब झाली. प्रत्येकालाच आणखी पैसे हवेच असतात. तुमची योग्यता आणखी वेगळी असू शकते. ती योग्यता पैशाच्या रूपात मोजू नका. तुमच्या आर्थिक गरजा आणि तुमची योग्यता यांचा एकमेकांशी काहीही संबंध नसतो. तुम्ही दुसऱ्यांना ज्या सक्षमतेनं, तत्परतेनं आणि मूल्यवान सेवा देता, त्यावरच तुमची किंमत ठरवली जाते.

वार्षिक तपासणी

प्रत्येक व्यापारी आपल्या आर्थिक वर्षाच्या शेवटी उरलेल्या मालाची एक यादी तयार करत असतो, तशीच यादी व्यक्तिगत सेवाविक्री करणाऱ्यानंही करणं अत्यंत जरुरी आहे. या आत्मविश्लेषणात तुमच्या दोष व गुणांची यादी करा. मागच्या वर्षीच्या यादीपेक्षा या वर्षीच्या यादीत तुमच्या दोषात घट व गुणांत वाढ दिसायला हवी. प्रगती, स्थिर राहणं व स्थान घसरणं असे तीन प्रकार यात दिसतात. स्वतःचं असं प्रगतिपुस्तक दरवर्षी तपासल्यास आपण नक्की किती प्रगती केली आहे, आणखी प्रगतीला कुठं वाव आहे, याची स्पष्ट कल्पना येते. सुधारणांचा मार्ग दिसतो. या प्रगतीची गती संथी असली तरी हरकत नाही.

तुमच्या प्रगतिपुस्तकातली प्रश्नावली बघू या

१. मागच्या वर्षी ठरवलेलं ध्येय मी गाठलं आहे का? (दरवर्षी तुम्ही एक निश्चित ध्येय ठरवायला हवं, तो तुमच्या जीवनाचा मुख्य उद्देश हवा.

२. माझ्या क्षमतेनुसार मी सर्वोत्तम सेवा दिली आहे का किंवा त्यात अजून काही सुधारणा करणं शक्य आहे का?

३. मी जास्तीत जास्त सेवा दिली आहे का? यापेक्षा जास्त सेवा देणं शक्य आहे का?
४. सुसंवाद आणि सहकार्य या दोन गोष्टी माझ्या सेवेत आहेत का?
५. टाळाटाळ करण्यामुळे माझी क्षमता कमी पडली आहे का आणि असल्यास किती?
६. माझ्या व्यक्तिमत्त्वात चांगला बदल झाला आहे का आणि किती?
७. योजना पूर्ण होईपर्यंत मी चिकाटीनं प्रयत्न केला आहे का?
८. प्रत्येक वेळी त्वरित आणि ठाम निर्णय घेतले गेलेत का?
९. माझी क्षमता कमी करणाऱ्या भीतीच्या सहा प्रकारांपैकी कुठल्याही एकाचा माझ्यावर प्रभाव पडला आहे का ?
१०. मी कमी अथवा नको इतकी जास्त दक्षता घेतली आहे का?
११. माझ्या सहकारी वर्गाशी असलेले माझे संबंध सौहार्दाचे होते का? आणि नसल्यास त्याला मी कितपत जबाबदार आहे?
१२. एकाग्रतेनं काम न केल्यामुळे माझी शक्ती मी वाया घालवली आहे का?
१३. इतर विषयांबाबतही माझी मनोवृत्ती खुली आहे का?
१४. ग्राहकांना सेवा देण्यात मी माझ्यात कोणती आणि कशी सुधारणा घडवून आणली आहे?
१५. कुठल्या सवयीबाबतचा संयम मी गमावून बसतो?
१६. जाणता-अजाणता माझा अहंकार व्यक्त होतो का?
१७. माझे सहकारी माझ्याबद्दलचा आदर वाढेल असे वागतील, अशी प्रोत्साहित करणारी माझी वागणूक असते का?
१८. माझे निर्णय अंदाज व तर्कावर आधारित असतात की विचारांची अचूकता व विश्लेषणावर आधारित असतात?
१९. माझा वेळ, पैसा, खर्च या सर्वांचं मिळून मी अंदाजपत्रक बनवलेलं आहे का आणि ते बनवताना मी काटेकोरपणा बाळगला आहे का?
२०. ज्या वेळेचा सदुपयोग करणं शक्य आहे, त्यातला वेळ आपण वाया घालवतो का?
२१. वाया जाणाऱ्या वेळेचं नियोजन करणं आणि सवयीत सुधारणा करणं याद्वारा मी येत्या वर्षात अधिक सक्षम कसा बनू शकेन?

२२. माझ्याकडून असं काही वर्तन घडलंय का, जे माझ्या सदसद्विवेक बुद्धीला पटत नाही.

२३. मला मिळणाऱ्या मोबदल्यापेक्षा जास्त सेवा देण्यासाठी मी काय प्रयत्न करू शकतो?

२४. माझ्याकडून कुणावर अन्याय झाला आहे का? आणि कसा?

२५. जर मी वर्षभर माझ्या सेवा विकत घेणार असेन, तर त्यांचा दर्जा मला समाधानकारक वाटेल असा असेल का?

२६. मी निवडलेला व्यवसाय माझ्यासाठी योग्य आहे का? जर नसेल तर त्याची कारणं काय?

२७. मी देत असलेल्या सेवेवर माझे ग्राहक समाधानी आहेत का? नसल्यास त्याची कारणं काय?

२८. यशाच्या मूलतत्त्वांचा विचार करता, मी सध्या कुठल्या स्तरावर आहे? (हे मूल्यमापन खुल्या मनानं आणि स्वच्छपणे करा आणि ते अशा व्यक्तीकडून करून घ्या जी हे निष्पक्षपातीपणे करेल.)

या प्रकरणात दिलेली सर्व माहिती वाचल्यावर तुम्हाला आता तुमच्या व्यक्तिगत सेवाविक्रीची व्यावहारिक योजना तयार करता येईल. व्यक्तिगत सेवाविक्रीची योजना तयार करण्यासाठी आवश्यक असणाऱ्या तत्त्वांचं सविस्तर वर्णन तुम्हाला इथं मिळेल. त्याचबरोबर नेतृत्वाचे पैलू, नेतृत्व अपयशी ठरण्याची कारणं, नेतृत्वाची संधी असणारी क्षेत्रं, अपयशाची कारणं आणि तुमचं आत्म विश्लेषणासाठीचं प्रगतिपुस्तक इत्यादी सर्व महत्त्वाची माहितीही सापडेल.

आत्मविश्लेषणासाठी इतकी विस्तृत माहिती गरजेची आहे, कारण व्यक्तिगत सेवेच्या विक्रीतून ज्यांना संपत्ती मिळवायची आहे, ज्यांना उद्योगधंद्यात अपयश आलं आहे, ज्यांनी उद्योग व्यवसायाला नव्यानं सुरुवात केली आहे, ज्यांच्याकडे संपत्ती कमवण्यासाठी सेवा देण्याव्यतिरिक्त दुसरं काहीच नाही, अशा सगळ्यांनाच या माहितीचा उपयोग होतो.

वरील माहितीचा सखोल अभ्यास केल्यास ते सेवाविक्री योजनेत खूपच साहाय्यक ठरतं, त्यामुळे अधिक क्षमतेनं आपल्याला इतरांविषयी अंदाज बांधता येतो. हे विस्तृत विश्लेषण पर्सोनेल डायरेक्टर, रोजगार व्यवस्थापक व इतर अधिकारी वर्गासाठी बहुमूल्य आहे. वरील २८ प्रश्नांची उत्तरं लिखित रूपात द्या, तुमच्या सर्व शंकांची उत्तरं तुम्हाला मिळतील.

संपत्ती मिळवण्याची संधी कुठं आणि कशी मिळेल?

संपत्ती मिळवण्याच्या तत्त्वांचा विस्तृत अभ्यास केल्यावर आता संपत्ती कुठं आणि कशी मिळेल, ही उत्सुकता आपल्या मनात निर्माण झाली आहे. संपत्ती मिळवण्यासाठी उत्सुक असलेल्यांना अमेरिकेत काय काय मिळतं, याची एक यादी आपण बनवू.

अमेरिकेत कायदा पाळणाऱ्या प्रत्येक नागरिकाला विचार करण्याचं आणि आवडीप्रमाणं कार्यक्षेत्र निवडण्याचं स्वातंत्र्य आहे. मात्र आपण याचा फारसा विचार कधी करतच नाही. इतर देशांच्या मानानं नागरिक म्हणून आपल्याला अमर्याद स्वातंत्र्य मिळालं आहे.

आपल्याला विचार स्वातंत्र्य, निवड स्वातंत्र्य, धर्म, राजकारण, व्यवसाय करण्याचं, हवी तेवढी संपत्ती मिळवण्याचं, हवा तिथं निवास करण्याचं, विवाहाचं, सर्व जाती-जमातींना समान संधी मिळण्याचं स्वातंत्र्य आहे. प्रवास स्वातंत्र्य, अन्नपदार्थ निवडण्याचं स्वातंत्र्य, पद निवडीचं स्वातंत्र्य - अगदी राष्ट्राध्यक्षपदसुद्धा आहे.

याशिवाय इतरही स्वातंत्र्यं आहेत. मात्र ही अतिशय महत्त्वाची स्वातंत्र्यं आहेत. या ठिकाणी सर्वोच्च स्थानापर्यंत प्रगती करणं शक्य आहे. जन्मानं असो वा नागरिकत्व मिळालेला असो, प्रत्येक अमेरिकन नागरिकाला या सर्व प्रकारची स्वातंत्र्य कायद्यानं देऊ केलेली आहेत.

इतक्या स्वातंत्र्यामुळे आपल्याला कोणकोणते लाभ मिळाले आहेत, त्याचाही विचार करू. इथं एक सामान्य कुटुंब (सरासरीएवढं उत्पन्न असलेलं कुटुंब) विचारात घेतलं आहे आणि त्याला मिळणाऱ्या लाभांचा विचार केला आहे.

विचार आणि काम करण्याच्या स्वातंत्र्यानंतर जगण्यासाठीच्या तीन मूलभूत गरजांचा नंबर लागतो.

१. **अन्न** - सामान्य परिस्थितीतल्या एखाद्या अमेरिकन कुटुंबाचा विचार केल्यास, जगभर उपलब्ध असणारं कुठल्याही प्रकारचं अन्न त्याला वाजवी दरात उपलब्ध होऊ शकतं.

२. **निवास** - हे कुटुंब एका छानशा घरात राहतं. जिथं कायम अन्न शिजवण्यासाठी गॅस आणि घर उबदार ठेवणारी यंत्रणा आहे. नाश्त्यासाठी लागणारे टोस्ट अवघे काही डॉलर्स किंमत असणाऱ्या

टोस्टरमध्ये तयार होतात. विजेवरच्या व्हॅक्यूम क्लिनरनं घर स्वच्छ होतं आणि गरम थंड पाणी चोवीस तास उपलब्ध असतं. फ्रीज सतत अन्न गार ठेवतो. केस धुणं, कपडे धुणं, वाळवणं अशी रोजची कामही विजेवर चालणाऱ्या उपकरणांनीच केली जातात. पुरुष इलेक्ट्रिक शेवरनं दाढी करतात, तर जगातलं सगळ्या प्रकारचं रेडिओ-टेलिव्हिजनवरचं मनोरंजन चोवीस तास उपलब्ध असतं.

याही व्यतिरिक्त आणखीही काही सोयी-सुविधा आहेत. मात्र किमान गरजेच्या या सुविधांवरून आपल्याला अमेरिकन लोकांना असणाऱ्या स्वातंत्र्याची कल्पना येते.

३. **वस्त्र** – जर तुम्ही सर्वसाधारण प्रकारचे कपडे वापरत असाल, तर अवघ्या ४०० डॉलर्समध्ये तुमची वर्षभराची खरेदी होऊ शकते. हे स्त्री-पुरुष दोघांनाही लागू आहे.

या मूलभूत गरजा अमेरिकन नागरिकाला सहजी उपलब्ध होतात, तसेच इतर गरजांसाठी माफक किंमत द्यावी लागते. दिवसभरात ८ तास परिश्रम केल्यास त्याला किमान उत्पन्न मिळतं.

आर्थिक संपत्तीसाठी सर्वांत जास्त अधिकार हे अमेरिकेतच आहेत. तेथील नागरिकांना आपला बचतीचा पैसा बँकेत ठेवण्याची मुभा आहे व त्याला सरकारचं संरक्षणही आहे. एका राज्यातून दुसऱ्या राज्यात जाणं सहज सुलभ आहे, त्यासाठी पासपोर्टची गरज नाही. त्याला योग्य ती वाहतूक व्यवस्था - बस, मोटार, विमान, जहाज इत्यादी सहज उपलब्ध आहे.

सुखसोयी निर्माण करणारा चमत्कार

जगभरातल्या राजकारण्यांकडून आपण या अमेरिकन स्वातंत्र्याचे गोडवे ऐकतो; पण हे स्वातंत्र्य कुठून व कसं मिळालं, याचा विचार ते करतात का? माझी त्याबद्दल कुठलीही तक्रार नाही; पण अमेरिकन माणसाला असलेलं आणि इतरत्र फारसं न मिळणारं सर्वच प्रकारचं स्वातंत्र्य कसं मिळालं, त्या रहस्यमय पण बऱ्याच गैरसमजांवर आधारित अशा काहीचं मी मोकळ्या मनानं विश्लेषण मात्र करणार आहे.

या सर्व अदृश्य अशा शक्तीचं आणि त्याच्या उगमस्थानाचं मी विश्लेषण करू इच्छितो, कारण तसा अधिकार मला आहे, असं मला वाटतंय. ज्या

लोकांनी सत्ता मिळवली आणि ज्यांच्यावर ती सत्ता टिकवण्याची जबाबदारी आहे, अशा लोकांना गेल्या ५० वर्षांपासून मी ओळखतो.

ते रहस्यमय काहीतरी म्हणजेच भांडवल.

भांडवल म्हणजे काय? पैसा? नाही. स्वतःच्या आणि इतरांच्या फायद्यासाठी योग्य रितीनं तो पैसा वापरणाऱ्या हुशार लोकांचा समूह.

या समूहात असतात वैज्ञानिक, शिक्षणतज्ज्ञ, व्यापारी, वकील, वाहतूकतज्ज्ञ, जाहिरातदार, आपल्या क्षेत्राचं सखोल ज्ञान असणारे स्त्री-पुरुष. नवीन गोष्टी घडवण्यासाठी ते पुढाकार घेतात, वेगवेगळे प्रयोग करत, धडाडीनं नवी क्षेत्रं शोधतात.

शाळा- कॉलेज-पब्लिक स्कूलना यासाठी प्रोत्साहन देतात, रस्ते बांधणी करतात, वर्तमानपत्र सुरू करतात, सरकारी खर्चाची तयारी करतात. थोडक्यात मानवी कल्याणासाठी आवश्यक ते सारं काही करतात. समाजाच्या प्रगतीसाठी पैसा पुरवणारे असे ते समाजाचे मेंदू म्हणायला हरकत नसावी.

पैसा असून, तो वापरण्याची अक्कल नसेल, तर त्यासारखा दुसरा शत्रू नाही. समाजाच्या भल्यासाठी तो योग्य प्रकारे वापरणं अत्यंत गरजेचं आहे.

तुमच्या घरात सकाळचा नाष्टा पुरवण्याची जबाबदारी तुमच्यावर आहे. त्यासाठी जे काही करावं लागेल, त्याची कल्पना करून पाहा म्हणजे मग नियोजनबद्धतेनं भांडवल गोळा करणं, किती आवश्यक असतं याची तुम्हाला कल्पना येईल.

सुरुवात करू या चहापासून, चहासाठी भारत व चीनला जायचं म्हणजे खूपच मोठा प्रवास करावा लागेल. तुम्ही जरी समुद्रमार्गे हे अंतर कापणार असाल आणि तुम्ही पट्टीचे पोहणारे नसाल, तर तुमची भलतीच दमछाक होईल. तुम्ही हे प्रचंड अंतर पोहून पार केलंत तरी चहा विकत घेण्यासाठी तुम्ही देणार काय?

साखरेसाठी क्यूबाला किंवा उटा प्रांतात जावं लागेल. साखर कारखानदारीसाठी प्रचंड पैसा अणि संघटित प्रयत्नांची गरज असल्यामुळे ती मिळवणं सोपं काम नाही. तयार झालेली साखर शुद्ध रूपात, वाहतूक करून तुमच्या घरापर्यंत आणणंही अवघड आहे. तिथंही पैशाची गरज आहे.

एखाद्या जवळच्या शेतकऱ्याकडून अंडी मिळतील; पण ग्रेपफ्रूट रसासाठी फ्लोरिडापर्यंत चालत जावं लागेल, तर ब्रेडसाठी कॅन्सास किंवा इतर कुठंतरी.

धान्योत्पादनासाठी संघटित आणि मोठ्या प्रमाणावर श्रमाची गरज असते आणि प्रचंड भांडवलाची आवश्यकता असणाऱ्या यंत्रसामग्रीचीही. पोहत दक्षिण अमेरिकेत गेलात तर केळी मिळतील आणि परतीच्या प्रवासात डेअरीतून लोणी आणि क्रीम मिळेल.

इतकी यातायात करून मिळवलेल्या या गोष्टींनंतर नाष्टा करणं तुमच्या कुटुंबासाठी शक्य असेल. वाचताना विचित्र वाटतंय ना; पण विचार केला की कळतं, भांडवलदारी पद्धतीमुळे आपल्या किती प्रचंड श्रमांची बचत होते ते.

भांडवल – उद्योगजीवनाचा पाया

नाष्टा करण्यासाठी लागणाऱ्या वस्तू जमवताना आपली किती धावपळ झाली, ते बघितल्यावर त्या वस्तूंची ने-आण करण्यासाठी किती कष्ट पडत असतील, त्याची कल्पना येईल. कारण ज्या रेल्वे आणि जहाजांद्वारे या वस्तूंची वाहतूक केली जाते, त्यांच्या बांधणीसाठी आणि व्यवस्था राखण्याचा खर्चच मुळी कोट्यवधी डॉलर्सचा असतो. ती व्यवस्था योग्य पद्धतीनं कार्यरत राहण्यासाठी प्रचंड मोठा ताफा लागतो व त्याचा खर्च वेगळाच असतो. कुठल्याही देशात वाहतूक व्यवस्था हा एक भाग असला तरी त्याद्वारे ने-आण केली जाणारी उत्पादनं तर बनायला हवीत ना! शेतीमाल असो वा कारखान्यातलं उत्पादन, ते आधी बाजारातल्या विक्रीसाठी योग्य बनवावं लागतं. त्यासाठी हजारो स्त्री-पुरुष काम करतात, त्यांचं वेतन, आवश्यक त्या

साधन-सामग्रीसाठी लागणारा खर्च हा सगळा खर्चच कोट्यवधी डॉलर्स इतका होतो.

जहाज व रेल्वे शेतात तयार होत नाहीत, तसेच त्यांना कार्यरत करण्यासाठी श्रम, कौशल्य, कल्पनाशक्ती, उत्साह, चिकाटी, निर्णयक्षमता असे उपयुक्त गुण असणाऱ्या लोकांची संघटना लागते. हे भांडवल पुरवणाऱ्या लोकांना भांडवलदार म्हटलं जातं. असे लोक नवनिर्मितीतून समाजाला उत्कृष्ट सेवा देतात, ते स्वतःही संपत्ती मिळविण्याची इच्छा

बाळगून असतात. त्यांच्या सेवांमुळे समाजसुधारणा शक्य होते, तसंच समाजाचं भले करतानाच ते स्वतःही संपन्न होतात.

असे हे भांडवलदार, मूलतत्त्ववादी, ज्यांनी स्वतःला घडवलेलं असतं आपल्याकडचे मोठमोठे वक्ते ज्यांना तथाकथित शोषणकर्ते वगैरे बिरुदं लावतात, यांना कदाचित वॉल स्ट्रीट अशीही उपाधी लावली जाते. मी इथं कुणाच्या बाजूनं वा विरोधात बोलत नाहीये, याची कृपया नोंद घ्यावी.

हे पुस्तक लिहिण्यामागचा माझा गेल्या पन्नास वर्षांचा प्रामाणिक हेतू इतकाच आहे की, वैयक्तिकरीत्या हवी तितकी संपत्ती मिळवण्याची जर एखाद्याची इच्छा असेल, तर त्याला ती संपत्ती योग्य मार्गानं मिळवण्याचं मार्गदर्शन करणं. त्यासाठीचा उपयुक्त तत्त्वज्ञानाशी त्यांची ओळख करून देणं, ते ज्ञान त्यांना मिळवून देणं.

भांडवलशाही पद्धतीनं होणाऱ्या लाभांचं विश्लेषण करण्यामागचे माझे दोन हेतू आहेत –

१. कमी वा जास्त प्रमाणात संपत्ती मिळवण्याचे जे मार्ग आहेत, त्यावर नियंत्रण ठेवणाऱ्या पद्धती कुठल्या, हे समजून घेऊन त्यानुसार स्वतःत आवश्यक ते बदल घडवणं.
२. राजकारणी वा पुढाऱ्यांनी आजपर्यंत भांडवलशाहीचं जे चित्र रंगवलं आहे, ते काळंकुट्ट, पिळवणूक करणारं असं आहे. मात्र त्या चित्राला दुसरीही जी बाजू आहे, ती तेजस्वी, उजळ अशी आहे. ती बाजूही समजावून देणं.

भांडवलशाही राष्ट्र असलेल्या अमेरिकेचा विकासही त्याच पद्धतीनं झाला आहे. आपल्याला मिळणारं स्वातंत्र्य व संधी याही याच सुसंघटित भांडवलशाहीतून मिळाल्या आहेत, त्यामुळे जर अशी भांडवलशाही नसती, तर कदाचित असे लाभही मिळाले नसते.

लोकोपयोगी सेवा जनतेला पुरवणं हाच संपत्ती मिळवण्याचा रास्त, कायदेशीर मार्ग आहे.

संपत्ती मिळवण्यासाठी तिच्याइतकंच काहीतरी द्यावंही लागतं. ते कदाचित संख्येच्या, श्रमाच्या वा इतर कुठल्यातरी रूपात असू शकतं. काहीही न देता संपत्ती मिळवण्याची पद्धत अजून तरी सापडली नाही.

श्रीमंत होण्याच्या अगणित संधी

अमेरिका प्रत्येक प्रामाणिक माणसाला संपत्ती मिळवण्याची संधी आणि पूर्ण स्वातंत्र्य देते. प्रत्येक शिकारी जिथं मुबलक शिकार मिळेल, अशीच जागा शोधतो आणि हाच नियम संपत्ती मिळवण्यालाही लागू होतो.

तुम्ही संपत्ती मिळवण्यासाठी प्रयत्नशील असताना अशा देशाकडे दुर्लक्ष करू नका, जिथल्या स्त्रिया फक्त लिपस्टिक व तत्सम सौंदर्य प्रसाधनांवर दरवर्षी ५ लाख डॉलर्स खर्च करतात.

संपत्तीच्या शोधात असताना फक्त सिगारेटवर कोट्यवधी डॉलर्स खर्च करणाऱ्या देशाकडे नीट लक्ष द्या. दरवर्षी स्वेच्छेनं, उत्सुकतेनं लक्षावधी डॉलर्स फुटबॉल, बेसबॉल आणि मुष्टियुद्धावर खर्च करणाऱ्या देशाकडे तुम्ही नक्कीच दुर्लक्ष करणार नाही.

ही फक्त वानगीदाखल दिलेली उदाहरणं आहेत. कारण यात अगदी मोजक्या सुखसोयी व चैनीच्या वस्तूंची उदाहरणं दिली आहेत, ज्यांचा व्यापार करणारे स्त्री-पुरुषही लक्षावधी डॉलर्सची कमाई करतात आणि आपल्या गरजेनुसार ते पैसा खर्चही करतात.

या वस्तूंच्या व्यापारात, सेवांच्या क्षेत्रात तुम्हाला संपत्ती मिळवण्याच्या असंख्य संधी सापडतील. अमेरिकेत मिळणाऱ्या स्वातंत्र्यानुसार तुम्हाला कुठंही व कसलाही व्यवसाय करण्याचं स्वातंत्र्य आहे. त्यासाठीचा मदतीचा हात सदैव पुढे असतो. ज्या कोणाकडे अनुभव, क्षमता व अपेक्षित दर्जा असेल, असा प्रत्येक जण इथं संपत्ती कमावतो. काहींना अफाट संपत्तीचा लाभ होतो, तर काहींना अगदी अल्प प्रमाणात संपत्ती मिळते. मात्र किमान श्रमातही उपजीविकेपुरती कमाई कुठलाही माणूस इथं करू शकतो.

आता सगळं चित्र तुमच्यापुढे स्वच्छपणे उभं आहे. संधी खुल्या आहेत, तेव्हा पुढे या आणि योग्य त्या संधीची निवड करा, त्याप्रमाणं तुमची कार्ययोजना तयार करा. ती अमलात आणा आणि चिकाटीनं ती पूर्णही करा. भांडवलशाही असलेली अमेरिका पुढचं सगळं काही सांभाळेल. या अमेरिकेत प्रत्येक व्यक्तीला लोकोपयोगी सेवा देण्याची संधी मिळते आणि त्या मोबदल्यात संपत्तीही मिळते. काहीच योगदान न देता मात्र इथं काहीच मिळत नाही. कारण इथल्या अर्थव्यवस्थेचा पायाच मुळी 'इस हाथ से दो, उस हाथ से लो, वो भी बराबर किंमत का' हा आहे.

यशासाठी
स्पष्टीकरण लागत नाही.
अपयशासाठी
कुठलीही सबब पुरत नाही.

प्रकरण ८

निर्णय

टाळाटाळ करण्याची सवय सोडा
श्रीमंतीकडे नेणारं सातवं पाऊल

जवळ जवळ २५००० अपयशी ठरलेल्या पुरुषांचं व महिलांचं निरीक्षण केल्यावर एक गोष्ट प्रकर्षानं लक्षात आली, ती म्हणजे 'निर्णय घेण्याची टाळाटाळ करणं' हे अपयशाच्या कारणांमधल्या बऱ्याच वरच्या स्थानावर आहे.

टाळटाळ करणं म्हणजेच निर्णय न घेणं. हा यश मिळवण्यातला खूप मोठा शत्रू आहे आणि त्यावर विजय मिळवणं क्रमप्राप्त आहे.

हे पुस्तक वाचून संपवतानाच तुमची त्वरित आणि ठाम निर्णय घेण्याची किती तयारी झाली आहे, हे तपासण्याची संधी मिळेल आणि या पुस्तकात वर्णन केलेल्या तत्त्वांचा प्रत्यक्षात उपयोग करण्यास तुम्ही सज्ज झालेले असाल.

अफाट संपत्तीचे मालक असलेल्या सर्वच लोकांमधलं एक महत्त्वपूर्ण साम्य म्हणजे त्यांनी कायम तातडीनं निर्णय घेतले, ते घेण्यात वेळ दवडला नाही. मात्र काही कालावधीनंतर आवश्यकता असल्यास ते निर्णय हळूहळू बदललेही. मात्र अपयशी ठरलेल्या लोकांचं निरीक्षण केल्यावर असं आढळलं की, त्यांनी निर्णय घेण्यात पराकोटीचा वेळ लावला. घेतलेले निर्णय मात्र खूप वेगानं बदलले.

यशस्वी उद्योजक हेन्री फोर्ड यांची एक महत्त्वाची सवय म्हणजे ते निर्णय घेताना वेळ घालवत नसत. गरजेनुसार हळूहळू तो निर्णय बदलत. या सवयीमुळे त्यांना हट्टी ही उपाधीही मिळाली होती. मात्र याच ठामपणाच्या आग्रहामुळेच ते आपलं टी हे मॉडेल बाजारात आणण्यासाठी उत्सुक होते. या मोटारीच्या रूपाबाबत त्यांची संभाव्य गिऱ्हाईक मंडळीही फारशी खूश नव्हती.

बऱ्याच काळानं फोर्ड यांनी त्या मोटारीचं रूप बदलण्याचा निर्णय घेतला; पण त्याआधीच या मोटारीनं अपेक्षित प्रचंड कमाई केली असल्यामुळे त्यांचा निर्णय योग्य ठरला. आपल्या निर्णयावर अडून राहण्याच्या स्वभावाची गणना हट्टी म्हणून केली जाते. मात्र निर्णय घेण्यात दिरंगाई आणि तो बदलण्याची घाई यापेक्षा तो ठाम निर्णय जास्त फायदेशीर ठरला.

स्वतःचे निर्णय स्वतःच घेण्याबाबतच्या काही सूचना

आपल्या उपजीविकेपुरतेही पैसे न मिळवू शकणाऱ्या लोकांवर दुसऱ्यांच्या मताचा फार झटकन प्रभाव पडतो. जणू त्यांचे शेजारी आणि वर्तमानपत्रांना त्यांच्यासाठी निर्णय घेण्याचं काम सोपवलेलं असतं. दुसऱ्या देण्यात येणाऱ्या मताइतकं जगात सर्वांत स्वस्त दुसरं काहीच मिळत नाही. तुम्हाला जर तुमच्या उद्योगात यशस्वी व्हायचं असेल, तर आपल्या निर्णयावर इतरांचा प्रभाव पडू देऊ नका, त्यामुळे यशही मिळणार नाही, मग पैसा मिळण्याची तर गोष्टच नको.

जेव्हा तुम्ही दुसऱ्यांच्या इच्छेमुळे प्रभावित होता, तेव्हा तुमची स्वतःची इच्छा क्षीण होते.

वर दिलेल्या तत्त्वांचं पालन करतेवेळी कायम स्वतःच्या मनाचा सल्ला घ्या, इतरांचा नाही. तुमच्या मास्टर माइंड समूहातील सदस्यांखेरीज इतर कुणाचाही सल्ला घेऊ नका. तुमच्या गटातील सर्व सदस्यांचा तुमच्या हेतूशी पूर्ण सुसंवाद आहे, याची काळजी अवश्य घ्या.

आपले जवळचे मित्र वा नातेवाईक अजाणतेपणी आपलं असं मत प्रदर्शित करतात, ज्यामुळे तुम्ही अडचणीत येता वा तुमच्यावर टीका होते. मात्र त्यांना याचं भान नसतं. आपल्याच जवळच्या हितचिंतकांनी केलेल्या टीकेमुळे बऱ्याच लोकांना न्यूनगंड येऊ शकतो, कारण त्यांचा आत्मविश्वास कमकुवत करण्याचंच काम ही मंडळी करतात.

निर्णय घेताना स्वतःच्या मनाचा व मेंदूचा सल्ला घ्या. मात्र निर्णयासाठी लागणारी सर्व माहिती इतरांकडून आपला कुठलाही हेतू उघड न करता मिळवा.

काही लोकांजवळ विषयाचं अर्धवट ज्ञान असतं. मात्र आपल्याला खूप काही माहीत आहे, असं भासवून ते दुसऱ्यावर आपली छाप पाडतात. असे लोक अगदी कमी ऐकतात मात्र खूप बोलतात. त्वरित निर्णय घेण्यासाठी तुमचे कान कायम माहितीच्या संकलनासाठी उघडे ठेवा. मात्र तोंड बंद ठेवा. 'गर्जेल तो वर्षेल काय' या म्हणीप्रमाणे जो बोलतो तो काही करत नाही. मात्र करणारा न बोलता, शांतपणे बरंच काही करून जातो. आपण जेव्हा समोरच्याचं न ऐकता बोलत सुटतो, तेव्हा उपयुक्त ज्ञान मिळवण्याच्या बऱ्याच संधी आपल्या हातातून निसटून जातात. त्याचबरोबर तुमच्या अंतःस्थ योजनाही इतर लोकांना कळतात, ज्यांना तुमच्या अपयशातच आनंद मिळतो.

एखाद्या जाणकार माणसाशी बोलायला तुम्ही तोंड उघडलंत की, तुमचं ज्ञान वा अज्ञानाची पातळी नक्की किती आहे, हे जोखायला त्याला वेळ लागत नाही, तेव्हा विनय आणि मौन हे शहाणपणाचं असतं, हे सदैव लक्षात ठेवा.

प्रत्येकच व्यक्ती पैसा मिळवण्यासाठी प्रयत्न करत असते, हे कधीच विसरू नका, त्यामुळेच तुमच्या योजना उघड करू नका असं सांगितलं जातं. तुमच्या उघड केलेल्या योजनेचा वापर करून समोरची व्यक्ती कदाचित तुमच्यावर व्यावसायिकदृष्ट्या मात करू शकेल, हे कायम लक्षात असू द्या.

तोंड बंद, कान व डोळे उघडे - याचा विसर कधीही पडू देऊ नका. हा सल्ला कायम लक्षात ठेवा व अमलात आणा. याची आठवण राहावी म्हणून तुम्हाला काय करायचं आहे, हे जगाला कळू द्या; पण त्याआधी ते प्रत्यक्षात करून दाखवा, हे घोषवाक्य मोठ्या ठळक अक्षरात लिहून तुम्हाला कायम दिसत राहील, अशा जागी लावा. वरील वाक्य आधी केलं मग सांगितलं या वाक्याचं दुसरं रूप आहे.

स्वातंत्र्य वा मृत्यू?

कुठलाही निर्णय घेताना तुम्ही कुठली किंमत चुकवता आहात याचं मूल्यमापन तुम्ही कुठलं धाडस करता आहात, यावर अवलंबून आहे.

मोठमोठ्या सुधारणांची सुरुवात ही अशीच बरीच मोठी किंमत देऊनच, मोठा धोका पत्करूनच झाली आहे. त्यासाठी वेळप्रसंगी प्राणांचीही किंमत मोजावी लागली आहे. कृष्णवर्णीयांना गुलामगिरीच्या प्रथेतून कायमचं मुक्त करणारं लिंकनचं ते घोषणापत्र हेच सांगतं. कारण या निर्णयामुळे त्याचे अनेक सहकारी, मित्र कायमसाठी त्याच्या विरोधात जाण्याचा धोका होता.

स्वतःच्या मतांवर असलेल्या ठाम विश्वासापासून घुमजाव करण्याचं नाकारल्यानं सॉक्रेटिसला विषाचा पेला प्राशन करावा लागला. ही जिवावरची जोखीम त्यानं आनंदानं मान्य केली कारण तो असा युगप्रवर्तक निर्णय होता. ज्यामुळे सर्वसामान्य लोकांना तोपर्यंत नसलेले विचार व अभिव्यक्तीचं स्वातंत्र्य मिळालं.

गणराज्यापासून फारकत घेऊन दक्षिणेची बाजू उचलून धरणारा रॉबर्ट ई. ली. यांचा निर्णयही धाडसी होता. कारण या निर्णयामुळे आपल्याबरोबर इतर अनेकांच्या प्राणाला धोका असल्याची त्यांना जाणीव होती.

फासाच्या दोराचंही स्वागत करणारे छप्पन्न धाडसी वीर

४ जुलै १७७६ रोजी फिलाडेल्फियामध्ये एक असा धाडसी निर्णय घेतला गेला, जो अमेरिकन नागरिकांसाठीचा सर्वांत महान निर्णय ठरला. छप्पन्न धाडसी वीरांनी अशा एका दस्तऐवजावर सह्या केल्या. ज्याच्या बदल्यात आपल्याला कदाचित प्राणांची आहुती द्यावी लागेल, याची त्यांना कल्पना होती.

तुम्हाला त्या दस्तऐवजाबद्दल माहीत असेल. मात्र त्यातून जे वैयक्तिक यश मिळालं, त्यातून तुम्ही नक्कीच कुठलाही धडा शिकला नसाल.

तो दिवस आपल्या लक्षात आहे. मात्र त्या विजयी दिवसामागच्या साहसाची आपल्याला कल्पना नाही. आपल्याला इतिहास माहीत असतो, नावं, तारखा माहीत असतात. व्हॅली फोर्ज, यॉर्कटाऊन, जॉर्ज वॉशिंग्टन, लॉर्ड कॉर्नवालीस हे आपल्याला ठाऊक असतात. मात्र या प्रसिद्ध व्यक्तींच्या मागं जे सैन्य उभं होतं, त्यांची नावं आणि त्या जागांच्या नावांची आपल्याला फारशी माहिती नसते. त्या अदृश्य शक्तीबद्दल तर आपल्याला बिलकूलही माहिती नसते. जिच्या बळावर जॉर्ज वॉशिंग्टनचं सैन्य यॉर्कटाउनला पोहोचलं आणि नागरिकांना स्वातंत्र्याची शाश्वती मिळाली.

ज्या शक्तीनं जगातल्या सर्वांनाच स्वातंत्र्याचे आयाम दिले, ज्या शक्तीनं या अमेरिका राष्ट्राला जन्म आणि पारंतत्र्यातून मुक्तता दिली, तिचा पुसटसाही उल्लेख इतिहासकारांनी करू नये यासारखी दुसरी मोठी शोकांतिका नाही. कारण याच असीम शक्तीच्या साहाय्यानं प्रत्येक जण जीवनातल्या अडथळ्यांवर मात करतो आणि त्यासाठी योग्य ती किंमतही देतो.

ज्या घटनेमुळे ही ताकद लोकांपुढे आली ती घटना होती बोस्टन शहरातली ५ मार्च १७७० रोजी घडलेली. रस्त्यावर गस्त घालणाऱ्या सैनिकांमुळे वातावरणात तणाव होता. सशस्त्र सैनिकांना नागरिकांचा विरोध होत होता. हळूहळू सैनिकांवर घोषणांचा व दगडांचा मारा सुरू झाला. परिस्थिती हाताबाहेर जात असल्याचं पाहून सैनिकी अधिकाऱ्यानं गोळीबार करण्याची आज्ञा दिली. शेवटी युद्धाला तोंड लागलं. यात अनेक नागरिक मृत्युमुखी पडले, तर बरेच जण जखमी झाले. शेवटी स्थानिक लोकांच्या प्रांतीय असेंब्लीनं प्रतिकार करण्याची निश्चित योजना तयार करण्यासाठी एका सभेचं आयोजन केलं. जॉन हॅन्कॉक व सॅम्युएल ॲडम्स या दोन असेंब्लीच्या सदस्यांनी धडाडीनं ब्रिटिश सैन्याविरोधातल्या योजनेची घोषणा केली.

या दोघांच्या मनातल्या विचारांचं, निर्णयाचं परिणामकारक रूप म्हणजेच आज आपण स्वतंत्र नागरिक म्हणून उपभोगत असलेल्या स्वातंत्र्याची सुरुवात होती. मात्र आपल्या विचारांवर श्रद्धा ठेवून अतिशय साहसानं त्यांनी हा निर्णय घेतला. कारण तो कदाचित प्राणांवर बेतणारा ठरू शकला असता.

ही सभा संपण्यापूर्वीच सॅम्युएल ॲडम्सना ब्रिटिश सैन्य माघारी बोलवण्यासाठी गव्हर्नर हाचिंगसनना भेटून तशी मागणी करण्याचा अधिकार देण्यात आला.

मागणी मान्य होऊन, सैन्य माघारीही बोलवण्यात आलं. मात्र या घटनेचे परिणाम भावी संस्कृतीला वेगळंच वळण देणारं ठरलं.

मास्टर माइंडचे संघटन

या संपूर्ण घटनेत प्रकाशझोतात आलेली तिसरी महत्त्वाची व्यक्ती म्हणजे रिचर्ड हेन्री ली. सॅम्युएल ॲडम्स व ली यांनी आपल्या पत्रव्यवहारातून मनातली भीती व जनकल्याणाची इच्छा या गोष्टींबाबत एकमेकांशी

सल्लामसलत केली. आपली योजना पूर्णत्वाला नेण्यासाठी १३ वसाहतीतील प्रांतांनी आपापले प्रश्न सोडवण्यासाठी आपापसात पत्रव्यवहार करावा, अशी ॲडम्स यांची योजना होती. बोस्टनच्या घटनेनंतर दोन वर्षांनी ही योजना असेम्बलीपुढे आली आणि त्यावर विचार विनिमय करण्यासाठी प्रत्येक प्रांतातून पत्रव्यवहार समिती बनवण्याचा प्रस्ताव पारित करण्यात आला. त्याचबरोबर मैत्रीपूर्ण सहयोगासाठी एक वा त्यापेक्षा जास्त प्रतिनिधींचीही नियुक्ती करण्याचं ठरलं.

ली व हॅनकॉक या मास्टर माइंडच्या विचारातून अशी एक संघटना तयार झाली. जिची परिणती आपल्याला स्वातंत्र्य मिळण्यात झाली आहे.

पत्रव्यवहार समिती बनली. इकडे नागरिक एकेकटे ब्रिटिश सैनिकांचा प्रतिकार करत होतेच. मात्र त्याला कुठलंही संघटित रूप नसल्यामुळे त्याचा फारसा उपयोग होत नव्हता. मास्टर माइंडच्या एकत्रित प्रयत्नांआधी होणाऱ्या प्रयत्नांची अंतःकरणं, मनं व आत्मे वेगवेगळे कार्यरत असल्यामुळे प्रयत्न एकसंघ होत नव्हते व त्यामुळे त्या लढ्याला यशही मिळत नव्हतं. मात्र हॅन्कॉक, ली व ॲडम्स यांच्या एकत्रित प्रयत्नानं या लढ्याला एक सुचारू, संघटित आकार आला.

दरम्यानच्या काळात ब्रिटिशही आपल्या योजना तयार करत होतेच. त्यांचे मास्टर माइंड या लढ्यासाठी आपली चाल ठरवत होते. त्याचबरोबर त्यांना पैसा व संघटित सैन्यशक्तीचं पाठबळही लाभलं होतं.

इतिहास बदलून टाकणारा निर्णय

हचिनसनच्या जागी आता मॅसॅज्युसेट्स प्रांताचा गव्हर्नर म्हणून गेज याची नेमणूक ब्रिटनच्या राजानं केली. साम-दाम-दंड-भेद या नीतीचा वापर करून सॅम्युएल ॲडम्सचा प्रतिकार थांबवणं ही आता नव्या गव्हर्नरची पहिली खेळी होती.

गव्हर्नर गेज यांचे प्रतिनिधी म्हणून नियुक्ती झालेले कर्नल फेन्टन व सॅम्युएल ॲडम्स यांच्या संवादांवरून प्रत्यक्षात काय घडलं, याची कल्पना येऊ शकेल.

फेन्टन : तुम्ही जर सरकारी धोरणाचा विरोध करणं थांबवलं, तर तुम्ही खूश होण्याइतका मोबदला तुम्हाला दिला जाईल, असं सांगण्यासाठी गव्हर्नर साहेबांनी माझी नियुक्ती केली आहे. तुम्ही राजेसाहेबांची यापेक्षा अधिक

गैरमर्जी ओढवून घेऊ नये, असा माझा तुम्हाला विनम्र सल्ला आहे. तुमच्या सध्याच्या वर्तनाबद्दल तुम्हाला हेन्री कलम ८ खाली दंड होऊ शकतो किंवा या कायद्यान्वये तुमच्यावर इंग्लंडमध्ये राजद्रोहाचा खटला भरण्यात येऊ शकतो आणि तो निर्णय प्रांत गव्हर्नर घेऊ शकतात; परंतु तुम्ही तुमचं धोरण बदललंत, तर तुम्हाला राजाशी सलोखा राखता येईल, शिवाय यात तुमचा फायदाही होईल. ॲडम्ससमोर असा प्रस्ताव ठेवल्यानंतर त्याच्यापुढे आता दोन पर्याय होते. एकतर विरोध थांबवण्यासाठी (व्यक्तिगत) लाच स्वीकारायची किंवा सरकार विरोधात आवाज उठवताना फासावर जाण्याचा धोका पत्करायचा.

ॲडम्सला तातडीनं निर्णय घेणं भाग होतं. त्याच्या निर्णयावर त्याचं पुढचं आयुष्य अवलंबून होतं. ॲडम्सचं उत्तर एका शब्दाचाही बदल न करता गव्हर्नरला जसंच्या तसं कळवण्यात येईल, याची हमी त्यानं कॅन्टनकडून घेतली.

ॲडम्सनं बाणेदारपणे उत्तर दिलं की, मी फार पूर्वीच राजांच्या राजाशी शांतता करार केला आहे, असा माझा विश्वास आहे. कुठल्याही व्यक्तिगत लाभाचं प्रलोभन मला माझ्या राष्ट्राच्या प्रामाणिक हिताचा विचार करण्यापासून रोखू शकणार नाही. हे तुम्ही गव्हर्नरना कळवा आणि त्यांना हेही सांगा की, आता लोकांच्या भावना अडवून त्यांचा अपमान करू नका, असा ॲडम्सनं सल्ला दिला आहे.

ॲडम्सचं असं जहाल उत्तर मिळाल्यावर तीव्र संतापानं गेजनं एक जाहीरनामा काढला - नागरिक शांततेचं पालन करून आपलं कर्तव्य निभावतील व शस्त्रं टाकून देतील, त्यांना राजाच्या नावानं माफी देण्यात येईल, अशी मी हमी देतो. मात्र राजद्रोहाच्या गुन्हा असलेले सॅम्युएल ॲडम्स व जॉन हॅन्कॉक यांना ही अशी कुठलीही माफी मिळणार नाही.

आता मात्र सॅम्युएल ॲडम्स व हॅन्कॉक चांगलेच अडकले. गव्हर्नरच्या धमकीमुळे त्यांना आणखी एक धोकादायक निर्णय घ्यावा लागला. त्यांनी आपल्या कट्टर सहकाऱ्यांची एक गुप्त बैठक बोलावली. सर्व उपस्थित झाल्यावर दार बंद करून त्याची किल्ली ॲडम्सनं आपल्या खिशात टाकली व तो म्हणाला की, सर्व प्रांतांच्या प्रतिनिधींची एक काँग्रेस बनवणं अत्यावश्यक असून, त्याबाबतचा निर्णय झाल्याशिवाय कुणीही खोलीतून बाहेर जाऊ शकणार नाही.

बोलावलेल्या सभेत चांगलीच खळबळ माजली होती. अशा उठावाचे परिणाम काय होऊ शकतात, यावर चर्चा झाली, तर असं राजद्रोही पाऊल उचलण्याचे काय परिणाम होतील, असा प्रश्न काहींना पडला. मात्र ॲडम्स आणि हॅन्कॉक यांना कुठलाही प्रश्न पडला नाही, ना त्यांच्या मनात कणभरसुद्धा भीती होती. त्यांना अपयशाची किंचितशीही शंका वाटत नव्हती. त्यांच्या ठाम निश्चय व विश्वासामुळेच काँग्रेसच्या एका सभेचं आयोजन करण्याचं ठरलं. ५ सप्टेंबर १७७४ रोजी फिलाडेल्फिया इथं कॉन्टिनेंटल काँग्रेसची एक सभा पत्रव्यवहार समितीच्या माध्यमातून आयोजित केली गेली.

५ सप्टेंबर १७७४ हा अतिशय महत्त्वपूर्ण दिवस ठरला. कारण या दिवशी झालेल्या कॉन्टिनेंटल काँग्रेसच्या निर्णयामुळेच स्वातंत्र्याचा जाहीरनामा तयार होऊ शकला.

व्हर्जिनिया प्रांतातील थॉमस जेफरसन काँग्रेसच्या पहिल्या सभेवेळीच त्याचा ब्रिटिश अमेरिकेच्या अधिकारांवर संक्षिप्त दृष्टिक्षेप टाकणारा ग्रंथ प्रकाशित करण्याची तयारी करत होता. व्हर्जिनियातील राजाचा प्रतिनिधी असलेल्या लॉर्ड डनमोरशी त्याचेही संबंध हॅन्कॉक-ॲडम्स व गेज यांच्यातल्या संबंधांसारखेच ताणलेले होते.

ग्रंथ प्रकाशित झाल्यावर जेफरसनला राजद्रोहाच्या खटल्याची धमकी देण्यात आली. यामुळे प्रेरित होऊन जेफरसनचे सहकारी पॅट्रिक हेन्री यांनी धाडसानं असं म्हटलं की, जर याला देशद्रोह म्हटलं जात असेल, तर तुम्ही असे असंख्य गुन्हे आमच्यावर लावू शकता. स्वातंत्र्ययुद्धात हे वाक्य अजरामर आणि प्रेरक ठरलं.

पैसा, सत्ता, अधिकार, सैन्यशक्ती असं काहीही जवळ नसताना ही दोघं प्रांतांची नियती ठरवत होते. सतत दोन वर्षं म्हणजे कॉन्टिनेंटल काँग्रेसच्या स्थापनेपासून ते ७ जून १७७६पर्यंत ते यासाठी एकमेकांना भेटून प्रयत्न करीत होते. याच दिवशी अध्यक्षांना अभिवादन करून सभेला उद्देशून मांडलेल्या प्रस्तावात रिचर्ड हेन्री ली म्हणाले - सभ्यजनहो, या सभेद्वारे मी संयुक्त वसाहती स्वतंत्र असून, त्यांना स्वतंत्र व स्वावलंबी राष्ट्र म्हणून राहण्याचा अधिकार आहे, त्यांनी ग्रेट ब्रिटनशी असलेले सगळे राजनैतिक संबंध तोडून टाकावेत व ब्रिटनच्या जोखडातून पूर्णतः मुक्त व्हावं, असा प्रस्ताव मांडत आहे.

लिखित रूपातला महत्त्वपूर्ण निर्णय

ली यांच्या त्या प्रस्तावानं सारी सभा अचंबित झाली. बरेच वेळ त्यावर वादळी चर्चा झाली. बऱ्याच दिवसांच्या वादविवादानंतर पुन्हा एकदा त्यावर चर्चा सुरू झाली. ली यांनी सभेच्या अध्यक्षांना उद्देशून एक महत्त्वपूर्ण घोषणा केली की, एवढा एकच मार्ग आपल्यापुढे असताना आपण चर्चा करण्यात का वेळ घालवतो आहोत? या राष्ट्राला उठाव करू दे शांतीसाठी, कायद्याच्या राज्याची पुन्हा एकदा स्थापना करण्यासाठी. त्यासाठी अमेरिकन लोकमताचा जन्म आजच्याच दिवशी होऊ दे.

त्या प्रस्तावावर अंतिम मतदान होणार होतं. मात्र त्याआधीच काही कौटुंबिक (आजाराच्या) कारणामुळे ली यांना व्हर्जिनियाला परतावं लागलं. मात्र जाण्यापूर्वी त्यांनी आपले मित्र थॉमस जेफरसन यांच्याकडे या लढ्याची धुरा सोपवली आणि जेफरसन यांनीही शेवटपर्यंत लढा सकारात्मकतेनं नेण्याचं त्यांना आश्वासन दिलं. त्यानंतर काही दिवसांतच जेफरसन यांची स्वातंत्र्याचा जाहीरनामा तयार करणाऱ्या समितीचा अध्यक्ष म्हणून हॅन्कॉक यांनी नियुक्ती केली.

त्या समितीनं तयार केलेल्या मसुद्यावर विस्तृत चर्चा झाली. मसुद्याचा अर्थ असा होता की, त्यावर स्वाक्षरी करणं म्हणजे जणू स्वतःच्या मृत्यूच्या हुकूमनाम्यावरच स्वाक्षरी करणं होय. कारण त्यानंतरच ब्रिटिशांविरुद्धच्या युद्धात विजय मिळाला नसता, तर मृत्यू अटळ होता.

२८ जून रोजी मूळ मसुद्याचं काँग्रेससमोर वाचन झालं. चर्चेनंतर काही बदल होऊन त्याला अंतिम स्वरूप देण्यात आलं. ४ जुलै १७७६ रोजी थॉमस जेफरसन यांनी असेम्ब्लीसमोर तो वाचून दाखवला. तो मसुदा अतिशय धाडसी आणि अभूतपूर्व असा होता.

त्या मसुद्यात म्हटलं होतं की, आपल्या स्वातंत्र्याची शक्ती आणि मानवाचा समान दर्जा, ईश्वरानंच आपल्याला बहाल केला आहे, जो सृष्टीच्या नियमांनी व तो मिळवण्यासाठी काही वेळा लोकांचे आपापसात असलेले राजनैतिक बंध तोडण्याची गरज भासते. तो विशिष्ट दर्जा मिळवताना मानवजातीच्या विचारांचा सन्मान करताना अशी मागणी करण्यास प्रवृत्त व्हावं लागतं, ज्यामुळे वेगळं होण्यास प्रवृत्त करणाऱ्या कारणांची घोषणा करावी.

जेफरसन यांचं भाषण संपलं आणि त्यावर मतदान झालं. त्या ठरावावर छप्पन जणांनी स्वाक्षऱ्या केल्या आणि त्यासाठी जणू आपल्या प्राणांची बाजी लावली. या निर्णयामुळेच एका अशा राष्ट्राचा जन्म झाला, ज्यानं संपूर्ण मानवजातीला निर्णय घेण्याचा अधिकार मिळवून दिला.

स्वातंत्र्याच्या जाहीरनाम्याला जन्म देणाऱ्या या साऱ्या घटनांचं विश्लेषण करताना, संपूर्ण जगात आदर-सन्मान मिळणाऱ्या शक्तिशाली राष्ट्राची निर्मिती छप्पन मास्टर माइंडच्या निर्णयामुळे झाली, हे लक्षात येतं. त्यांच्याच निर्णयामुळे वॉशिंग्टनच्या सैन्याचा विजय झाला यावरचा विश्वास दृढ होतो, कारण तो निर्णय प्रत्येक सैनिकाच्या मनात कोरला होता. कायम यशाकडेच नेणारी दैवी आध्यात्मिक शक्ती त्यांना लाभली होती.

मोठा वैयक्तिक लाभ मिळवण्याची आकांक्षा बाळगताना हे नक्की लक्षात ठेवा, ज्या शक्तीमुळे राष्ट्राला स्वातंत्र्य मिळालं, त्याचा स्व-निर्णयाच्या शक्तीचा आदर प्रत्येक व्यक्तीनं करायला हवा. स्वातंत्र्याच्या जाहीरनाम्यातली ही तत्त्वं, शक्ती म्हणजेच इच्छा, निर्णय, सुसंघटित योजना, श्रद्धा, चिकाटी योजनेमागचं मास्टर माइंड, ही सहा तत्त्वं स्वातंत्र्याच्या या जाहीरनाम्यात अगदी सहज सापडतात.

तुम्हाला नेमकं काय हवंय ते जाणून घ्या, तुम्हाला ते मिळेल

विचाराला इच्छेचा पाठिंबा असेल, तर तो तितक्याच परिमाणाच्या भौतिक मूल्यात रूपांतरित होऊ शकतो. या व युनायटेड स्टील कॉर्पोरेशनच्या गोष्टीत तुम्हाला विचाराचं रूपांतर अतिशय आश्चर्यकारक पद्धतीनं झाल्याचं दिसून येईल.

या पद्धतीमागचं रहस्य म्हणजे कुठलाही चमत्कार नाही, तुम्हाला तो सापडणारही नाही. या पद्धतीमागं आहेत फक्त निसर्गाचे शाश्वत नियम. ज्या व्यक्तीची या नियमांवर श्रद्धा असेल आणि ते नियम साहसानं वापरात आणणार असेल, त्या सर्वांसाठी ते उपलब्ध आहेत. या नियमांचा उपयोग जसा राष्ट्राच्या स्वातंत्र्यप्राप्तीसाठी होऊ शकतो, तसाच तो संपत्ती मिळवण्यासाठीही होऊ शकतो.

आपल्याला नक्की काय हवंय, हे ज्याला माहीत असतं, अशी व्यक्ती तातडीनं निर्णय घेते आणि इच्छित प्राप्त करतेही. त्वरित आणि ठाम निर्णय घेणं ही गोष्ट आघाडीवरच्या लोकांना अग्रभागी ठेवण्यास कारणीभूत आहे.

ज्या व्यक्तीच्या शब्दांतून व कर्तृत्वातून तिला आपलं नेमकं उद्दिष्ट माहीत असल्याचं कळतं, तिला तिच्या उद्दिष्टाप्रत जाण्यासाठीचे सगळे मार्ग सुकर व मोकळे होतात.

निर्णय घेताना टाळाटाळ करण्याची सवय बालपणीच लागते. शाळा-कॉलेज जीवनात ती आणखी दृढ होते. त्या मागंही कुठलाही ठाम हेतू नसतो. विद्यार्थीजीवनात लागलेली ही सवय आयुष्यभर टिकून राहते. शिक्षण संपता-संपताच मिळालेली पहिली नोकरी विद्यार्थी फारसा विचार न करता तातडीनं स्वीकारतात. निर्णय घेण्याची टाळण्याच्या स्वभावामुळे ते दुसरी नोकरी मिळवण्याचा निर्णयही घेत नाहीत. आयुष्यभर पहिल्याच नोकरीत अडकून पडतात. हे ९८ टक्के लोकांच्यात आढळतं. कारण, आपलं स्थान ठरवण्याचा निर्णय घेण्याची क्षमता आणि आपल्यासाठी योग्य नोकरी देणारा यांचा शोध घेण्याचं ज्ञान त्यांच्याकडे नसतं.

निर्णयावर ठाम राहण्यासाठी प्रचंड मोठं साहस लागतं.

ज्या छप्पन मुत्सद्यांनी जाहीरनाम्यावर सही केली, त्यांनीही अतिशय धाडसी निर्णय घेतला होता. जो व्यक्ती एक विशिष्ट स्थान मिळवण्याचा ठाम निर्णय घेतो आणि त्यासाठी हवी ती किंमत मागतो तो आपल्या जीवनाची बाजी न लावता आपल्या आर्थिक स्वातंत्र्याची बाजी लावत असतो. आपल्या नेमक्या अपेक्षा, स्पष्ट योजना व मागण्या याकडे जो दुर्लक्ष करतो तो कधीही आर्थिक स्वावलंबन, संपत्ती, हवा तो व्यवसाय निवडण्याचे स्वातंत्र्य आणि व्यावसायिक मान-सन्मान, पद यांची अपेक्षा करू शकत नाही.

वसाहतीच्या प्रांतांसाठी स्वातंत्र्याच्या मागणीत जी दृढता सॅम्युएल ॲडम्स यांनी दाखवली त्याच ठामपणानं, चिकाटीनं तुम्ही संपत्ती मिळवण्याची इच्छा बाळगलीत, तर तुम्हीही श्रीमंत बनू शकाल.

• • •

प्रकरण ९

श्रद्धेची रुजवण करण्यासाठीचे अथक प्रयत्न

श्रीमंतीच्या मार्गावरील आठवं पाऊल

तुमच्या इच्छेचं रूपांतर तितक्याच मूल्याच्या आर्थिक परिमाणात करण्यासाठी चिकाटी अत्यंत महत्त्वाची आहे. चिकाटीच्या मुळाशी इच्छाशक्ती असते.

तुमची प्रबळ इच्छा आणि इच्छाशक्ती यांचा जेव्हा संयोग होतो, त्या वेळी त्यांची अत्यंत शक्तिशाली अशी जोडी तयार होते. ज्यांच्याकडे प्रचंड संपत्ती असते, असे लोक दुष्ट व हृदयशून्य असल्याचा त्यांच्याबद्दल गैरसमज असतो. प्रत्यक्षात तसं नसतं. या लोकांकडे प्रबळ इच्छाशक्ती असते आणि तिलाच चिकाटीची जोड देऊन ते आपलं उद्दिष्ट गाठण्यात सफल होतात.

तात्कालिक अपयश वा विरोध यामुळे प्रयत्न अर्धवट सोडून देणारे बहुसंख्य लोक आपल्या आजूबाजूला आहेत. मात्र कितीही अडचणी आल्या, विरोध झाला, तरी उद्दिष्टापर्यंत पोहोचण्याचा प्रयत्न फारच थोडे लोक करतात.

चिकाटी या शब्दाला फारसं शौर्याचं वलय नाही; पण हा गुण माणसात असणं म्हणजे कुठल्याही दबावाखाली न झुकण्याचा कणखरपणा होय.

तुम्हाला तुमचं नशीब कमवायचं असेल, तर संपत्ती मिळवण्यासाठी आवश्यक असलेल्या तेरा तत्त्वांचा अभ्यास करावा लागतो. ज्यांना संपत्ती हवी असते, त्यांनी ही तत्त्वं चिकाटीनं आत्मसात करणं गरजेचं आहे.

चिकाटीची परीक्षा

यात जे ज्ञान दिलं आहे, ते आत्मसात करण्याच्या हेतूनं जर तुम्ही हे पुस्तक वाचत असाल, तर तुमची खरी कसोटी त्यात दिलेल्या सहा पायऱ्या चढून जाण्याचा प्रयत्न करताना दुसऱ्या प्रकरणातच लागते.

यशस्वी होण्यासाठी पछाडलेल्या २ टक्के लोकांपैकी जेपर्यंत तुम्ही एक व्यक्ती बनत नाही, ज्यांनी स्वतःचं निश्चित उद्दिष्ट ठरवून, सुयोग्य योजना आखून त्या मार्गावरचं पहिलं पाऊल टाकलं आहे - तोपर्यंत तुम्ही या सूचना नुसत्या वाचाल; पण त्या आपल्या दैनंदिन जीवनात आचरणात न आणता, रोजचं आयुष्य तसंच जगत राहाल.

अपयशाचं महत्त्वाचं कारण म्हणजे चिकाटीचा अभाव. चिकाटी नसणं हा आपल्यातला कमकुवतपणा आहे. प्रयत्नांनी यावर मात करता येते. तुमची इच्छा प्रबळ असेल, तर तुम्ही या अभावावर मात करून अंगी चिकाटी बाणवू शकाल.

यशाचा प्रारंभ इच्छेतूनच होत असतो, त्यामुळे जर इच्छा कमकुवत असेल, तर त्याचे परिणामही तसेच असतात. एखादी ठिणगी व निखारा जेमतेम उष्णता देतो मात्र मोठी आग भाजून काढणारी उष्णता देते, तसंच आहे हे, तेव्हा तुमच्यात जर चिकाटी कमी असेल, तर तुमची इच्छा प्रबळ करा, ज्यामुळे ही कमी भरून येईल.

हे पुस्तक पूर्ण वाचल्यावर प्रकरण २ पुन्हा एकदा वाचा आणि त्यातल्या सहा पायऱ्यात ज्या सूचना दिल्या आहेत, त्यांचा उपयोग करायला प्रारंभ करा. सूचनापालनातली तुमची उत्कंठाच तुम्ही संपत्ती कमवण्यासाठी किती आतूर आहात हे सांगेल. तुमच्यात अजूनही ती इच्छा तीव्र नसेल, तर ते तुमच्यात श्रीमंत होण्याची चेतना जागृत झाली नसल्याचं घोतक आहे, त्यामुळे संपत्ती मिळवण्याच्या आधीच तुमची त्यासाठीची इच्छाशक्ती तीव्र असणं अत्यंत गरजेचं आहे.

संपत्ती मिळवण्यासाठी जे आतुर असतात, सज्ज असतात, त्यांच्याकडेच संपत्ती आकर्षित होते. हे गुरुत्वाकर्षणाच्या नियमासारखं आहे. नदी-नाले यांचं पाणी जसं समुद्राला जाऊन मिळतं, त्याप्रमाणंच आहे हे.

जर तुमची चिकाटी तितकीशी शक्तिशाली नाही, असं जर तुम्हाला वाटत असेल, तर मास्टर माइंडची शक्ती या प्रकरणात दिलेल्या सूचनांकडे

लक्ष द्या, आपल्याभोवती एक असा मास्टर माइंडचा समूह तयार करा जो संयुक्त प्रयत्नांनी तुमची चिकाटी वाढवू शकेल. याशिवायच्या आणखी सूचना स्व-सूचना व सुप्तमन या प्रकरणात दिलेल्या आहेत. या सूचनांचं पालन तोपर्यंत करत राहा जोपर्यंत तुमच्या सुप्तमनात त्या अपेक्षित गोष्टीचं स्पष्ट चित्र उमटत नाही आणि त्याच क्षणी तुम्हाला स्पष्टपणे जाणवेल की, तुम्ही चिकाटीच्या कमतरतेवर मात केली आहे.

तुम्ही पैशासाठी सजग आहात की गरिबीसाठी?

एखादा झटका आल्यासारखं वा कधीतरी वाटलं तर अशा पद्धतीनं या नियमाचं पालन करून तुमचा कुठलाच फायदा होणार नाही. या नियमाचं पालन इतक्या सातत्यानं करा की, तो जणू तुमचा स्वभावच बनेल. पैशासाठी सजग होण्याचा एवढा एकच मार्ग आहे.

तुमच्या मनाचा कल गरिबीकडे आहे की श्रीमंतीकडे, याचा आधी शोध घ्या. तुमच्या मनाचा कल जिकडं असेल तसंच घडतं. तुमच्या मनाचा कल जर गरिबीकडे असेल तर तसंच होईल. जे पेरता तेच उगवतं या न्यायाप्रमाणं तुम्ही गरिबीचे विचार पेरल्यास गरिबीच तुमच्याकडे आकृष्ट होईल. जर तुमचं मन पैशासाठी सजग नसेल, तर तुमच्या मनाचा ताबा अगदी सहजच गरिबीसाठी सजग असलेलं मन घेईल. यामुळेच पैसा हवा असेल तर आपल्या मनाला त्यासाठी प्रयत्नपूर्वक तयार करण्याची गरज आहे. कुठल्याही प्रयत्नाशिवाय गरिबीसाठीची सजगता येते, मात्र पैशाच्या सजगतेसाठी विशेष प्रयत्न करावे लागतात. एखाद्याकडे ती जन्मतःच असल्याचं अगदी क्वचितच दिसतं.

वरील परिच्छेदातली वाक्यं शांतपणे वाचा व त्यावर विचार करा म्हणजे चिकाटीचं महत्त्व तुम्हाला कळेल. अंगी चिकाटी नसेल, तर प्रयत्नापूर्वीच हार होते. मात्र चिकाटीनं कुठलंही कष्टसाध्य यश साकार होतं.

तुम्ही एखादं भयंकर स्वप्न बघताय. अंथरुणात, झोपेत असताना जणू काही श्वास घेणंसुद्धा शक्य नाहीये, शरीराची हालचाल सोडाच हातापायाचं बोटसुद्धा हलवणं शक्य नाहीये, इतके तुम्ही घाबरला आहात. तोंडाला कोरड पडलीये. कुशीवर वळताही येत नाहीये, अशा स्थितीत असताना आपण सगळ्यात आधी हातापायाचं एखादं बोटं खूप प्रयत्नानं हलवतो. यासाठी प्रचंड मानसिक ताकद लावावी लागते; पण चिकाटीनं आपण ते

करत राहतो. मग स्नायूंवर ताबा मिळवून हात हलवता येतो का, उचलता येतो का, यासाठी प्रयत्न करतो. हे शक्य झालं की, पाय हलवायचा प्रयत्न करतो, मग दुसरा पाय हलवतो. हळूहळू श्वास घेतो. संपूर्ण मज्जासंस्थेवर ताबा मिळवतो आणि मग त्या घाबरवून टाकणाऱ्या स्वप्नातून पूर्ण जागं होतो. प्रत्येक जण या अनुभवातून कधी ना कधी गेलेला असतोच. या प्रदीर्घ प्रयत्नानं आणि इच्छाशक्तीच्या साहाय्यानं आपण स्वप्नातून बाहेर येतो, त्यालाच चिकाटी असं म्हणतात.

बौद्धिक निष्क्रियतेवर मात करा

बऱ्याचदा बौद्धिक निष्क्रियता माणसाला वेढून टाकते. त्यावर मात करण्यासाठी प्रयत्नांची पराकाष्ठा करावी लागते. वर वर्णन केलेल्या उदाहरणासारखंच आहे ते. यासाठी पहिले पाऊल अगदी ठामपणे टाका. संथपणे का होईना; पण सातत्यानं प्रयत्न करत राहा. तुम्ही चिकाटीनं प्रयत्न करत राहिल्यास नक्कीच यशस्वी व्हाल.

तुम्ही तुमच्या मास्टर माइंड गटाची निवड जर काळजीपूर्वक केली असेल, तर तुमचं काम थोडं सोपं होतं. कारण एकतरी माणूस तुम्हाला यासाठी मदत करतो. धनवान बनलेल्या लोकांनीही गरजेपोटी असं मास्टर माइंडचं सहकार्य घेतलेलं आहे. घडलेल्या अपरिहार्य घटनांमुळे त्यांना चिकाटीनं प्रयत्न चालू ठेवणं इतकं गरजेचं बनलं की, चिकाटीचा हा गुण त्यांच्या स्वभावाचाच एक भाग बनून गेला.

चिकाटीची सवय अंगी भिनली की, जणू अपयशाचा विमाच उतरवल्यासारखा असतो. कारण अपयशाला चिकाटीचं आवरण मिळालं की प्रयत्न नेटानं चालूच राहतात. कितीही वेळा पडले तरी अशा व्यक्ती एक दिवस शिडीच्या सर्वोच्च पायरीवर हमखास पोहोचतात. अशा निराश करणाऱ्या अनुभवांतून जणू नियती माणसाची परीक्षाच घेत असते. अपयश यशाची पहिली पायरी आहे, असं म्हणत पुन्हा एकदा प्रयत्न करणारेच यशस्वी होतात आणि मग जग म्हणतं! शाब्बास, तू जिंकणारच, हे मला माहीतच होतं. अपयशाशिवाय यशाची गोडी कळत नाही, चिकाटीनं प्रयत्न केल्याशिवाय तुमची परीक्षा होत नाही आणि एकदा का तुम्ही ही परीक्षा उत्तीर्ण केलीत की, यश मिळवण्यावाचून तुम्हाला दुसरं कोणी रोखू शकत नाही.

ही परीक्षा उत्तीर्ण होणाऱ्यांना यशाच्या रूपानं आपल्या चिकाटीचा पुरेपूर मोबदला मिळतो. तुमच्या कार्यात यश मिळतं आणि याशिवाय एक अतिशय महत्त्वाचा धडाही मिळतो – प्रत्येक अपयश काहीतरी तितक्याच मोलाची शिकवण आपल्याबरोबर घेऊन येत असते.

अपयशावर स्वार व्हा

याही नियमाला अपवाद आहे. चिकाटीचं महत्त्व फारच थोडे लोक जाणतात. ते अपयशाला क्षणिक महत्त्व देतात. अशा लोकांच्या इच्छा इच्छाशक्तीशी निगडित असल्यानं त्यांच्या अपयशाचं रूपांतर यशात होतं. एकदा अपयश आलं की, त्यानं खचून जाणारे अनेक लोक आपल्या आजूबाजूला दिसतात. अपयश म्हणजे यश मिळवण्याचं प्रोत्साहन आहे, अशी त्यांची धारणा असते. परतीचा रस्ता जणू त्यांच्यासाठी नसतोच. हात-पाय न गाळता पुन्हा जोमानं प्रयत्न करणाऱ्यांच्या मदतीला एक अदृश्य शक्ती कायम धावून येते, जिचं नाव आहे चिकाटी. अंगी चिकाटी नसल्यास कुठल्याही क्षेत्रात यश मिळणं शक्य नाही.

या लिखाणादरम्यान माझं लक्ष सहजच जवळच्या ब्रॉडवे थिएटरकडे जातं, जिथं असंख्य आशांचं दफन झालं आणि कित्येकांसाठी संधीचं प्रवेशद्वार उघडलं. यश, कीर्ती, संपत्ती, प्रेम आणि नशिबाचं दार उघडण्यासाठी जगभरातून लोक तिथं येतात. त्या भल्या मोठ्या रांगेतून कुणी एखादा अशी झेप घेतो की, जग म्हणतं, 'त्यानं जिकलं, त्यानं ब्रॉडवे जिंकलं!' मात्र ब्रॉडवे जिंकणं इतकं सोपं नाही. तुमच्या गुणवत्ता आणि प्रतिभेची एकदा ओळख पटली आणि प्रयत्नांची पराकाष्ठा करण्याची तुमची वृत्ती एकदा कळली की, तुम्हाला तुम्ही मागाल ती किंमत मिळते.

आणि ब्रॉडवे जिंकण्याची किल्ली त्याच्या हाती लागल्याची बातमी आपल्यापर्यंत पोहोचते. त्या किल्लीचं नाव आहे चिकाटी.

फॅनी हर्स्टनं दिलेल्या लढ्यातून हे स्पष्ट होतं. आपल्या चिकाटीनंच ती ग्रेट व्हाइट वे जिंकू शकली. आपल्या लेखनाद्वारे पैसा मिळवण्याचं स्वप्न घेऊन १९१५मध्ये ती न्यू यॉर्कला आली. मात्र तिचं हे स्वप्न पूर्ण व्हायला खूपच काळ जावा लागला. न्यू यॉर्कच्या गल्लीबोळात हिंडताना जवळजवळ ४ वर्षं तिनं दिवस काबाडकष्ट करण्यात आणि रात्री स्वप्नं पूर्ण होण्याच्या आशेत घालवल्या. आपलं स्वप्न पूर्ण होण्याचं चिन्ह दिसेना, तेव्हाही ती

हरली नाही वा निराशेनं म्हणाली नाही – 'ब्रॉडवे, तू जिंकलास. ब्रॉडवे, तुला इतर कोणी शरण येईल; पण मी नाही,' अशीच तिची मनोवृत्ती होती.

द सॅटर्डे इव्हिनिंग पोस्टच्या प्रकाशकानं पाठवलेल्या तब्बल ३६ नकारपत्रांनंतरही ती खचली नाही. शेवटी या लढाईत तीच जिंकली आणि तिची एक कथा चक्क प्रकाशित झाली. इतक्या मोठ्या प्रदीर्घ निराशाजनक काळात कोणीही सामान्य माणूस हरला असता; पण तिचा जिंकण्याचा दृढनिश्चय कायम होता.

आता ते लढाईचे दिवस संपले. तिला लेखनाचा मोबदला मिळायला लागला. नियतीनं घेतलेल्या त्या परीक्षेत ती उत्तीर्ण झाली आणि मग तिच्या दाराशी प्रकाशकांची रांग लागली. आता पैसा अशा काही वेगानं तिच्याकडे येऊ लागला की, तो मोजायलाही तिला वेळ नव्हता. चित्रपटाच्या दुनियेत तिचं नाव पोहोचलं आणि मग तर पैशाचा पूरच आला.

चिकाटीनं प्रयत्न करत राहिल्यास काय फळ मिळतं, याचं उत्तर वरच्या कथेतून मिळतं. याला फॅनी हर्स्ट ही काही एकमेव अपवाद नाही. जगभरात अनेक स्त्री-पुरुष प्रचंड संपत्ती कमवतात. त्यामागं अर्थात चिकाटीच असते. एखाद्या भिकाऱ्यालाही ब्रॉडवेवर कॉफी-सँडविच मिळू शकतं, मात्र तुमची अपेक्षा जर यापेक्षा बरंच काही मिळवण्याची असेल, तर चिकाटीला पर्याय नसतो.

ब्रॉडवेचं आव्हानं यशस्वीपणे पेलणारी केन स्मिथही याच्याशी नक्कीच सहमत असेल. कित्येक वर्षं ती विनामोबदला मायक्रोफोन हातात येईपर्यंत गात होती. तुझ्यात कुवत असेल तर ये आणि स्वतःला सिद्ध कर असं ब्रॉडवेचं तिला आव्हान होतं. शेवटी एक दिवस ब्रॉडवेनंच तिला म्हटलं की, आम्ही तुला अकारण शिक्षा देतो आहोत, तरी तुला त्याची जाणीव नाही, तेव्हा आता सांग तुझी किंमत आणि लवकरात लवकर कामाला लाग. केन स्मिथनं स्वतःची किंमत सांगितली जी प्रचंड होती.

स्वतःला द्या चिकाटीचं प्रशिक्षण

इतर अनेक अवस्थांसारखीच चिकाटी हीही मनाची एक अवस्था असल्यामुळे आपण ती विकसित करू शकतो. चिकाटीसाठी प्रेरित करणारी काही मुख्य कारणं अशी आहेत.

१. **निश्चित हेतू –** तुम्हाला तुमचा हेतू नक्की माहीत असला पाहिजे. एकदा तुम्हाला काय हवंय, हे कळलं की, तुमच्या मार्गातल्या अडचणींवर मात करण्याचं धाडस तुमच्या अंगी आपोआप येतं. चिकाटीसाठी हे पहिलं आणि महत्त्वपूर्ण पाऊल आहे.

२. **इच्छा –** एखाद्या गोष्टीची इच्छा मनात बाळगणं आणि ती पूर्ण करण्यासाठी चिकाटीनं प्रयत्न करणं तसं सोपं आहे.

३. **आत्मनिर्भरता –** कुठलीही योजना पूर्ण करण्याचा तुमचा स्वतःवरचा विश्वास तुम्हाला चिकाटीनं ते काम पूर्ण करण्यासाठी प्रेरित करतं. (स्वयंसूचना या प्रकरणात दिलेल्या सूचनांचं पालन केल्यास आत्मनिर्भरता येऊ शकते.)

४. **निश्चित योजना –** एखादी सुयोग्य, नेमक्या पद्धतीनं आखलेली योजना, ती जरी अव्यवहार्य असली वा कमकुवत असली तरीही तुम्हाला चिकाटीनं प्रयत्न करण्यास भाग पाडते.

५. **बिनचूक ज्ञान –** आपली योजना ही योग्य अनुभव व अचूक ज्ञानाच्या साहाय्यानं तयार केली आहे, हा विश्वासच तुम्हाला योजना पूर्णत्वास नेण्यासाठी साहाय्यक ठरतो. नुसत्या अंदाजांवर आधारित एखादी योजना पूर्णत्वाला जाईलच, याची शक्यता अगदीच कमी असते.

६. **सहकार्य –** समोरच्यासाठी तुमच्या मनात सद्भावना असेल, त्याला समजून घेण्याची तुमची तयारी असेल व तुमच्यातला संवाद सहकार्याचा असेल तर अशा एकत्रित प्रयत्नातून चिकाटीचा आणखी विकास होतो.

७. **इच्छाशक्ती –** एखादी योजना आखताना तिच्यावर पूर्ण लक्ष एकाग्र करून आपला हेतू साध्य करण्याची सवय चिकाटीस कारणीभूत आहे.

८. **सवय –** चिकाटी हा एक अगदी सहज सवयीचा भाग आहे. आपलं मन रोज रोज येणारे अनुभव ग्रहण करतं आणि मग तेच आपल्या सवयीचा एक भाग बनून जातं. भीतीवर मात करण्यासाठी ज्याची भीती वाटते, अशाच गोष्टी करायला हव्यात. सैनिक वा सैन्याशी संबंधित लोक ही गोष्ट अधिक चांगल्या प्रकारे जाणतात.

तुमची चिकाटी मापन यादी

चिकाटी या विषयावरच्या माहितीला पूर्णविराम देण्याआधी आपण स्वतःचे चिकाटीमापन करू. आपल्यात किती चिकाटी आहे, अजून कुठल्या गोष्टीत आपल्याला चिकाटीची गरज आहे, याचा अंदाज या यादीवरून आपल्याला येईल. स्वतःचं मापन करताना प्रत्येक बिंदूचं नीट परीक्षण करा. कदाचित स्वतःवर जास्त चांगली पकड यामुळे तुम्हाला घेता येईल.

तुम्ही आणि तुमचे गुण यांच्यादरम्यान लपलेल्या काही शत्रूंचाही तुम्हाला शोध लागेल. चिकाटी नसणं म्हणजे नेमकं काय आणि का यांचाही तुम्हाला शोध लागेल. या यादीचा शांतपणे, विचारपूर्वक अभ्यास करा आणि तुमच्यातल्या उणिवांवर धैर्यानं मात करा. जर तुम्हाला संपत्ती मिळवायची असेल, तर या उणिवांवर मात करावीच लागेल.

१. आपल्याला नेमकं काय हवंय, ते ओळखता न येणं, त्याची नेमकी व्याख्या न करता येणं.

२. एखाद्या कारणामुळे वा विनाकारणही प्रयत्न करण्यास टाळाटाळ करणं (यामागं काही दीर्घकालीन कारणंही असू शकतात.)

३. तुमच्या संबंधित विषयातलं उच्च ज्ञान मिळविण्यासाठी फारसं उत्सुक नसणं.

४. एखाद्या समस्येला, प्रश्नाला सामोरं न जाता निर्णय तसाच लटकत ठेवणं वा ती जबाबदारी दुसऱ्यावर ढकलणं.

५. प्रश्न सोडवण्यासाठी कुठलीही ठाम योजना तयार न करता फक्त सबबी सांगत राहणं.

६. आहे त्यातच समाधान मानणं. या वृत्तीमुळे तुमच्यातल्या महत्त्वाकांक्षेचा ऱ्हास होतो आणि तुमची प्रगती तिथंच अडकून पडते.

७. समस्येवर व परिस्थितीवर मात करण्याऐवजी आहे त्या परिस्थितीशी जुळवून घेणं.

८. चुकीचं खापर इतरांवर फोडणं आणि प्रतिकूल गोष्टींना त्या बदलण्याचा प्रयत्न न करता आहे तशा स्वीकारणं.

९. तुमचा उद्देश ठाम नसल्यास तुमच्या प्रयत्नात जोर राहत नाही, त्यामुळे प्रयत्न क्षीण होतात.

१०. यश येणार नाही याची किंचितही शंका आली, तरी प्रयत्नच सोडून देणं. (भीतीच्या मूळ घटकांपैकी काही यासाठी कारणीभूत असतात.)

११. तुमच्या योजना कागदावर लिखित स्वरूपात उतरवलेल्या नसणं, ज्यामुळे त्यातील कमकुवत बिंदू/घटक यांचा नीटसा अंदाज बांधता येत नाही.

१२. तुमच्या मनात एखादी कल्पना उमटल्यावर त्यावर फारसा विचार न करणं वा समोरच्या संधीचा लाभ न उठवणं.

१३. दृढ इच्छाशक्तीऐवजी फक्त कल्पनेतच रमणं.

१४. आहे त्यातच समाधान मानणं, परिस्थिती बदलण्याचा प्रयत्न न करणं, गरिबीतच सुख मानणं, काही मिळवण्याच्या महत्त्वाकांक्षेचा अभाव असणं.

१५. पैसा मिळवण्यासाठी कठोर मेहनत करण्याऐवजी वाममार्गांचा वापर करणं, कष्टाशिवाय पैसा मिळवण्याची अपेक्षा, जुगारासारख्या मार्गांनं पैसा मिळवण्याची सवय.

१६. लोक काय म्हणतील याचं प्रचंड दडपण, आपल्यावर टीका करतील याची भीती, हा भयगंड आपल्या सुप्तमनात कायमच असतो, ज्याचा पत्ता आपल्याला सहजासहजी लागत नाही. मात्र या भयगंडापायी प्रयत्न करून पाहण्यास तयार नसणं. (भीतीचे सहा घटक शेवटच्या प्रकरणात दिले आहेत.)

टीकेला घाबरत असाल तर

माणूस टीकेला का घाबरतो, याच्या काही लक्षणांचा आता थोडा विचार करू. बऱ्याच लोकांच्या आयुष्यावर त्यांचे मित्र, नातेवाईक व इतर लोकांचा इतका जबरदस्त प्रभाव असतो की, त्यांना स्वतःचं जीवन स्वतःच्या मताप्रमाणं जगणं अशक्य होतं. ते कायमच लोक काय म्हणतील या दडपणाखालीच जगतात.

बऱ्याच लोकांची आयुष्याच्या साथीदाराची निवड चुकते. आयुष्यात अनेक समस्या उभ्या राहतात. मात्र आपली चूक ते दुरुस्त करत नाहीत, कारण लोक काय म्हणतील, याची भीती सतत त्यांच्या मनात असते. शेवटी ते आयुष्यभर तसेच ताणलेले नातेसंबंध घेऊन जगत राहतात. मात्र या दडपणामुळे ते आयुष्यात महत्त्वाकांक्षा, यश, सुख यांचा विचारही करत नाहीत.

शाळा सोडून बराच काळ उलटल्यावर शिक्षण घेण्याची इच्छा झाली, तरी इतरांच्या संभाव्य टीकेमुळे लोक शिकणंच टाळतात.

असंख्य तरुण-वृद्ध स्त्री-पुरुषाचं आयुष्य इतर नातेवाइकांच्या हस्तक्षेपामुळे दुःखी-कष्टी झालेलं आढळतं. जरी तो हस्तक्षेप कर्तव्यापोटी झालेला असला तरीही कारण असे स्त्री-पुरुष नातेवाइकांच्या होणाऱ्या टीकेला घाबरून राहतात. मात्र तुमच्या व्यक्तिगत महत्त्वाकांक्षेला हानी पोहोचवणारं व तुमच्या मर्जीनं जीवन जगणं अवघड होईल असं बंधन असा कर्तव्याचा कुठलाही अर्थ नसतो, हे कायम लक्षात ठेवा.

आपल्या व्यवसायात अथवा धंद्यात जोखीम घ्यायला लोक सामान्यतः घाबरतात, कारण जर अपयश आलं, तर होणाऱ्या टीकेसाठी त्यांची तयारी नसते. यशापेक्षा ती टीका जास्त प्रबळ ठरते.

अशक्य असं ध्येय ठेवून प्रयत्न करणाऱ्याला आजूबाजूचे वेडे ठरतील की काय, अशी भीती मनात असल्यानं माणूस उच्च ध्येयाचा विचारसुद्धा करत नाही, त्यामुळे त्याचं भविष्य, करिअरही फारसं उज्ज्वल असेल, अशा क्षेत्राच्या निवडीबाबत ते सजग नसतात.

अँड्र्यू कार्नेगींनी जेव्हा स्वतःच्या व्यक्तिगत यशासाठी तत्त्वज्ञान विकसित करण्यासाठी वीस वर्षं इतका प्रदीर्घ कालावधी निश्चित केला, तेव्हा लोक काय म्हणतील, हा प्रश्न त्यांच्याही समोर होताच. पूर्वीच्या योजनांपेक्षा आताचं समोर असलेलं उद्दिष्ट खूपच मोठं असल्यामुळे टीकेच्या भीतीतून मनानं लगेच कारणं, सबबी सांगायला सुरुवात केली. तुला हे काम जमणार नाही, ते पूर्ण करण्यासाठी बराच वेळ द्यावा लागेल. या काळात तू तुझे पोट भरण्यासाठी काय करणार, तुझे नातेवाईक काय म्हणतील, असे असंख्य प्रश्न त्यांच्या अंतर्मनात होते. आजपर्यंत असं काम इतर कोणीही केलं नाही. मग अशा कामात तुला यश मिळेलच कशावरून? आपण एका अगदीच साध्या कुटुंबातील आहोत, आपल्याला हे तत्त्वज्ञान फारसं परिचितही नाही, तुम्ही वेडे आहात म्हणूनच याआधी कोणीही न केलेलं काम करण्यास तुम्ही उद्युक्त झाला आहात, अशी प्रश्नावली मनात ठाण मांडून बसली होती.

ज्या क्षणी हे प्रश्न माझ्या मनात आले, त्या क्षणी मी अंतर्मुख झालो. विचारात पडलो. जणू साऱ्या जगाचं लक्ष फक्त माझ्याकडेच असून, ते मला कार्नेगीची सूचना न पाळण्याचे सांगत होते.

जणू माझी महत्त्वाकांक्षा इथंच संपून जाईल, अशी असंही वाटायला लागलं होतं. हजारो लोकांच्या विश्लेषणानंतर मला कळलं की, मनात कल्पना येऊन तिचा तिथंच मृत्यू होतो, असं असंख्य वेळा घडतं. ती कल्पना तर प्रत्यक्षात साकारायची असेल, तर त्यासाठी तातडीनं पावलं उचलावी लागतात. कल्पना मनात आली की, तिच्यावर जाणीवपूर्वक विचार करावा लागतो. प्रत्येक क्षणी सजग राहून तिचा विस्तार कसा होईल, हे बघावं लागतं. ज्या कल्पनेचं रूपांतर प्रत्यक्ष योजनेत होत नाही, त्यांनाच टीकेची भीती जास्त प्रमाणात असते.

तुमच्या इच्छेनुसार कार्यात विराम

आपल्याला हवं तिथं विराम घेणं, यालाच काही लोक यश (भौतिक) असं म्हणतात. त्या विश्वासामागे काही प्रबळ कारणंही आहेत. मात्र दैवावर अवलंबून असणाऱ्यांच्या पदरी निराशाच येते. कारण परिस्थितीनुसार योग्य तिथं विराम घेणं, हाही यातला एक महत्त्वपूर्ण भाग असतो, हे ते विसरतात.

मागील दशकातल्या मंदीच्या काळात, आपली सगळी कमाई संपलेली, नोकरी नाही, उपजीविकेचं स्थान असं व्हाडेविलंही संपलेलं अशा अवस्था प्रसिद्ध विनोदी नट डब्ल्यू. सी. फिल्ड्सची होती. त्यानं वयाची साठीही पार केली होती. बहुतेक लोक स्वतःला वृद्ध समजतात, अशा वयात तो काम करण्यास इतका अधीर झाला होता की, त्यानं चित्रपट या नव्या क्षेत्रात विनामोबदला काम करण्याची तयारी दाखवली. यासाठी धडपडत असताना त्याच्या मानेलाही दुखापत झाली. हा नाद सोडून घरी स्वस्थ बसावं असाच विचार मग अनेकांनी केला असता. मात्र जिद्दी फिल्ड्स स्वस्थ बसला नाही. कामाला सुरुवात केली तर आत्ता वा थोड्या उशिरा कामाची संधी नक्की मिळेल, असा त्याला ठाम विश्वास होता आणि अशी संधी त्याला मिळाली.

आयुष्याच्या साठीत नोकरी, पैसे गेल्यानं मेरी ड्रेसियरची अवस्थाही तशीच झाली होती. त्या दरम्यानच्या काळात तिनं दुसऱ्या क्षेत्राचा शोध घ्यायला सुरुवात केली आणि तिच्या चिकाटीमुळे तिला काम मिळालंही. वेगळं काही करण्याची लोकांची उमेदच जेव्हा संपलेली असते, त्या वयात मेरीनं काम मिळवलं.

१९२९च्या शेअरबाजारातील मंदीत आपला सगळा पैसा घालवून बसलेल्या एडी कॅन्टरची जिद्द आणि चिकाटी कायम होती. या जिद्द आणि चिकाटीच्या बरोबरीनं आपल्या डोळस, सजगवृत्तीचा वापर करून त्यानं आपल्या मिळकत आठवड्याला दहा हजार डॉलर्स इतकी केली.

थोडक्यात अंगी फारसे विशेष गुण नसतील; पण चिकाटी असेल तर प्रगती करण्यापासून कुणालाही रोखता येत नाही.

स्वतः ठरवून घेतलेला असा विरामच आपल्याला परवडू शकतो. तुमच्या कार्याची सुरुवात ठाम व निश्चित हेतूनं झाली असेल, तर कुठं विराम घ्यायचा हे ठरवणं तुमच्या हातात असतं.

शंभरापैकी अठ्ठ्याण्णव लोकांना आपल्याला नेमकं काय हवंय, हेच माहीत नसतं. काहींना सुरक्षितता, बहुतेक लोकांना पैसा, काहींना सुख, इतर काहींना प्रसिद्धी व सत्ता हवी असते. सामाजिक प्रतिष्ठा, गायन-वादन-लेखन कलेत गती, पारंगतता, सुखी जीवन अशीही काही उत्तरं मिळू शकतात. मात्र यातल्या कोणालाही नेमक्या शब्दांत याची व्याख्या करता येत नाही वा ते मिळवण्यासाठीची कुठलीही नेमकी, सुसूत्र योजना त्यांच्याकडे नसते. श्रीमंत होण्याची नुसती इच्छा असून उपयोग नाही, त्यासाठी सुसूत्र योजना, अथक परिश्रम आणि चिकाटी यांची गरज असते.

चिकाटीचा विकास कसा करावा?

अगदी सोप्या अशा चार पायऱ्यांद्वारे चिकाटी वाढवता येते. त्यासाठी ना विशेष शिक्षण, ना फारशा हुशारीची गरज असते. थोडा वेळ, थोडे प्रयत्न यांची आवश्यकता मात्र असते.

त्या चार पायऱ्या पुढे दिलेल्या आहेत

१. ठाम निश्चित हेतू, हेतुपूर्तीची ज्वलंत इच्छा.

२. सुसूत्र नेमकी योजना आणि ती कार्यान्वित करण्याची प्रक्रिया.

३. मित्र, नातेवाईक व इतर कुणाहीकडून आलेल्या नकारात्मक प्रतिक्रिया, नकारार्थी सूचना यांना कुठलाही थारा न देणारं कणखर मन.

४. आपल्या योजनांना पाठबळ देणाऱ्या, सकारात्मक प्रोत्साहन देणाऱ्या लोकांचा समूह. या चार पावलांनी कुठलंही यश अशक्य

नाही. यशाच्या तत्त्वज्ञानामागील तेरा तत्त्वं याचंच दिग्दर्शन करतात की ज्यामुळे ही चार पावलं सोपी होतात.

ही चार पावलं म्हणजे -

- आपल्या आर्थिक स्थितीवर आपलं नियंत्रण
- विचारांचं स्वातंत्र्य
- कमी असो वा जास्त - संपत्तीचा लाभ
- सत्ता, प्रसिद्धी, प्रतिष्ठा यांचा लाभ
- स्वप्नं वास्तव रूपात साकार होतात.

या चार पावलांच्या मदतीनं आपण भीती, निरुत्साह आणि उदासीनतेवर मात करू शकतो.

जे लोक ही चार पावलं चालून जाण्याची धडाडी दाखवतात, त्यांना जीवनात असं भव्य यश मिळतं की, आपलं भवितव्य हवं तसं आणि हव्या त्या मूल्याचं बनवता येतं.

अडचणींवर मात करा

ज्या लोकांकडे चिकाटी असते, ते लोक कायमच संकटांवर मात करताना आढळतात. अशी कोणती शक्ती त्यांना यासाठी मदत करते? त्यांच्या मनात काही विशेष आध्यात्मिक, बौद्धिक वा रासायनिक प्रक्रिया घडते का? पराभूत होऊनही पुन्हा लढ्यासाठी सज्ज होताना त्याच्याकडे कुठलं असामान्य असं बुद्धिकौशल्य असतं का?

केवळ आपल्या जिद्दीच्या बळावर शून्यातून साम्राज्य उभं करणारे हेन्री फोर्ड वा अवघं तीन महिन्यांचं शालेय शिक्षण मिळूनही जग बदलवून टाकणाऱ्या शोधांची मालिकाच निर्माण करणारे थॉमस एडिसन (विजेच्या दिव्याचा शोध, ग्रामोफोन, चलच्चित्र इत्यादी संशोधनांचे जनक) अशा महान लोकांच्या जीवनाचं विश्लेषण करण्याची संधी मिळाली, तेव्हा वरील प्रश्न माझ्या मनात उद्भवले. या दोघांच्याही आयुष्याचं खूप जवळून अवलोकन केल्यावर एक गोष्ट माझ्या लक्षात आली की, या दोघांच्याही विलक्षण यशात चिकाटी हा एकच गुण समान होता, बाकी कुठलंही साम्य नव्हतं.

देवदूत, तत्त्वज्ञ, भूतकाळात होऊन गेलेले धार्मिक नेते यांच्या कार्याकडे, जीवनाकडे निष्पक्षपातीपणे बघितलं तर असं वाटतं की, त्यांचे

जे काही चमत्कार म्हणून गणले जातात ते चमत्कार म्हणजे चिकाटी, एकाग्र चित्तानं केलेले प्रयत्न आणि हेतूचा ठामपणा या तिन्हीचं एकत्रित मिश्रण तर नाही ना?

महंमद पैगंबरांचं जीवनचरित्र व उद्योग व आर्थिक क्षेत्रातले यशस्वी लोक यांची तुलना केली असता त्या दोघांच्यात एक समान गोष्ट आढळते, ती म्हणजे चिकाटी, विलक्षण जिद्द.

ईसाद बे यांनी लिहिलेलं मोहंमद पैगंबराचं चरित्र अभ्यासलं की, त्या विलक्षण शक्तीचा प्रत्यय येतो. हेरल्ड-ट्रिब्यूनमध्ये प्रसिद्ध झालेलं, थॉमस सुग्रू यांनी लिहिलेलं याचं परीक्षण इथं मुद्दाम दिलं आहे. ते आवर्जून वाचा.

शेवटचा महान देवदूत

थॉमस सुग्र्यूचं परीक्षण

देवदूत असूनही महंमदांनी कुठलाही चमत्कार केला नाही. ते तांत्रिक नव्हते ना त्यांना कुठलं औपचारिक शालेय शिक्षण मिळालं होतं. वयाच्या चाळिसाव्या वर्षांनंतर त्यांनी आपलं धर्मप्रसाराचं कार्य सुरू केलं. आपण एक देवदूत आहोत व खऱ्या धर्माचा संदेश घेऊन आलो आहोत, या त्यांच्या घोषणेनंतर त्यांचं हसं झालं आणि त्यांना वेडं ठरवलं. मुलांनी त्यांची टर उडवली तर बायकांनी त्यांच्यावर घाण फेकली. त्यांची मूळ गाव मक्केतून हकालपट्टी करण्यात आली. त्यांच्या शिष्यांच्या चीजवस्तू लुबाडून त्यांनाही वाळवंटात हाकलून दिलं.

या हकालपट्टी व हेटाळणीच्या वातावरणात महंमद दहा वर्षं प्रवचनं करत हिंडत होते. त्यानंतर ते अरेबियाचे हुकूमशाह मक्केचे अधिपती बनले आणि डॅन्यूब व पायरेनिसपर्यंत पसरलेल्या नव्या धर्माचे प्रमुख बनले. शब्दांची ताकद प्रार्थनेचा प्रभाव आणि माणसाचं देवाशी असलेलं निकट सान्निध्य त्यांचे प्रेरक होते.

त्यांचं चरित्र फारच अद्भुत आहे. मक्केतील एका गरीब, प्रतिष्ठित कुटुंबात त्यांचा जन्म झाला. त्याकाळी मक्का हे जगातील व्यापाराचं एक महत्त्वाचं केंद्र होतं. ते व्यापारमार्गाच्या मध्यभागी असल्यामुळे भरभराटीला आलेलं होतं; पण तिथल्या अस्वच्छ वातावरणामुळे तेथील मुलांना बेदुइन्समध्ये पाठवलं जाई. महंमदांचं बालपणही अशाच भटक्या जातींत गेलं. तेथील मातांच्या दुधावर त्याचं पोषण झालं आणि त्यांना उत्तम शक्ती

आणि स्वास्थ्य लाभलं. ते मेंढपाळ म्हणून काम करू लागले आणि एका श्रीमंत महिलेच्या कळपाचा मेंढपाळ म्हणून त्यांना नेमलं गेलं.

त्या काळच्या पूर्व जगात त्यांनी दूरपर्यंत भटकंती केली. विविध श्रद्धा मानणाऱ्यांशी त्यांचा संपर्क आला आणि त्यातूनच वर्चस्वासाठी होणारी टोळीयुद्धे आणि त्यातून होणारी ख्रिश्चन धर्माची अधोगती त्यांनी जवळून पाहिली. त्यांच्या वयाच्या अठ्ठाविसाव्या वर्षी त्यांनी त्यांच्यावर अनुरक्त झालेल्या खादिजाशी विवाह केला. खादिजानं आपल्या वडिलांनी विवाहाला विरोध करू नये म्हणून त्यांना भरपूर मद्य पाजलं आणि त्यांनी आशीर्वाद देईपर्यंत त्यांना तशाच स्थितीत ठेवलं.

त्यानंतरचा जवळजवळ १२ वर्षांचा काळ हा महंमदांसाठी प्रतिष्ठेचा, श्रीमंतीचा काळ होता. एक धूर्त श्रीमंत व्यापारी म्हणून ते नावारूपाला आले. वाळवंटात भटकंती सुरू केल्यावर ते कुराणाची पहिली आयत घेऊन परतले आणि सर्वश्रेष्ठ देवदूत गॅब्रिएलनं आपल्यासमोर प्रकट होऊन आपण ईश्वराचा दूत व्हावं, असा संदेश आपल्याला दिल्याचं त्यांनी खादिजाला सांगितलं.

कुराण हा महंमदांच्या जीवनातील एक चमत्कार होता. त्यांना ना शब्दज्ञान होतं, ना ते कवी होते; पण त्यांनी आपल्या विश्वासू लोकांना ऐकवलेल्या कुराणाच्या आयत कुठल्याही व्यावसायिक काव्यापेक्षा श्रेष्ठ होत्या. तो एक चमत्कार होता. कुराणात म्हटलं होतं, सर्व लोक ईश्वरासमोर समान आहेत आणि इस्लाम एक लोकतांत्रिक राज्य आहे. काबाच्या प्रांगणात असलेल्या त्या ३६० मूर्तींना हटवणं आणि त्यांचं पाखंडी मत यामुळे त्यांना पुन्हा एकदा हद्दपार करण्यात आलं. भटक्या मूर्तींना व्यापाराच्या उद्देशानं आणण्यासाठी त्या मूर्ती काबात आणण्यात आल्या होत्या म्हणून मक्केचे भांडवलदार महंमदांच्या विरोधात गेले. मग वाळवंटातून माघार घेऊन त्यांनी संपूर्ण जगावरच राज्य करण्याची मागणी केली.

आणि इस्लाम धर्माचा उदय झाला. कायम तेवत राहणारी एक ज्योत वाळवंटात पेटली. मरणास न भीता एकजुटीनं लढण्यास तयार असलेल्यांचं लोकतांत्रिक सैन्य उभं राहिलं. महंमद स्वतः कुठल्याही नव्या धर्माची स्थापना करत नव्हते म्हणून त्यांनी ज्यू आणि ख्रिश्चनांनाही आपल्याला

सामील होण्याचं आवाहन केलं. एका ईश्वरावर विश्वास ठेवणाऱ्यांनी एकत्र येण्याचं ते आवाहन होतं. हे निमंत्रण जर स्वीकारलं असतं, तर इस्लामनं संपूर्ण जगावर राज्य केलं असतं, या भीतीपोटी ज्यू आणि ख्रिश्चन त्यांच्यात सामील झाले नाहीत. महंमदांची सेना जेव्हा जेरूसलेममध्ये शिरली, तेव्हा रक्तहीन लढाई झाली. एकही माणूस मारला गेला नाही. मात्र अनेक शतकांनंतर झालेल्या धर्मयुद्धात जेव्हा सैनिक शहरात शिरले, त्या वेळी झालेल्या मुस्लिमांच्या कत्तलीत एकही पुरुष, स्त्री वा बालक जिवंत राहिलं नाही. मात्र ख्रिश्चनांनी मुस्लिमांकडून विद्यापीठाची कल्पना आत्मसात केली.

• • •

प्रकरण १०

मास्टर माइंडची ताकद

प्रेरक शक्ती
श्रीमंतीच्या वाटेवरचं नववं पाऊल

संपत्ती मिळवण्यात जर तुम्हाला यशस्वी व्हायचं असेल, तर त्यासाठी शक्ती अत्यावश्यक गोष्ट आहे.

पुरेशा ताकदीअभावी कुठलीही योजना निरुपयोगी, निष्क्रिय ठरते. त्या ताकदीचा उगम आणि तिचा वापर यांचं विश्लेषण या प्रकरणात केलेलं आहे.

सुसंघटितपणे, योग्य तऱ्हेनं दिल्या गेलेल्या ज्ञानालाच शक्ती असं म्हणता येईल. आपल्या इच्छेचं तितक्याच आर्थिक परिमाणात रूपांतर करण्यासाठी केलेले सुसंघटित प्रयत्न हीही एक शक्तीच आहे. योग्य उद्दिष्टासाठी, एकमेकांच्या सहकार्यानं, सुसंवादानं केलेले प्रयत्न म्हणजेच सुसंघटित प्रयत्न होत.

पैसा मिळवण्यासाठी आणि तो टिकवून ठेवण्यासाठी शक्तीची गरज आहे.

आता ही ताकद मिळवण्यासाठी काय करायचं ते बघू. शक्ती हे सुसंघटित ज्ञान असल्यामुळे, त्याच्या स्रोतांचाही विचार करू.

१. **असीम बुद्धी** – निर्मितीक्षम कल्पनेच्या मदतीनं हा स्रोत समजून घेता येतो. याबद्दलची माहिती पुढे एका प्रकरणात दिली आहे.

२. **संचित अनुभव** – कुठल्याही सुसज्ज ग्रंथालयातील पुस्तकांद्वारे हा संचित अनुभव अभ्यासता येऊ शकतो. ज्या पब्लिक स्कूल वा महाविद्यालयांसारख्या ठिकाणी तो शिकवला जातो, तिथं त्याचं योग्य वर्गीकरण केलेलं असतं.

३. **प्रयोग आणि संशोधन** – आपल्या रोजच्या जगण्यातल्या प्रत्येक क्षेत्रात तसंच वैज्ञानिक क्षेत्रातही रोज नव्या घटना घडत असतात. त्या सर्वांचं योग्य रीतीनं एकत्रीकरण, प्रकारानुसार वर्गीकरण केलं जातं. जेव्हा त्याविषयी काही माहिती हवी असेल, तेव्हा त्या एकत्रित केलेल्या स्रोतामार्फत ते ज्ञान मिळवलं जातं. याही ठिकाणी निर्मितीक्षम कल्पनेचा वापर केला जातो.

आपल्याला हवं ते ज्ञान सुयोग्य स्रोतातून मिळवल्यावर, त्यातून निश्चित योजना आखता येते. ती योजना कार्यरत करून ते ज्ञान शक्तीत बदलता येतं.

आपल्या एकट्याचं वैयक्तिक ज्ञान व स्वतःचेच प्रयत्न यांच्या साहाय्यानं जर एखादी व्यक्ती योजनेला प्रत्यक्ष रूपात साकार करण्याची इच्छा बाळगत असेल, तर त्यात अडथळे येऊ शकतात. कारण योजनेच्या पूर्तीसाठी बऱ्याच मोठ्या ज्ञानाच्या साठ्याची आवश्यकता असते व हे ज्ञान वर वर्णन केलेल्या स्रोतांकडून मिळू शकते, त्यामुळेच एखादी भव्य योजना प्रत्यक्षात आणण्यासाठी इतरांचं सहकार्य गरजेचं असतं.

मास्टर माइंडच्या माध्यमाद्वारे शक्ती मिळवणं

दोन वा अधिक लोक जेव्हा योग्य, निश्चित उद्दिष्टासाठी, सुसंवादानं, एकमेकांच्या सहकार्यानं जेव्हा सुसंघटित प्रयत्न करतात, तेव्हा त्याला मास्टर माइंड असं म्हणता येईल.

मास्टर माइंडचं साहाय्य शक्तिशाली होण्यासाठी अत्यंत गरजेचं आहे. आपल्या इच्छेचं सुयोग्य आर्थिक मूल्यात परिवर्तन करण्यासाठी अमलात आणण्याच्या योजनेच्या सूचना या आधीच्या एका प्रकरणात दिल्या आहेत. मास्टर माइंडची निवड करताना योग्य तो सारासार विवेक वापरून, चिकाटी व हुशारीनं तुम्ही त्या सूचनांचं पालन केलं, तर उद्दिष्टपूर्तीच्या मार्गातली अर्धी बाजी तुम्ही मारलेली असेल.

अतिशय विचारपूर्वक निवडलेल्या आपल्या मास्टर माइंडच्या साहाय्यानं आता तुमच्या शक्तीचं अनाकलनीय सामर्थ्य समजून घ्या. आर्थिक स्वरूप आणि मानसिक वा आत्मिक स्वरूप अशी या मास्टर माइंड तत्त्वाची दोन लक्षणं आहेत. आर्थिक लक्षण हे अगदी सहज समजणारं आहे. सुसंवाद साधून पूर्ण साहाय्य करणाऱ्या लोकांचा सल्ला आणि व्यक्तिगत सहकार्य मिळवणाऱ्या व्यक्तीला आर्थिक संपन्नता मिळू शकते. सर्वच मोठ्या संपत्तीचा आधार सुसंवादी सहकार्यच आहे, याची एकदा महती कळली की आपली आर्थिक स्थिती बदलू शकते.

मास्टर माइंड तत्त्वाचा आत्मिक पैलू समजणं मात्र थोडं कठीण आहे. दोन मनांची कार्यशक्ती जेव्हा एकत्र येते, तेव्हा त्या मिलापातून निर्माण होणारी तिसरी शक्ती एखाद्या मनाइतक्याच ताकदीची असते. मानवी मन हे शक्तीचंच एक सुप्त रूप आहे, ज्याची ताकद आत्मिक स्वरूपाची असते. सुसंवादी रूपानं एकत्र येणाऱ्या दोन मनांच्या ताकदीतून निर्माण होणाऱ्या नवीन मनालाच, त्या शक्तीलाच आत्मिक ताकद म्हणता येईल.

मास्टर माइंडच्या तत्त्वाद्वारे साध्य होणाऱ्या आर्थिक संपन्नतेच्या पैलूकडे अँड्र्यू कार्नेगी यांनी माझं लक्ष ५० वर्षांपूर्वीच वेधून घेतलं. जणू त्या तत्त्वाचा शोधच माझं जीवितकार्य बनून गेला.

पोलाद निर्मिती आणि विक्रीच्या चर्चेसाठी कार्नेगींच्या आसपास मास्टर माइंड गटात जवळपास ५० लोक होते. कार्नेगींनीही आपल्या यशाचं संपूर्ण श्रेय या मास्टर माइंडच्या शक्तीलाच दिलं आहे.

धनाढ्य वा थोडीफार संपत्ती मिळवली आहे, अशा कुणाही व्यक्तीच्या जीवनचरित्रातली सारखी असणारी गोष्ट म्हणजे यातल्या प्रत्येकालाच मास्टर माइंडचा लाभ मिळाला आहे.

दुसरं कुठलंही माध्यम अशी प्रचंड ताकद मिळवून देऊ शकत नाही.

मेंदूची ताकद कित्येक पटींत वाढवा

माणसाच्या मेंदूची तुलना विजेच्या बॅटरीशी करू या. एका बॅटरीपेक्षा अनेक बॅटरीच्या समूहापासून मिळणारी ऊर्जा जास्त असते. बॅटरीत असणाऱ्या सेलच्या संख्या व क्षमतेनुसार ती बॅटरी ऊर्जा देते.

मानवी मेंदूचं कार्यही याच पद्धतीनं चालतं, याचमुळे काही मेंदू इतर मेंदूपेक्षा अधिक कार्यक्षम असतात म्हणूनच अशा कार्यक्षम मेंदूचा समूह जर एकत्र आला तर एका मेंदूपेक्षा अधिक विचार-ऊर्जा उपलब्ध होऊ शकते.

यावरून लक्षात येईल की, बुद्धिमान लोकांच्या आसपास असणाऱ्यांचा मास्टर माइंड इतका शक्तिशाली का असतो ते.

मास्टर माइंड तत्त्वाच्या आत्मिक पैलूचा उलगडा करू या. जेव्हा अनेक बुद्धिमान लोकांचा समूह सुसंवादानं व एकत्रितरीत्या काम करतो. त्या वेळी अनेक पटींत वाढलेली झालेली ऊर्जा समूहातल्या प्रत्येक व्यक्तीला मिळते.

गरिबी, अज्ञान आणि निरक्षरता हे प्रचंड मोठे अडथळे असताना हेन्री फोर्ड यांनी त्यावर मात करत आपला व्यवसाय सुरू केला, हे सर्वांनाच माहीत आहे. मात्र त्यानंतर अवघ्या दहा वर्षांत त्यांनी या तीनही अडचणींवर मात केली, इतकंच नव्हे तर अवघ्या पंचवीस वर्षांत अमेरिकेतली सर्वांत श्रीमंत व्यक्ती बनण्याचा पराक्रमही केला. थॉमस एडिसन यांच्याशी फोर्ड यांची खाजगी मैत्री झाल्यावरच हे शक्य झालं. यावरून आपल्या लक्षात येईल की, एक मनाची जेव्हा दुसऱ्या सुसंवादी मनाशी तार जुळते तेव्हा काय शक्य होऊ शकते ते! फोर्ड यांनी यानंतर जे भव्य-दिव्य यश मिळवलं, त्याची सुरुवात त्यांचा हार्वे फायरस्टोन, जॉन बरोज आणि लुथर बरबँक यांच्याशी संपर्क आल्यानंतर झाली. हे तिघंही अतिशय बुद्धिमान, प्रतिभावान होते आणि यांच्या मैत्रीतून तयार झालेल्या त्या मेंदूची क्षमता असामान्य होती.

ज्यांच्याशी आपला सुसंवाद असतो, आपण ज्यांच्या मैत्रीतून येतो, त्या लोकांचा स्वभाव, सवयी, विचार करण्याची शक्ती यांचा आपल्यावर प्रभाव पडतो. एडिसन, बरबँक, फायरस्टोन आणि बरोज यांच्या संपर्क - सुसंवादातून मिळालेल्या चातुर्य, अनुभव, ज्ञान, आत्मिक ऊर्जा या शिदोरीला फोर्ड यांनी स्वतःच्या बुद्धीची जोड दिली, शिवाय पुस्तकात वर्णन केलेल्या मास्टर-माइंड तत्त्वाचाही उपयोग करून घेतला.

हेच तत्त्व तुमच्यासाठीही उपलब्ध आहे

गांधीजींनी प्रचंड अशा जनसमूहाची ताकद उभी केली होती. लक्षावधी लोकांना त्यांनी त्यासाठी प्रेरित केलं होतं. तो प्रचंड जनसमुदाय मनानं आणि शरीरानं एका विशिष्ट ध्येयासाठी, प्रेरित झाला होता.

गांधीजींनी हा चमत्कार केला होता. इतके लक्षावधी लोक जेव्हा स्वेच्छेनं, एकाच ध्येयासाठी एकत्र येतात, त्यांच्यात सुसंवाद असतो, तेव्हा त्याला चमत्कारच म्हटलं पाहिजे. फक्त थोड्या वेळासाठी दोन माणसांना एकत्र आणण्याचा प्रयत्न करा, हे किती अवघड काम आहे, याची तुम्हाला प्रचिती येईल.

प्रत्येक व्यावसायिकाला आपल्या हाताखालील माणसांकडून काम करून घेणं, किती अवघड असतं, याची चांगलीच कल्पना असते.

शक्तीच्या स्रोतांच्या सर्वांत वरच्या स्थानावर आहे अमर्याद, विलक्षण बुद्धिमत्ता. विशिष्ट उद्देशासाठी सुसंवादानं काम करणारी दोन माणसं या अमर्याद अशा बुद्धिमत्तेतून शक्ती मिळवतात म्हणूनच सुसंवाद हाच सर्वश्रेष्ठ स्रोत मानला जातो. आपले सर्व पुढारी व बुद्धिमान लोक जाणते वा अजाणतेपणी सुसंवाद व सहकार्याचाच मार्ग अनुसरतात म्हणूनच म्हटलं आहे सहकार्यम् यशोधनम्!

संचित अनुभव व प्रयोग-संशोधन हे इतर दोन मार्गही आपल्या पंचेंद्रियांपेक्षा खात्रीशीर मार्ग आहेत.

यापुढील प्रकरणामध्ये आपण ही अमर्याद बुद्धिमत्ता अगदी सहजपणे कशी मिळवता येते, ते पाहणार आहोत.

हा कुठलाही धार्मिक अभ्यासक्रम नाही, इथं दिलेल्या मूलतत्त्वांमुळे कुणाच्याही धार्मिक श्रद्धेत हस्तक्षेप करण्याचा हेतू नाही. या पुस्तकाचा हेतू वाचकाला त्याच्या इच्छेचं तितक्याच आर्थिक परिमाणात रूपांतर करण्यासाठी मार्गदर्शन करणं, इतकाच आहे.

वाचा, विचार करा आणि त्यावर मनन करा. तुम्हाला विषय पूर्णपणे उलगडत जाईल आणि तुमचा दृष्टिकोन योग्य बनेल. आता तुम्ही प्रत्येक प्रकरणाचं विस्तृत विवरण बघत आहात.

सकारात्मक भावनांची ताकद

पैसा लाजरा-बुजरा आणि तुमच्या हातातून चटकन निसटून जाणारा असा आहे. प्रेयसीचं मन वळवण्यासाठी वापरण्यात येणारी पद्धत इथं उपयोगाची ठरत नाही. मात्र आश्चर्य म्हणजे ती शक्ती याहून फारशी वेगळीही नसते. पैसा मिळवण्यासाठी वापरण्यात येणाऱ्या शक्तीला श्रद्धा, चिकाटी, इच्छाशक्ती यांची जोड मिळायला हवी. विशिष्ट योजनेच्या माध्यमातून तिचं उपयोजन केलं जावं आणि ती योग्य तऱ्हेनं कार्यान्वितही व्हावी.

पैशाचा ज्या वेळी मुबलक ओघ सुरू होतो, त्या वेळी डोंगरावरून वाहणाऱ्या पाण्याइतका तो सहज असतो, जणू एखादा अदृश्य शक्तीचा झरा वाहत असावा. मात्र हा झरा दोन्ही दिशेला वाहणारा असतो. एका दिशेला तो श्रीमंतीकडे जाऊ इच्छिणाऱ्या लोकांच्या दिशेला वाहत असतो, तर दुसरीकडे तो गरिबी आणि इतर दुःखांना आकर्षित करणाऱ्या लोकांच्या दिशेनं वाहत असतो. जे लोक या दुःखातून स्वतःला बाहेर काढण्यास सक्षम असतात.

प्रत्येक श्रीमंत, संपन्न माणसाला हा प्रवाहाची उत्तम जाणीव असते. या जीवनप्रवाहात विचारांच्या सकारात्मकतेचा प्रभाव अतिशय महत्त्वाचा ठरतो. विचारांच्या रेषेतील एक बाजू सकारात्मकतेची असते. जी यशाकडे, पैशाकडे नेते; तर दुसरी नकारात्मक बाजू दुर्दैवाकडे, गरिबीकडे नेते.

जे कोणी संपत्ती मिळवण्यासाठी म्हणून हे पुस्तक वाचत असतील, त्यांनी हा महत्त्वाचा विचार कायम लक्षात ठेवावा.

जर प्रवाहातलं तुमचं स्थान गरिबीच्या बाजूकडे झुकलेलं असेल, तर हा विचार तुम्हाला सकारात्मकतेकडे नेणारं वल्हं आहे, मात्र त्या वल्ह्याचा विचारपूर्वक वापर करा. वरवरच्या वाचनानं आणि उथळ मत व्यक्त करून तुमचा कुठलाच फायदा होणार नाही.

आयुष्याचं रहाटगाडगं सतत फिरत असतं, ते कधीच स्थिर नसतं. श्रीमंतीकडून गरिबीकडे आणि गरिबीकडून श्रीमंतीकडे असा प्रवास चालूच असतो. जेव्हा गरिबीची जागा श्रीमंती घेते, तेव्हा त्यासाठी विचारपूर्वक तयार केलेल्या आणि काळजीपूर्वक राबवलेल्या योजनेची गरज असते. मात्र

श्रीमंतीकडून गरिबीकडे जाताना अशा कुठल्याच योजनेची गरज लागत नाही. तिला कोणाच्याही साहाय्याची गरज नसते, कारण ती निष्ठुर असते. मात्र श्रीमंती बुजरी आणि भित्री असल्यामुळे तिला खास प्रयत्नपूर्वक आकर्षित करून घ्यावं लागतं.

• • •

सुख काही
केल्यानंच मिळत असतं
ते फक्त जवळ असल्यानं
मिळत नाही

प्रकरण ११

कामवासनेच्या रूपांतराचं गूढ रहस्य

श्रीमंतीच्या मार्गावरचं दहावं पाऊल

सर्वसामान्यपणे शक्तीच्या एका रूपाचा दुसऱ्या रूपात बदल घडवणं म्हणजे रूपांतर, असं म्हटलं जातं.

कामवासनेमुळे एक विशिष्ट मनःस्थिती तयार होते.

आपल्याकडे असलेल्या या विषयातील अज्ञानामुळे ही मनःस्थिती फक्त शारीरिक अवस्थेशी संबंधित आहे, असं मानलं जातं. मात्र अयोग्य प्रभावामुळे बरेच लोक चुकीचं ज्ञान मिळवतात आणि या भावनेचा चुकीच्या पूर्वग्रहामुळे शारीरिक गोष्टीकडे निर्देश करतात.

कामवासनेच्या मागं तीन सकारात्मक शक्ती असतात –

१. वंश कायम ठेवणं.

२. स्वास्थ्य टिकवणं (या इतकं दुसरं प्रभावी औषधोपचाराचं माध्यम अजून सापडलं नाही.)

३. सामान्यत्वाकडून असामान्यत्वाकडे जाणं.

कामवासनेचं रूपांतर हे अगदी सहज-सोपं आहे आणि अगदी सहज त्याचं स्पष्टीकरण करता येतं म्हणजेच एखाद्या शारीरिक कृती-हावभाव याचं एखाद्या विचारात सहज रूपांतर करता येतं.

सर्व मानवी इच्छांपैकी कामवासनेची इच्छा सर्वांत प्रबळ आहे. ज्या वेळी ती उसळी घेते तेव्हा माणूस सर्वांत जास्त प्रेरित झालेला असतो. तीव्र

कल्पना, साहस, चिकाटी, निर्मितीक्षमता आणि इच्छाशक्ती यांच्यापेक्षाही कामवासनेची प्रेरणा-क्षमता सर्वांत जास्त असते. संभोगाच्या इच्छेची तृप्ती करण्यासाठी माणूस इतका अधीर होतो की, वेळप्रसंगी तो आपला जीव, मान, पद-प्रतिष्ठा पणाला लावायला तयार होतो. मात्र जर या भावनेला नियंत्रित करता आलं तर साहस, चिकाटी, कल्पनाशक्ती, निर्मितीक्षमवृत्ती यांना हानी न पोहोचता ती ताकद लेखन, नृत्य इत्यादी सर्जनशील मार्गांकडे वळवता येते.

कामवासनेचं रूपांतर अशा सर्जनशील गोष्टींकडे करण्यासाठी तीव्र इच्छाशक्ती असावी लागते आणि ते फायदेशीरही ठरते. कामवासना ही नैसर्गिक प्रवृत्ती आहे, त्यामुळे ती दाबून टाकू नये. मात्र आपल्या शारीरिक, आत्मिक आणि मानसिक समृद्धीकडे तिला वळवता आलं पाहिजे. जर हे रूपांतर शक्य झालं नाही, तर ती एखाद्या शारीरिक क्रियेद्वारे बाहेर येते.

एखादा बांध घालून नदीचा प्रवाह तात्पुरता थोपवता येतो. मात्र ते पाणी दुसरा कुठला तरी मार्ग शोधतंच आणि वाहू लागतं. कामवासना ही नैसर्गिक ऊर्मी असल्यानं तीही आपला मार्ग शोधतेच. तिला एखाद्या सर्जनशील मार्गांकडे वळवलं नाही तर ती दुसरा एखादा मार्ग शोधून काढतेच.

पूर्ण विकसित झालेल्या कामभावनांचा पराक्रमाशी असलेला संबंध

आपल्या कामभावनांचं निर्मितीक्षम प्रयत्नांकडे रूपांतरण करू शकणारी व्यक्ती नशीबवानच म्हटली पाहिजे. वैज्ञानिक संशोधनातून काही महत्त्वपूर्ण निष्कर्ष हाती आले आहेत -

१. महान कार्य करणाऱ्या लोकांच्या कामभावनाही तशाच विकसित झालेल्या असतात. या लोकांना या भावनेचं रूपांतरण अन्य उत्तम गोष्टींसाठी करण्याची किल्ली सापडलेली असते.

२. धनवान आणि साहित्य, कला, उद्योग, वास्तुशास्त्र वा इतर उद्योगधंद्यातील सर्व प्रसिद्ध व्यक्ती या एखाद्या स्त्रीमुळे प्रेरित झालेल्या असतात.

गेल्या दोन हजार वर्षांत होऊन गेलेल्या प्रसिद्ध व्यक्तींची चरित्रं अभ्यासली असता हा निष्कर्ष पुढे आला. प्रत्येक सुप्रसिद्ध व्यक्तीच्या (स्त्री/पुरुष

दोघांच्याही) बाबतीत त्यांच्या कामभावनेचा पूर्ण विकास झाल्याचं आढळून आलं.

कामभावना ही एक अविरोध शक्ती आहे, त्यामुळे या भावनेनं जे लोक प्रेरित होतात, ते महान कृत्यं करायला उद्युक्त होतात. एकदा का हे सत्य समजलं की, तुम्हाला कामवासनेचं रूपांतर करून निर्मितीक्षमता मिळवता येते, या विधानाचं महत्त्व लक्षात येईल.

माणूस वा पशू यांच्यातील या लैंगिक ग्रंथी नष्ट केल्यास त्यांच्यातला जोम, ताकद, नष्ट होते. वंध्यत्व आलेला कुठलाही पशू हा अतिशय मऊसूत वागतो. जणू काही तो आपली लढाऊवृत्तीच गमावून बसतो. या वंध्यत्वाचा परिणाम स्त्रीवरही पुरुषासारखाच होतो.

मनाची दहा उत्तेजकं

एखाद्या उत्तेजनेला प्रतिसाद दिल्यामुळे मानवी मनात जी कंपनं तयार होतात, त्यांनाच उत्साह, चैतन्य, सर्जनशीलता, तीव्र इच्छा असं म्हटलं जातं. अगदी सहजपणे मानवी मन ज्या उत्तेजनांना प्रतिसाद देतं, त्या आहेत –

१. कामवासनेच्या प्रगटीकरणाची इच्छा।
२. प्रेम
३. प्रसिद्धी ताकद, आर्थिक ताकद, पैसा मिळवण्याची ज्वलंत इच्छा,
४. संगीत,
५. समलिंगी व्यक्तींमध्ये होणारी मैत्री,
६. सुसंवादातून दोन वा अधिक लोकांमध्ये तयार होणारे मास्टर माइंड संबंध,
७. धार्मिक मतांसाठी एकत्र भोगावा लागलेला छळ,
८. स्वयंसूचना,
९. भीती,
१०. मादक पदार्थ आणि मद्य.

कामवासनेसाठीची इच्छा या यादीत सर्वांत वरच्या क्रमांकावर आहे. कारण ती मनाला सर्वांत जास्त उत्तेजित करू शकते. प्रेरणा देऊ शकते.

पहिल्या आठ उत्तेजना या सकारात्मक आणि विधायक आहेत, तर उरलेल्या क्र. ९ व १० या उत्तेजना नकारात्मक व विघातक आहेत. मानवी मनाचे जे उत्तेजन देणारे स्रोत आहेत, त्यांच्या तुलनात्मक अभ्यासासाठी ही यादी दिली आहे. यावरून कामवासनेची इच्छा ही सर्वांत शक्तिशाली असल्याचं तुमच्या लक्षात येईल.

लांब केस वाढवणारा, विचित्र अन्न सेवन करणारा, एकांतात राहणारा, टवाळखोरांचं लक्ष्य होणारा माणूस बुद्धिमान असतो, अशी कुणा तथाकथित विद्वानानं बुद्धिमान माणसाची व्याख्या केली आहे. मात्र आपल्या विचारांची गती आणि खोली वाढवून इतर ज्ञान-स्रोतांशी सहज संपर्क साधणारा माणूसच खरा बुद्धिमान असतो.

थोडा विचार केल्यास वर दिलेल्या बुद्धिमान माणसाच्या व्याख्येबाबत काही प्रश्न पडतात. त्यातला पहिला प्रश्न आहे, सामान्य विचारांच्या माध्यमातून जे ज्ञानाचे स्रोत उपलब्ध होत नाहीत, त्यांच्याशी संपर्क कसा साधावा? दुसरा प्रश्न - फक्त बुद्धिमान लोकांनाच उपलब्ध होतील, असे ज्ञानाचे काही स्रोत आहेत का आणि तसे असतील तर ते कोणते आणि त्यांच्याशी नेमका कसा संपर्क साधता येईल?

आता काही प्रयोग करून आपण त्याचा पुरावा मिळवू आणि वरच्या दोन्ही प्रश्नांची उत्तरंही देऊ.

अलौकिक बुद्धीचा विकास अतींद्रिय शक्तीद्वारे होतो

सहावं इंद्रिय अथवा अतींद्रिय शक्तीचं अस्तित्व आता बहुतांशी सिद्ध झालं आहे. यालाच सर्जनशीलता असंही म्हटलं जातं. बऱ्याच वेळा लोक या शक्तीचा वापरच करत नाहीत आणि केलाच तरी ते प्रमाण अगदी अत्यल्प असतं, अपघातानंच ते याचा वापर करतात. मात्र काही मोजके लोक या कल्पनाशक्तीचा हेतुपुरस्सर वापर करतात. मात्र मनापासून आणि या शक्तीची क्षमता लक्षात घेऊन तिचा वापर करणारे लोक खरोखर बुद्धिमान असतात.

मानवाचं मर्यादा असलेलं साकार मन आणि त्यांची अमर्याद बुद्धी या दोन्हीला जोडणारा दुवा म्हणजे सर्जनशीलता होय. धार्मिक क्षेत्रातले चमत्कार वा वैज्ञानिक क्षेत्रातलं नवं संशोधन हे याच सर्जनशीलतेतून प्रत्यक्षात येत असतं.

अंतःप्रेरणा येतात कोठून?

एखादी कल्पना जेव्हा मनामध्ये विजेसारखी चमकून जाते, तेव्हा तिला सामान्यपणे अंतःप्रेरणा असं म्हटलं जातं. अंतःप्रेरणेचा उगम सामान्यतः यातून होतो.

१. असीम बुद्धिमत्ता
२. सुप्तमन (ज्यात पंचेंद्रियांद्वारा आलेल्या अनुभवांचा साठा असतो.)
३. इतर कुणाकडून व्यक्त केला गेलेला विचार, चित्र जे जागृत मनात शिरलं आहे,
४. इतर सुप्त साठ्यातून.

मनाला उत्तेजना देणाऱ्या दहा घटकांपैकी एखाद दुसऱ्या घटकांकडून मेंदूला उत्तेजना मिळते, परिणामी व्यक्तीचा विचारांचा स्तर बराच उंचावला जातो, त्यामुळे या दोन स्तरांतलं गुणवत्तेचं अंतर त्याच्या लक्षात येतं. जर तुम्ही तुमच्या एखाद्या व्यावसायिक समस्येचं उत्तर शोधण्यात गढलेले असाल, तर अशा वेळी या उत्तेजनांमुळे असं काही सापडतं वा आपले विचार इतक्या उंचीवर झेप घेतात, ज्यामुळे त्या समस्येचं उत्तर क्षणात सापडतं. उंचीवर उडताना विमानातून दृष्टिक्षेपात येणारं क्षितिज प्रचंड असतं, तसंच काहीसं या व्यक्तीच्या बाबतही घडतं. अन्न-वस्त्र-निवारा अशा मूलभूत समस्या आता त्याच्या खिजगणतीतही नसतात, ना त्याला त्याच्या जीवनातल्या दैनंदिन जीवनातल्या सामान्य समस्या त्रास देतात. विमान बऱ्याच उंचीवर असताना त्याला जसा डोंगर पर्वतांचा अडथळा न येता ते उड्डाण करू शकते, तशी त्या व्यक्तीची मानसिक स्थिती असते.

विचारांच्या उच्च स्तरावर मनाला क्रियेचं पूर्ण स्वातंत्र्य असतं. त्याचं सहावं ज्ञानेंद्रिय खुलं असल्यामुळे ते असामान्य कल्पनांचा स्वीकारही झटकन करतं. सामान्य माणूस व बुद्धिमान माणसातला मुख्य फरक या सहाव्या ज्ञानेंद्रियामुळेच स्पष्ट होतो.

सर्जनशक्तीचा विकास

सर्जनशीलता जितक्या जास्त वेळा उपयोगात आणली जाते, तितका तिचा विकास होत जातो. आपण जितकं तिच्यावर अवलंबून राहू, तितकी तिची

सतर्कता वाढत जाते आणि सुप्तमनाच्या आसपास घडणाऱ्या घटनांचाही जास्त सजगपणे विचार केला जातो.

माणसाची सदसद्विवेकबुद्धी या अतींद्रिय शक्तीमुळेच कार्यरत होते.

कलाकार, लेखक, संगीतकार, कवी अशा सर्व महान लोकांच्या बाबतीतलं एक साम्य असं की, या व्यक्ती आपला आवाज कायम जाणून घेतात. त्यांची कल्पनाशक्ती तीव्र असते, त्यांना नवनवीन कल्पनाही झपाट्यानं स्फुरतात.

एक प्रभावी वक्ता आपल्या भाषणापूर्वी या सर्जनशक्तीला डोळे मिटून आवाहन करतो, त्याशिवाय त्यांचं वक्तृत्व पकड घेणारं होत नाही. याबद्दल विचारणा केली असता, डोळे मिटून सर्जनशक्तीला आवाहन केल्यावर माझ्या अंतर्मनातून अनेक कल्पना उमटतात असं त्यांनी उत्तर दिलं.

एका प्रसिद्ध व यशस्वी अमेरिकन अर्थतज्ज्ञालाही कुठलाही निर्णय घेण्यापूर्वी दोन मिनिटं डोळे मिटून घेण्याची सवय आहे. याचं कारण सांगताना ते म्हणतात की, डोळे बंद असले की, प्रज्ञेच्या सर्वश्रेष्ठ स्रोतातून कल्पना माझ्याकडे येतात.

सर्वोत्तम कल्पनांचा उगम

चेवी चेज, मेरीलँड इथल्या डॉ. (कै) एल्मर आर गेट्स यांच्या नावावर त्यांच्या संशोधनाची तब्बल २०० पेटंट होती. त्यातील पुष्कळशी संशोधनं अगदी मूलभूत स्वरूपाची होती आणि आपल्या सर्जनशीलतेतून त्यांनी ती विकसित केली होती. अत्यंत विद्वान पण तितकीशी ख्याती न मिळालेल्या गेट्स यांची पद्धत अत्यंत वेगळी आहे, जी बुद्धिमान होण्याची मनीषा बाळगणाऱ्यासाठी महत्त्वाची ठरावी.

त्यांनी आपल्या प्रयोगशाळेत एक व्यक्तिगत संपर्क कक्ष तयार करून घेतला, जो पूर्णपणे ध्वनिरोधक होता. त्याच्या काचाही काळ्या कापडांनी झाकलेल्या होत्या. त्यांच्या कक्षात एक छोटं टेबल व त्यावर लिहिण्यासाठीचे काही कागद, खुर्ची इतकंच सामान होतं. विजेचे दिवे लावण्यासाठी-बंद करण्यासाठी बटण होतं. आपल्या सर्जनशीलतेचा वापर करण्याची जेव्हा वेळ येई, तेव्हा डॉ. गेट्स त्या खोलीत जाऊन बसत. लाइट बंद करून पूर्ण अंधार करत आणि आपल्या संशोधनांवर लक्ष एकाग्र

करत. जोपर्यंत एखादी नवी कल्पना किंवा समस्येचं उत्तर सापडत नसे, तोपर्यंत ते त्याच एकाग्र स्थितीत बसून राहत.

एकदा असंच बसलेलं असताना इतक्या प्रचंड वेगानं नव्या कल्पना त्यांच्या मनःपटलावर उमटत राहिल्या की, तो ओघ तीन तास चालू राहिला. विचार येण्याचं जेव्हा थांबलं, तेव्हा गेट्स यांनी कागदावरची आपली टिपणं तपासली. कुठल्याही शास्त्रीय ग्रंथात उल्लेख नसलेल्या काही सूक्ष्म तत्त्वांचं टाचण केलेलं त्यांना सापडलं. आश्चर्याची गोष्ट म्हणजे त्यांच्या समस्येचं, प्रश्नाचं अचूक उत्तर त्यांना त्या टिपणामध्ये सापडलं होतं.

अमेरिकेतल्या विविध संस्था वा व्यक्तींच्या समस्येवर उत्तरं शोधून त्याच्या पैशावर गेट्स यांची उपजीविका होत होती. दर तासाचं जबरदस्त मानधन त्यांना या कंपन्या समस्यानिवारणासाठी देत असत.

आपल्या संचित विचारांवर, अनुभवांवर अवलंबून राहिल्यानं आपलं तर्कशास्त्र कमकुवत बनतं. अनुभवांवर आधारित असलेलं ज्ञान कधी कधी बिनचूक नसतं. मात्र सर्जनशीलतेद्वारा सुचणाऱ्या कल्पना जास्त खात्रीशीर असतात. कारण त्यांचे स्रोत हे अधिक विश्वासार्ह असतात.

असामान्य बुद्धीच्या लोकांसाठी उपलब्ध असलेल्या पद्धती तुमच्यासाठीही उपलब्ध आहेत

एखाद्या सामान्य संशोधकातला व असामान्य संशोधकातला फरक सहज लक्षात येणारा आहे. बुद्धिमान माणसाला सर्जन कल्पनाशक्तीची जाणीव असल्यामुळे तो त्या माध्यमाद्वारे काम करतो, तर सामान्य संशोधकाला त्याची जाणीवच नसते.

एखादा बुद्धिमान संशोधक आपल्या संशोधनाच्या सुरुवातीलाच आपल्या कल्पना सुसंघटितपणे मांडून बघतो. मात्र आपल्याकडे असलेलं ज्ञान ते संशोधन पूर्णत्वाला नेण्यासाठी जर अपुरं असेल, तो आपल्या कल्पनाशक्तीद्वारे उपलब्ध होणारे ज्ञानाचे इतर स्रोत वापरतो. प्रत्येक जण जरी वेगवेगळ्या प्रकारे हे करत असला, तरी प्रयोगामागचं मूलतत्त्व एकच आहे.

१. आपल्या मनाला उच्च स्तरावर नेण्यासाठी उत्तेजित करताना, तो वर उल्लेख केलेल्या उत्तेजनांमधल्या काही उत्तेजनांचा वापर करतो.

२. संशोधनाच्या माहीत असलेल्या गोष्टींवर तो आपलं लक्ष केंद्रित करतो. त्यानंतर अज्ञात घटकांबाबत चित्र आपल्या मनःपटलावर रंगवतो. जोवर त्याच्या सुप्तमनात ते अज्ञात चित्र पूर्णपणे ठसत नाही, तोवर ते तसंच कायम राहतं. मग सामान्य विचार बाजूला सरकवून तो एखादी असामान्य कल्पना मनात चमकून जाण्यासाठी वाट बघतो.

या पद्धतीत कधी सकारात्मक व त्वरित परिणाम मिळतात, तर कधी नकारात्मक परिणामही संभवतात.

जवळजवळ दहा हजारांपेक्षा अधिक कल्पनांचा वापर एडिसननी विजेचा बल्ब प्रकाशित करण्यापूर्वी वापरून बघितल्या. त्यानंतर त्यांनी आपल्या सर्जनशक्तीला आवाहन केलं आणि विजेच्या दिव्याचं संशोधन यशस्वी झालं. हाच अनुभव त्यांना फोनोग्राफच्या शोधापूर्वीही आला होता.

सर्जन शक्ती उपलब्ध असल्याचा ठाम पुरावा आहे. जो अशा लोकांवरून मिळवलेला आहे की, ज्यांनी फारसं औपचारिक शिक्षण न घेताही आपापल्या क्षेत्रांचं नेतृत्व केलं आहे. याचं उत्तम उदाहरण म्हणजे अब्राहम लिंकन होय. आपल्यातल्या या सर्जन शक्तीच्या साहाय्यानंच तो थोर नेता बनू शकला. या शक्तीचा शोधही त्याला ॲन रुटलेजच्या प्रेमामुळे उत्तेजित झाल्यावरच लागला. बुद्धिमान व्यक्तीच्या बुद्धिमत्तेचा शोध घेण्यासाठी हे विधान महत्त्वपूर्ण आहे.

कामवासनेची प्रेरक शक्ती

इतिहासात अशी अनेक उदाहरणं आपल्याला सापडतात. ज्यात स्त्रीद्वारे कामवासनेनं उत्तेजित झाल्यामुळे लोकांनी महान पराक्रम केला आहे. अशा लोकांना आपल्या सर्जन शक्तीची जाणीव झाली व त्या सर्जन शक्तीचं रूपांतर करून त्यांनी आपल्या क्षेत्रातलं सर्वोच्च स्थान मिळवलं. नेपोलियन बोनापार्ट हे यातलंच एक उदाहरण. पत्नी जोसेफाईनची प्रेरणा जोपर्यंत त्याच्या बरोबर होती, तोपर्यंत तो अजिंक्य व सर्वशक्तिशाली राहिला. मग जोसेफाईनला बाजूला सारल्यावर त्याची प्रेरक शक्तीही दूर गेली आणि मग पराभवाची मालिका सुरू झाली. पराभव, सेंट हेलेनातील कारावास या घटना हेच दर्शवतात.

सभ्यतेला धरून आपण काही अमेरिकन लोकांची उदाहरणं पाहिल्यास असं दिसतं की, ज्यांना आपलं यश, श्रेष्ठत्व हे त्यांच्या पत्नीच्या उत्तेजनामुळे मिळालं होतं. मात्र डोक्यात यश व पैसा शिकल्यानं त्यांनी पहिल्या पत्नीला बाजूला सारून दुसऱ्या स्त्रीला स्थान देताच त्यांचं अधःपतन सुरू झालं म्हणजेच योग्य मार्गांच्या साहाय्यानं पडणारा काम वासनेचा प्रभाव हा इतर गोष्टींपेक्षा जास्त प्रभावशाली असतो. हे फक्त एकट्या नेपोलियनलाच ज्ञात झालं असं नाही.

मानवी मन हे उत्तेजनांना नेहमीच त्वरित प्रतिसाद देतं. सर्वच उत्तेजक घटकांमधला कामवासनेचा घटक सर्वांत प्रभावी असतो. मात्र नियंत्रित केलेली कामवासनेची प्रेरक शक्ती व्यक्तीला एका वेगळ्याच उच्च स्तरावर घेऊन जाते. आपली दैनंदिन काळजी, समस्या तिथं सहजच दूर होतात.

पुढे दिलेल्या विश्वविख्यात नावांच्या यादीतल्या प्रत्येकाची कामवासना अत्यंत प्रबळ होती. मात्र त्यांच्या यशाचा, पराक्रमाचा उगम त्यांच्या कामवासनेच्या रूपांतरणात होता.

जॉर्ज वॉशिंग्टन, थॉमस जेफरसन, नेपोलियन बोनापार्ट, एल्बर्ट ह्युबर्ड, विल्यम शेक्सपिअर, एल्बर्ट एच. गॅरी, अब्राहम लिंकन, वुड्रो विल्सन, राल्फ एल्डो इमर्सन, जॉन पिटरसन, रॉबर्ट बर्न, अँड्र्यू जॅक्सन, एन्रिको कर्सो.

तुमच्या माहितीतली अशी आणखी काही नावं शोधून काढा. मानवी संस्कृतीच्या इतिहासातला असा एकतरी माणूस शोधा, जो विकसित कामवासनेनं प्रेरित न होता त्याच्या क्षेत्रात प्रसिद्ध झाला आहे.

जर तुमचा यात नसलेल्या प्रसिद्ध लोकांच्या चरित्रांवर विश्वास नसेल, तर जिवंत असलेल्या सुप्रसिद्ध लोकांची यादी तपासून बघा. त्यातली एकतरी व्यक्ती प्रबळ कामवासना नसलेली आहे का, याचा शोध घ्या.

सर्वच असामान्य बुद्धीच्या व्यक्तींची कामवासना हीच त्यांच्यासाठी सर्जन शक्तीचं काम करते, असं तुम्हाला आढळेल. कामवासनेची प्रेरक शक्ती न लाभलेली व्यक्ती आयुष्यात महान बनू शकत नाही, मग ती कलाकार, बिल्डर वा पुढारी असो.

मात्र ज्याची कामवासना प्रबळ असते, ती प्रत्येक व्यक्तीच बुद्धिमान असल्याचा गैरसमज कृपया करून घेऊ नका. माणूस जेव्हा त्याच्या उपलब्ध स्रोतातून आपल्या सर्जन कल्पनाशक्तीनं आपल्या मनाला प्रेरित करतो, तर

तो बुद्धिमान होऊ शकतो. सामान्याला असामान्यत्वाकडे वा उच्च स्तरावर नेणाऱ्या उत्तेजक घटकांमधला सगळ्यात वरचा नंबर हा कामवासनेचा आहे. मात्र बुद्धिमान बनण्यासाठी फक्त प्रबळ कामवासनाच उपयोगाची नाही, तर शारीरिक संबंधांच्या आसक्तीला दुसऱ्या योग्य इच्छेत रूपांतरित करणं, बदलवणं आणि कार्यक्षम करणं अत्यंत आवश्यक आहे.

अनियंत्रित कामवासनेचं उच्च स्तराकडे रूपांतरण करता न आल्यामुळे व्यक्ती बऱ्याचदा खालच्या स्तरावर जातात आणि काळीमा फासणारं वर्तन करतात.

चाळिशीपूर्वी क्वचितच मिळणारं यश

जवळ जवळ २५ हजार लोकांचं विश्लेषण केल्यावर मला असं आढळून आलं की, विलक्षण यश मिळवलेल्या लोकांना त्यांच्या चाळिशीपूर्वी ते क्वचितच लाभलं आहे. वयाची पन्नाशी पार केल्यावरच बऱ्याच जणांना यश मिळालं आहे. हे प्रमाण बरंच जास्त असल्यामुळे मला त्यामागचं कारण शोधून काढण्याची तीव्र इच्छा झाली.

त्यामागचं कारण असं असतं - बऱ्याचदा वयाची चाळिशी पार करेपर्यंत व्यक्तीची कामवासना अतिशय प्रबळ असते आणि शारीरिक संबंधातून पूर्तता केल्यावरच तिला आनंद मिळत असतो. या कामवासनेचा उपयोग शारीरिक सुखापेक्षा इतर चांगल्या गोष्टींसाठी करणंही शक्य आहे, याची अशा लोकांना फारशी जाणीवच नसते. मात्र वयाच्या चाळिशी-पन्नाशीत त्यांना याची इच्छा होते आणि मग ते आपापल्या क्षेत्रात उत्तम यश मिळवतात. बरेचदा माणूस आपली शक्ती उत्तम, सर्जनशील गोष्टींसाठी उपयोगात आणण्याऐवजी कवडीमोलाच्या गोष्टींसाठी खर्च करत असतो. त्याच्या मौल्यवान भावनांची कदर न करता तो त्या तशाच वाया जाऊ देतो.

कामवासना ही या भावनांमधली सर्वांत सशक्त भावना असल्यामुळे ती नियंत्रित करून तिला शारीरिक संबंधांऐवजी इतरत्र वळवल्यास त्यातून उत्तम भवितव्य आकारास येऊ शकतं.

प्रेरक असा सर्वांत मोठा उत्तेजक घटक

मादक द्रव्य वा बाह्य उत्तेजकांच्या अमलाखाली असताना काहीवेळा असामान्य कृत्यं उदा. लेखन, संगीत इत्यादी घडतात आणि त्या कृत्यांमुळे

त्या व्यक्तींना प्रसिद्धीही मिळते. सामान्य माणूस बघू धजत नाही, अशी स्वप्न एडगर अ‍ॅलन पो यांनी दि रॅव्हनमध्ये रंगवली होती आणि ते मद्याच्या अमलाखाली होते. जेम्स व्हिटकॉम्ब रिले यांच्या सर्वोत्तम रचनाही मद्याच्या अमलातच कागदावर उतरल्या होत्या. कदाचित, तेव्हा त्यांना सत्य आणि स्वप्नाचा समन्वय दिसला असावा. नदीकाठची गिरणी, ओहोळावरचं धुकंही दिसलं असावं. रॉबर्ट बर्न्स यांचं सर्वोत्कृष्ट लेखनही असंच नशेतच झालं होतं.

मात्र अशा उत्तेजकांचं सेवन करणाऱ्या बऱ्याच जणांच्या आयुष्याचा नाशही झालाय, हेही आपण लक्षात घेतलं पाहिजे. प्रकृतीनं तयार केलेल्या काही रसायनांमुळे सुंदर, दुर्मीळ विचार प्रत्यक्षात येतात. मात्र त्यांची निर्मिती कुठं होते, तो उगम अजून तरी सापडलेला नाही. या नवनिर्माणासाठी निसर्गाला कुठल्या उत्तेजकाची गरज भासते, याचं उत्तर अजून तरी मिळालेलं नाही.

आध्यात्मिक ऊर्मी आणि कामवासना यांच्यात अगदी जवळचं नातं आहे. सामान्यतः धार्मिक विधीत, दारूच्या अमलाखाली असताना आदिवासी जनतेत हे बहुतांश वेळा आढळतं.

मानवी भावभावनाच विश्वाचं नियंत्रण करतात आणि मानवी संस्कृती बनत जाते. मानवाच्या कृतीवर तर्कापेक्षा भावनांचा प्रभाव जास्त असतो. भावनाच सर्जनशील विचारशक्तीला कार्यप्रवृत्त करतात. कामवासना ही मानवातली सर्वांत प्रबळ अशी भावना आहे. आपल्या वाचलेल्या उत्तेजकांच्या यादीतल्या कामवासनेची बरोबरी इतर सर्व घटक मिळूनही करू शकत नाहीत, इतकी ती प्रबळ आहे.

मानवी मनाचं उत्तेजक कशाला म्हणतात? विचारांची कायमस्वरूपी वा तात्पुरती तीव्रता ज्याच्या प्रभावामुळे वाढते, त्या घटकाला मानवी मनाचं उत्तेजक म्हणतात. वरील दहा उत्तेजकांवर माणूस बहुतेकदा अवलंबून असतो. यांच्याच माध्यमातून स्वेच्छया व दुसऱ्यांच्या इच्छेनुसार तो अमर्याद बुद्धीशी संपर्क साधून सुप्तमनाच्या कोठारात प्रवेश करतो. बुद्धिमान लोक याच मार्गाचा उपयोग करतात.

व्यक्तिगत चुंबकत्वाचं कोठार

ज्यांची कामवासना प्रबळ असते, असे लोक सर्वांत यशस्वी व कार्यक्षम विक्रेते असतात, असा शोध एका शिक्षकाला लागला, ज्यांनी हजारो

विक्रेत्यांना शिक्षण-मार्गदर्शन दिलं होतं, त्यांच्याकडे असलेला वैयक्तिक आकर्षणाचा अर्थात चुंबकत्वाचा घटक म्हणजे कामवासनेशिवाय दुसरं तिसरं काहीच नव्हतं. ज्या लोकांची कामवासना प्रबळ असते, त्यांच्याकडे लोकांना आकर्षित करण्याचा गुण तितकाच शक्तिशाली असतो. या जाणिवेचा, गुणाचा जर नीट विकास केला, तर ही अत्यंत फायदेशीर गोष्ट म्हणून उपयोगी पडू शकते. इतर काही माध्यमांद्वारे ही शक्ती दुसऱ्यांपर्यंत पोहोचवता येऊ शकते.

१. **हस्तांदोलन** – तुमच्याकडे असं चुंबकत्व आहे की नाही, याचा अंदाज दुसऱ्यांशी हस्तांदोलन करताक्षणीच येऊ शकतो.
२. **आवाजाचा स्वर** – तुमच्यातील चुंबकत्वामुळे तुमचा स्वर मधुर बनतो.
३. **शरीराची ठेवण आणि चाल** – अशा लोकांची चाल चपळ असते. गतिमान, वेगवान असते, तसेच ती डौलदार व सहज असते.
४. **विचारातील कंपनं** – अशा लोकांच्या कामभावनाचं स्वतःच्या विचारांशी इतका सहज ताल जुळलेला असतो की, त्याचा लोकांवर उत्तम प्रभाव पडतो.
५. **शारीरिक व्यक्तिमत्त्व** – असे लोक आपल्या बाह्य व्यक्तिमत्त्वाबद्दल विलक्षण जागरूक असतात. आपले कपडे, पेहराव आपल्या शरीरयष्टीला आपल्या पेशाला साजेसा असण्याकडे त्यांचा कटाक्ष असतो.

सक्षम विक्री अधिकारी विक्रेत्यांची नेमणूक करताना त्यांच्यातील इतर गुणांबरोबरच त्यांच्यात हे चुंबकत्व आहे की नाही, हे प्राधान्यानं बघतो. कारण कामवासनेचा अभाव असलेले वा क्षीण कामवासना असणारे लोक निरुत्साही असतात, त्यांच्यामुळे इतरत्रही निरुत्साहाचे वातावरण निर्माण होते. उत्साह या गुणाची सर्वांत जास्त आवश्यकता तर विक्री क्षेत्रातच असते.

दुसऱ्यांना प्रभावित करणारी कुठल्याही क्षेत्रातली व्यक्ती-वक्ता, व्याख्याता, प्रवचनकार, वकील असो वा विक्रेता – जिच्यात कामवासनेचा अभाव असतो, ती तिच्या क्षेत्रात अपयशी ठरते. कारण जोपर्यंत तुम्ही दुसऱ्यांच्या भावनांशी समरस होत नाही, तोपर्यंत समोरची व्यक्ती तुमच्या प्रभावाखाली येत नाही. यावरून कामभावनेचे रूपांतर विक्रीच्या उत्साहात करतो आणि आपल्या व्यवसायात यश मिळवतो. जास्त संख्येनं गिऱ्हाईक

त्याच्याकडे आकर्षित होतात. जेणेकरून त्याची विक्री वाढते व तो यशस्वी होतो. कामवासनेचं रूपांतरण म्हणजे नेमकं काय, याचा आता तुम्हाला अंदाज आला असेल.

कामवासनेकडून आपलं लक्ष जर विक्रीच्या प्रयत्नांकडे लावलं, ती विक्री उत्साहानं, निश्चयानं केली, तर तुम्हाला ही रूपांतरणाची क्रिया अवगत झाली, असं म्हणता येईल. मात्र बऱ्याच विक्रेत्यांना ते हे कसं व कशासाठी करतात, हेच नेमकं ठाऊक नसतं.

एखादी सर्वसामान्य गोष्ट करण्यासाठी जी इच्छाशक्ती लागते, त्यापेक्षा खूपच जास्त इच्छाशक्ती कामभावनेच्या रूपांतरणासाठी लावावी लागते. मात्र हे अगदी सहज साध्य होत नाही. त्यासाठी बरेच प्रयत्न करावे लागतात. मात्र प्रयत्नांनी ती क्षमता तुम्ही नक्कीच मिळवू शकता. प्रचंड इच्छाशक्तीमुळे मिळवलेल्या या क्षमतेचं मूल्य अतिशय मोठं असतं.

कामवासनेमुळे व्यक्तिमत्त्वाला बाधा पोहोचते असा गैरसमज

एक सर्वसामान्य गैरसमज आपल्या समाजात आजही आहे, तो म्हणजे कामवासनेविषयी वा त्यासंबंधीच्या विचारांबद्दल मोकळेपणानं बोललं जात नाही, त्यामुळेच बराच मोठा गैरसमज समाजात आजही पसरलेला आहे. यासंबंधी चर्चा करणाऱ्या व्यक्तीला इतरांची टिंगलटवाळी, चेष्टा, प्रसंगी अपमान वा शिव्याशाप यांचं धनी व्हावं लागतं, तसंच ज्यांची कामवासना जास्तच प्रबळ असते, त्या व्यक्तीपासून मग ती स्त्री असो वा पुरुष - सावधानतेचा, सतर्कतेचा इशारा दिला जातो.

आजच्या या आधुनिकतेच्या जगातही मनात कामवासना असणं हे पाप असल्याची भावना आहे. ज्यांची कामवासना प्रबळ असते, अशा व्यक्तींच्या मनात त्यामुळे न्यूनगंड तयार होतो. मात्र कामवासनेचा अतिरेक स्वैराचारात रूपांतरित झाल्यास तो दोष ठरतो, त्यामुळे कामवासनेच्या भावनेला योग्य तऱ्हेनं विधायक कामांकडे वळवायला हवं. अन्यथा, तिचा दुरुपयोग होऊ शकतो, त्यामुळे शरीर व मन दोघांचीही अधोगती होते.

अनेक महान व्यक्तींच्या आयुष्याचं विश्लेषण केल्यावर लेखकाला एक गोष्ट कळली की, यशस्वी झालेल्या प्रत्येकाला एखाद्या स्त्रीकडून मोठ्या प्रमाणात तशी प्रेरणा मिळाली होती. ती स्त्री कदाचित त्याची फारशी प्रसिद्धी न पावलेली, संकोची अशी पत्नी असू शकेल आणि जिच्याबद्दल

कुणालाच फारशी माहिती नव्हती. काही वेळा ती पत्नीव्यतिरिक्त दुसरी एखादी स्त्रीही असते.

मद्य वा मादक द्रव्याच्या अतिसेवनानं माणसाचा विवेक नष्ट होतो. याची प्रत्येक हुशार माणसाला चांगलीच जाणीव असते. जी गोष्ट या अमली वा मादक पदार्थांची तीच गोष्ट कामवासनेलाही लागू पडते. कामवासनेचा वा संभोगाचा अतिरेकही शेवटी घातकच ठरतो.

कामातुर माणूस व व्यसनी माणूस या दोघांत तसा फारसा काही फरक नाही. कारण दोघांचंही आपल्या विवेकावर आणि मनोबलावर नियंत्रण नसतं. कामवासनेचा योग्य अर्थ समजला नाही, तर माणूस उगाच चिंता करण्याच्या विकाराची शिकार होऊ शकतो.

कामवासनेच्या रूपांतराचं जर योग्य ज्ञान नसलं, तर त्याचा परिणाम अनेक त्रासदायक गोष्टीत होतो. मात्र जर हेच ज्ञान योग्य पद्धतीनं झालं, तर त्याचा फायदाही होतो.

या विषयाबद्दल पाळल्या जाणाऱ्या गुप्ततेमुळे विनाकारण कुतूहल निर्माण होतं. सक्तीची दारूबंदी केल्यास जसा तरुणवर्ग अधिक जास्त संख्येनं दारूकडे आकर्षित होतो, तसंच काहीसं इथंही घडतं. कुठल्याही कायदेतज्ज्ञ वा तज्ज्ञ डॉक्टरांकडून या विषयाचं शास्त्रशुद्ध ज्ञान न मिळाल्यामुळे निव्वळ उत्सुकतेपोटी हा तरुण वर्ग या निषिद्ध मानल्या गेलेल्या गोष्टीकडे तिच्याबाबत नेमकी माहिती घेण्यास मोठ्या संख्येनं वळू लागला. आजही यासंबंधी मार्गदर्शन करणाऱ्या तज्ज्ञ लोकांची कमतरता आहे.

चाळिशीनंतरचा सफलतेचा काळ

सहसा चाळिशीपूर्वी कुणीही माणूस उच्चस्तरावरील निर्मितीक्षेत्रापर्यंत पोहोचत नाही. बहुतांश वेळा हा काळ चाळीस ते साठ या वयादरम्यानचा असतो. हा निष्कर्ष हजारो व स्त्री-पुरुषांच्या केलेल्या काळजीपूर्वक निरीक्षणातून काढला आहे, त्यामुळे चाळिशीपूर्वी ज्यांना फारसं यश मिळालं नाही किंवा भविष्यात येणाऱ्या म्हातारपणाच्या चिंतेनं जे ग्रस्त आहेत, त्यांना फारसं चिंतीत होण्याचं कारण नाही, हातात असलेल्या उरलेल्या कालावधीकडे त्यांनी सकारात्मकतेनं बघायला हवं.

चाळिशीपूर्वी बऱ्याचदा आपण आपली पूर्ण क्षमता वापरतच नाही. आपल्या क्षेत्रात यशस्वी ठरलेल्या अमेरिकन लोकांच्या जीवनाचा तुम्ही

बारकाईनं अभ्यास केलात, तर ही गोष्ट तुमच्या लक्षात येईल. हेन्री फोर्ड यांना वयाच्या चाळिशीपर्यंत यशाची अपेक्षित गती पकडता आली नव्हती. तीच गोष्ट अँड्र्यू कार्नेगींच्याही बाबतीतील. अपेक्षित यशाचं शिखर गाठायला त्यांनाही वयाची चाळिशी पार करावी लागली. आपल्या वयाच्या चाळिशीपर्यंत जेम्स जे. हिल टेलिग्राम चालवत होते. त्यानंतरच त्यांनी प्रचंड यश मिळवलं. वयाचा चाळीस ते साठ हा कालावधीच सर्वाधिक सक्षमतेचा कालावधी असल्याचे अनेक पुरावे अमेरिकन उद्योजक व अर्थतज्ज्ञांच्या जीवनातून मिळतात.

जर माणसाची शिकण्याची वृत्ती असेल, तर आपल्या वयाच्या तीस ते चाळीस या वयात तो कामवासनेचं उपयुक्त गोष्टींत रूपांतरण करायला शिकतो; हेही बऱ्याचदा अपघातानंच घडतं. हा बदल साधारणतः पस्तिशीनंतर घडल्याचं त्याला जाणवतं; पण त्यामागची कारणं मात्र त्याच्या लक्षात येत नाहीत. मात्र याच कालखंडात माणसात प्रेम आणि कामभावना यांचा सुंदर संगम घडत असतो आणि त्यातूनच निर्माण होणाऱ्या प्रेरक शक्तीमुळे जी उत्तेजक ताकद तयार होते, त्यातूनच तो असं विलक्षण यश मिळवायला प्रवृत्त होतो.

भावनांची शक्ती विधायकतेकडे वळवा

कुठल्याही क्रियेसाठी उत्तेजक म्हणून कामवासना खूप मोठं काम करू शकते. कामवासनेत प्रचंड शक्ती असल्यामुळे जर ती विधायक गोष्टींसाठी उपयोगात आली तर ठीक अन्यथा, ती प्रचंड मोठा विध्वंस घडवू शकते. जेव्हा कामवासनेतून प्रेमाचा उगम व्हायला सुरुवात होते, तेव्हा तिचा परिणाम शांतता, समतोलपणा, अचूक निर्णय आणि योग्य त्या संतुलनाने दिसतो. चाळिशी गाठलेल्या व्यक्ती याच्याशी नक्कीच सहमत असतील. मात्र ज्यांना याचा अनुभव आला नसेल, त्यांना दुर्दैवीच म्हटलं पाहिजे.

एखादा पुरुष स्त्रीला आकर्षित करण्याचा प्रयत्न करत असेल, तर त्याला यश मिळेलही मात्र त्याच्या क्रिया नीटनेटक्या नसतील. कदाचित, गोंधळलेल्या असू शकतील. प्रबळ कामवासनेपायी जर एखादा पुरुष स्त्रीला आकर्षित करण्याची इच्छा बाळगत असेल, तर आपल्या इच्छापूर्तीसाठी तो कुठल्याही थराला जाऊ शकतो. आपली मनोकामना तृप्त करण्यासाठी तो चोरी, फसवणं वा खून करायलाही मागेपुढे बघत नाही. मात्र या

आकर्षणामागं जर प्रेमाची भावना असेल, तर त्याच्या सर्वच गोष्टी सभ्यता, संतुलन आणि विवेकानं केल्या जातात.

प्रेम, प्रियाराधन आणि कामवासनेच्या शक्तीच्या आधारानंच माणूस सर्वोच्च स्थानी पोहोचू शकतो. प्रेमाची मनात उमटलेली भावना ही तुम्हाला चुकीच्या मार्गावर जाऊ देत नाही. ती सुरक्षा द्वाराचं काम करते. जिथं प्रेमाची भावना असते, तिथं संतुलन, सभ्यता आणि विधायक वृत्ती या गोष्टी ओघानंच येतात आणि यांचा सुरेख संगम झाला की, एखाद्याचा प्रवास अलौकिक बुद्धीच्या शिखरापर्यंत खात्रीनं होऊ शकतो.

भावना ही एक मनोवस्था आहे. सामान्य वस्तूंच्या रसायनशास्त्राप्रमाणंच काम करणारं एक रसायन निसर्गानंच मानवाला दिलेलं आहे. काही मूलद्रव्यं वेगवेगळी असताना विषारी नसतात; पण विशिष्ट प्रमाणात एकत्र केली, तर विषारी बनतात, तशाच भावनाही विषारी बनवता येऊ शकतात. प्रबळ काम वासनेला जर द्वेष वा वैरभावाची जोड मिळाली, तर माणसाचा पशू बनू शकतो.

अशा विध्वंसक भावनांच्या मिश्रणातून तयार झालेल्या विषामुळे न्याय, संतुलन या गुणांचा बळी जातो. सामान्याकडून असामान्यत्वाच्या प्रवासातले विकसन, नियंत्रण, कामभावनेचा विधायक वापर, प्रेम, प्रियाराधन हे थांबे आहेत. ही प्रक्रिया अशी असू शकते.

या सर्व विधायक भावनांना आपल्या मनाचा ताबा घेण्यासाठी प्रोत्साहन द्या, त्याचवेळी सर्व घातक भावना दूर ठेवा. मानवी मन हे सवयींचं गुलाम असतं, त्यामुळे त्यावर लादले गेलेले सर्वच विचार तिथं रुजतात आणि नंतर फोफावतात. आपल्याला हव्या त्या भावना रुजवण्याचं वा नाकारण्याचं सामर्थ्य इच्छाशक्तीत असतं आणि चिकाटी आणि सरावानं त्यावर नियंत्रण ठेवता येतं. नकारात्मक भावना मनात उद्‌भवल्यास आपल्या विचारांच्या साहाय्यानं तिला सकारात्मक भावनेत बदलता येतं आणि या प्रक्रियेतच नियंत्रणाचं रहस्य दडलेलं आहे.

तुम्ही स्वतः प्रयत्न केल्याशिवाय यशाच्या शिखरापर्यंत पोहोचणं शक्य नाही. आपल्या कामवासनेद्वारे इतरांना आकर्षित करून एखादा माणूस आर्थिक वा व्यावसायिक यशाचं शिखर गाठेलही कदाचित, मात्र मग त्याच्या व्यक्तिमत्त्वात अशा काही गोष्टींचा समावेश होतो, ज्यामुळे त्याला ते यश टिकवता येत नाही, वैभव सांभाळता येत नाही आणि ते धड उपभोगताही येत नाही.

या सगळ्याचं नीट मनन करणं अत्यंत गरजेचं आहे, कारण त्यातलं ज्ञान हे स्त्री-पुरुष दोघांनाही सारखंच लागू पडतं. या विषयातील अज्ञानामुळे धनवान लोकांनाही खऱ्या सुखापासून लांब राहावं लागतं.

खऱ्या प्रेमाला यशाची साथ मिळतेच

खरं प्रेम कधीच विसरता येत नाहीत. प्रेमाचा स्रोत दूर गेल्यावरही त्या आठवणी आपल्या मनात रेंगाळत राहतात, वेळप्रसंगी योग्य दिशाही दाखवतात. या भावनांचा प्रभाव बराच काळ टिकूनही राहतो. ज्या व्यक्तीनं निखळ प्रेम केलंय, तिच्या हृदयात कायम या आठवणी राहतात. प्रेम आध्यात्मिक असल्यानं त्याचा प्रभाव दीर्घकाळ टिकतो. मात्र प्रेमाच्या विधायक शक्तीचा लाभ झाल्यावरही ज्या व्यक्तीला भव्य यश मिळत नाही. ती व्यक्ती निराश होते. तो शरीरानं जिवंत असतो मात्र त्याच्या भावना मृतवत असतात. प्रेमाच्या जुन्या आठवणीत एकदा डुंबून बघा, तुम्हाला सध्या सतावणाऱ्या सगळ्या काळज्या, चिंता कमी झाल्याचं तुमच्या लक्षात येईल. तुम्ही तुमच्या दुःखाच्या वातावरणातून बाहेर पडाल. कदाचित, काही नवीन कल्पना अचानक तुमच्या मनात तरळून जातील, ज्यामुळे तुमच्या आर्थिक, आध्यात्मिक स्तरांवर बदल घडतील.

तुमचं प्रेम सफल झालं नाही, तर स्वतःला दुर्दैवी समजू नका. कारणं जो खरं प्रेम करतो, तो कधीच अपयशी होत नाही. प्रेम लहरी आणि विक्षिप्त असतं. कुठल्याही पूर्वसूचनेविना ते येतं आणि तसंच परत जातंही, त्यामुळे जोवर तुमच्या आयुष्यात प्रेम आहे, तोवर त्याचा आनंद लुटाच. मात्र ते नसताना दुःखीही होऊ नका. काळजी व दुःख करण्यानं ते कधीच परत येत नाही.

प्रेम फक्त एकदाचं येतं, मिळतं असंही काही नाही. आयुष्यात प्रेम कितीही वेळा येतं आणि जातंही. दोन प्रेमसंबंधांचे अनुभव एकसारखे मात्र कधीच नसतात. मात्र एखाद्या प्रेमाच्या स्मृती हृदयात खोलवर रुजलेल्या असतात; प्रेमसंबंध संपल्यावर एखादी व्यक्ती त्रासते वा चिडते, ती याला अपवाद ठरते.

प्रेमाची भावना आणि कामवासना या दोन्हीत फरक आहे. हा फरक समजावून घेतलात, तर तुम्ही निराश होणार नाही. प्रेमभावना ही मनातून उमटते, तर कामवासना शारीरिक असते. एखादा अनुभव जर तुमच्या

हृदयापर्यंत जाऊन भिडला, तर तो कधीच त्रासदायक नसतो. अर्थातच तो अज्ञान वा द्वेषातून आलेला नसावा.

प्रेमाचा अनुभव हा जीवनातला सर्वोच्च अनुभव असतो. प्रेमभावनेमुळेच अलौकिक बुद्धिमत्तेशी संपर्क करता येतो. प्रेम, प्रियाराधन व कामवासनेच्या मिलाफातून माणूस प्रेरित होतो आणि मग सर्जनशील कृतींतून तो यशाकडे अग्रेसर होतो. यश मिळवून देणाऱ्या शाश्वत त्रिकोणाच्या प्रेम, प्रियाराधन आणि कामवासना या तीन बाजू आहेत.

प्रेमभावनेच्या अनेक छटा, रंग, पैलू असतात. मात्र प्रेम आणि कामवासना जेव्हा तीव्रतेनं एकत्र येते, त्या संतुलनातून मिळणारं प्रेम सर्वांत तीव्र आणि ज्वलंत असतं. विवाहबंधनात प्रेम आणि कामभावना यांचं संतुलन साधल गेलं, तरच ते आयुष्य सुखाचं ठरतं. मात्र जिथं हा समतोल साधला जात नाही, त्या वैवाहिक जीवनात सुख नसतं, ते तणावाचं असतं आणि असे संबंध फारसे टिकतही नाहीत. विवाहसंबंधातून सुख मिळण्यासाठी फक्त प्रेम वा फक्त कामवासनाच उपयोगी नसते. या दोन्हींच्या सुंदर मिलाफातून अशा काही सर्वोच्च सुखाची निर्मिती होते, त्याची आपण कल्पनाही करू शकत नाही, हे सुख अनुभवावंच लागतं.

प्रेम आणि कामवासनेच्या जोडीला जेव्हा प्रियाराधन येऊन मिळतं, त्या वेळी माणसाचं मन आणि असीम बुद्धी यांतले अडथळे दूर होतात आणि मग त्यातून असामान्य बुद्धिमत्तेच्या माणसाचा जन्म होतो.

तीच घडवते वा बिघडवते – त्याची कारणं

बऱ्याचदा नवरा-बायकोत सुसंवाद नसतो, गोंधळ असतो आणि दुसऱ्याला उणं-दुणं बोलून हे वाद प्रकट केले जातात. यामागचं मुख्य कारण म्हणजे या जोडप्यात कामक्रीडेसंबंधी असलेलं अज्ञान हेच असतं. ज्या जोडप्यांत सुसंवाद आढळतो, त्यांच्यात प्रामुख्यानं एकमेकांबद्दलचं प्रेम, प्रियाराधन आणि समजूतदार कामभावना आहे, असं आढळून येतं.

प्रेम-प्रियाराधन-कामभावना या त्रिकोणाचे संबंध समजून घेणाऱ्या पत्नीचा पती हा नशीबवानच म्हटला पाहिजे. कारण यामुळे प्रेरित झाल्यावर कुठल्याही गोष्टींसाठी घेतलेले कष्ट त्याला फारसे त्रासदायक वाटत नाहीत.

पत्नी आपल्या नवऱ्याला चांगल्या वा वाईट मार्गावर नेते, अशी एक जुनी म्हण आहे. हे घडवणं बिघडवणं हे या त्रिकोणाच्या समजून घेण्यावर वा न घेण्यावरच अवलंबून आहे.

आपल्या व्यतिरिक्त इतर स्त्रीकडे नवऱ्यानं आकर्षित होण्यास जर पत्नी अनुमोदन देत असेल, तर त्यापाठीमागं तिचं अज्ञान वा वरील त्रिकोणाविषयीचं अज्ञानच कारणीभूत आहे. अतिशय शुद्ध प्रेमसंबंध असलेल्या स्त्री-पुरुषात आपल्या पत्नीच्या बाबतीत असं वर्तन करणाऱ्या पुरुषालाही हे लागू होतं.

अत्यंत क्षुल्लक कारणांवरून बऱ्याचदा विवाहित जोडप्यांत वादावादी, भांडणं होत असतात. मात्र या विषयातलं अज्ञान हेच त्याचं मुख्य कारण असल्याचं बऱ्याचदा दिसून येतं.

स्त्रीविना संपत्ती व्यर्थ

स्त्रीला खूश ठेवणं हीच पुरुषांसाठीची सर्वांत प्रबळ अशी उत्तेजक भावना ठरते. प्राचीन संस्कृतीतील इतिहासपूर्व काळात स्त्रीनं आपल्याकडे आकर्षित व्हावं, याच मुख्य भावनेतून पुरुष शिकार करत असत. काळ बदलला असला तरी पुरुषाच्या या मानसिकतेत कुठलाही बदल झाला नाही, फक्त शिकारीचं स्वरूप बदललंय इतकंच. पूर्वीचा शिकारी वन्य पशूंची कातडी घरी आणत असे, आजचा पुरुष सुंदर गाड्या, कपडेलत्ते यांनी तिला आकर्षित करतो म्हणजेच काल आणि आजही स्त्रीला खूश करण्याच्या पुरुषांच्या मानसिकतेत कुठलाही बदल झाला नाही, फक्त पद्धत बदलली. प्रचंड संपत्ती मिळवणारा पुरुष असो वा सत्ता-कीर्तीची शिखरं गाठणारा पुरुष असो त्यांची यामागची प्रेरणा स्त्रीला खूश ठेवण्याची इच्छा हीच असते.

हीच इच्छा एखाद्या पुरुषाला घडवते वा बिघडवते. पुरुषाची कुठलीही गरज त्याचा स्वभाव ओळखून चतुराईनं तिची पूर्तता करणाऱ्या स्त्रीच्या मनात आपल्या एखाद्या स्पर्धक स्त्रीविषयी कणभरही भीती नसते. दुसऱ्या पुरुषाशी वागताना भलेही ते आपल्या मनाप्रमाणे वागत असोत, मात्र आवडत्या स्त्रीच्या बाबतीत मात्र ते तिच्याच मनाप्रमाणे वागतात.

नर-मादी या आदिम संबंधातही पुरुषाला स्त्रीपेक्षा जास्त शक्तिशाली, श्रेष्ठ म्हणवून घेण्यात भूषण वाटते, त्यामुळे आपल्या आवडत्या स्त्रीला खूश

ठेवून अपेक्षित इच्छापूर्ती करण्यासाठी बहुतांश वेळा ते त्या स्त्रीच्या मर्जीनं वागतात. स्त्रीही पुरुषाचा हा स्वभाव पूर्णतः ओळखत असल्यानं, तीही त्याला न दुखावता हुशारीनं या विषयावरचे वादविवाद टाळते.

आपल्या असलेल्या नातेसंबंधातल्या स्त्रिया –आई, बहीण, पत्नी व प्रेयसी यांचा प्रभाव पुरुषांवर असतो. ही गोष्ट त्यांना माहीत असते आणि ते ती मान्यही करतात. सुयोग्य स्त्रीचा प्रभाव असल्यामुळेच आपण जीवनात यशस्वी ठरलो आहोत, याची त्यांना जाणीव असते. जो हे महत्त्वपूर्ण सत्य जाणून घेत नाही वा ते मान्य करत नाही, तो पुरुष इतर शक्ती असतानाही मिळणाऱ्या यशाला मुकतो.

• • •

प्रकरण १२

सुप्तमन

जोडणारा दुवा
श्रीमंतीच्या वाटेवरचं अकरावं पाऊल

आपल्या पंचेंद्रियांच्या साहाय्यानं मनात जे विचार येतात, त्या सगळ्या विचारांचं पृथक्करण करून तो विचार चेतन मनात ठेवला जातो. चेतन मन हे अर्धचेतन मनातील क्षेत्र आहे. चेतन मनातला विचार हवा असेल, तेव्हा अर्धचेतन मनात आणता येतो.

आपली इंद्रियं ज्या संवेदना वा जे विचार ग्रहण करतात, ते मनात साठवून ठेवले जातात. ज्या विचार वा हेतूंचे आपल्याला आर्थिक परिमाणात रूपांतर करायचे आहे, ते विचारही आपण सुप्तमनात साठवून ठेवू शकतो. आपलं सुप्तमन भावनेशी समरस झालेल्या प्रभावी इच्छा यांच्याशी संयोग पावतं.

दुसऱ्या प्रकरणात इच्छेच्या रूपांतरणाचे जे सहा टप्पे दिले आहेत, त्यातून एखादी योजना तयार करून ती कार्यान्वित करण्याचा विचार केल्यास, तुम्हाला विचारांचं महत्त्व लक्षात येईल.

सुप्तमनाचं कार्य अखंड चालूच असतं. असीम बुद्धीच्या मदतीनं सुप्तमन इच्छेचं आर्थिक परिमाणात रूपांतर करण्याची शक्ती मिळवतं आणि त्यासाठी प्रत्यक्ष व्यवहारातलं सर्वोत्कृष्ट माध्यम वापरलं जातं.

सुप्तमनावर पूर्णतः ताबा मिळवणं शक्य नाही. मात्र जी काही इच्छा, योजना तुमच्या मनातल्या कल्पनेनुसार प्रत्यक्षात यावी, असं तुम्हाला

वाटतंय, त्या योजनेचं बीज तुम्ही सुप्तमनात रुजवा. सुप्तमनाचा सर्वोत्तम उपयोग कसा करावा, यासाठी स्वयंसूचना प्रकरणात दिलेल्या सर्व सूचनांचा शांतपणे अभ्यास करा.

माणसाचं सुप्तमन हे सचेतन मन आणि असीमित बुद्धिमत्ता या दोन्हीतला दुवा आहे. याचे अनेक पुरावेही मिळाले आहेत. याचा उपयोग करून तुम्ही स्वेच्छेनं असीमित बुद्धीच्या ऊर्जेचा लाभ मिळवू शकाल. संवेदनांना योग्य दिशेनं वळवून त्यांचं आध्यात्मिक परिमाणात रूपांतर करण्याची एक गुप्त पद्धत त्यात दिलेली आहे. याच माध्यमाद्वारे आपल्या प्रार्थनेचं फळ देणाऱ्या उगमाकडे जाणं आपल्याला शक्य होतं.

सर्जक निर्मितीसाठी सुप्तमनास प्रेरित करा

सुप्तमनाशी संबंधित असलेल्या सर्जक निर्मितक्षमता इतक्या विलक्षण असतात की, काही वेळा आपण आश्चर्यचकित होतो.

माणसाला सुप्तमनाच्या क्षमतेविषयी इतकी थोडी, अल्प माहिती आहे की, याविषयी चर्चा करताना आपल्या खुजेपणामुळे मला कित्येकदा ओशाळल्यासारखं होतं.

सुप्तमनाच्या अस्तित्वाचा स्वीकार केल्यावर, आपल्या इच्छांना त्यांच्या अपेक्षित परिमाणात बदलण्याची त्याची प्रचंड क्षमता लक्षात आली की, इच्छा या प्रकरणात दिलेल्या सूचनांचं महत्त्व तुमच्या लक्षात येईल म्हणूनच तुमच्या इच्छा स्पष्ट आणि नेमकेपणानं कागदावर लिहा, असं मी तुम्हाला वारंवार सांगतो आहे.

इच्छा प्रकरणात वर्णन केलेली ती तेरा तत्त्वं म्हणजे सुप्तमनाला उत्तेजित करण्याची क्षमता प्राप्त करण्याची ताकद आहे. कदाचित, पहिल्या प्रयत्नात तुम्हाला अपयश येईल; पण त्यानं निराश होऊ नका. पहिल्या प्रयत्नात तुम्हाला अपयश येईल; पण त्यानं निराश होऊ नका. श्रद्धा प्रकरणात सांगितल्याप्रमाणं तुमचं सुप्तमन हवं तसं वळवण्यासाठी सरवाची गरज आहे. अजून पूर्णपणे श्रद्धा ठेवण्यासच आपण शिकलो नाही म्हणून धीर धरा, अखंड प्रयत्न करत राहा.

सुप्तमनाच्या लाभासाठी श्रद्धा आणि स्वयंसूचना या प्रकरणात आलेली बरीच विधान इथंही येतील. तुम्ही मुद्दाम प्रयत्न केला तरीही वा तसा प्रयत्न

न करताही तुमचं सुप्तमन आपलं कार्य करतच असतं, हे लक्षात घ्या. जोपर्यंत तुम्ही तुमच्या सुप्तमनात तुमचे इच्छित विचार वा संकल्पना यांची बीजं पेरत नाही, तोपर्यंत भय, गरिबीचे आणि इतर नकारात्मक विचार त्याच्यावर कब्जा करण्याचा प्रयत्न करत राहतातच.

सुप्तमनाचं कार्य सतत सुरू असतं. तुम्ही जर तुमच्या सकारात्मक इच्छा त्यात बिंबवल्या नाहीत, तर इतर चुकीचे, नकारात्मक विचार सुप्तमनात शिरकाव करतात. कामवासना प्रकरणात वर्णन केलेल्या चार माध्यमांद्वारा सर्व सकारात्मक, नकारात्मक, विधायक-विघातक विचार तुमच्या सुप्तमनात सतत येत राहतात.

आपल्या सुप्तमनात सकारात्मक आणि नकारात्मक अशा दोन्ही प्रकारचे विचार सतत असतात, हे आता तुमच्या लक्षात आलं असेल. नकारात्मक विचार येणं बंद होऊन सुप्तमनाला प्रभावित करण्यासाठी आपल्या मनात फक्त सकारात्मक विचारच कसे येतील, याचा प्रयत्न आता तुम्ही नक्कीच करत असाल.

एकदा का तुम्ही सुप्तमनाला प्रभावित करण्यात यशस्वी झाला की, सुप्तमनाचं दार उघडण्याची किल्लीच तुम्हाला मिळेल आणि नको त्या विचारांचा शिरकाव सुप्तमनात होण्याआधीच ते दार बंद करता येईल.

माणसाच्या प्रत्येक निर्मितीचा उगम विचारातूनच होतो. मनात विचार नसताना कुठलीच निर्मिती करता येत नाही. कल्पनेचं रूपांतर विचारांच्या मदतीनं योजनेत करता येतं. जेव्हा तुमच्या मनात कल्पना असेल, तेव्हा तुमच्या व्यवसायाच्या योजना तयार करण्यात वा तुमचे हेतू साध्य करण्यासाठी तुम्ही त्या कल्पनेचा उपयोग करू शकता.

आपण आपले जे विचार योग्य भौतिक परिमाणात रूपांतर होण्यासाठी सुप्तमनात रुजवतो, ते तुमचे विचार, कल्पना व त्यावरची तुमची श्रद्धा यांचा संयोग व्हायला हवा. हा संयोग फक्त कल्पनेच्या माध्यमातूनच होऊ शकतो.

यावरून तुमच्या लक्षात येईल की, सुसंबद्धता आणि इतर सर्व तत्त्वांचा वापर सुप्तमनाच्या स्वेच्छापूर्वक उपयोगासाठी गरजेचा आहे.

सकारात्मक भावना स्वत:साठी वापरा

कुठल्याही शुद्ध, निव्वळ विचारापेक्षा ज्या विचाराशी भावना, संवेदना संलग्न असते, त्याच विचारांनी सुप्तमन प्रभावित होण्याची शक्यता अधिकाधिक असते म्हणजे विचारांची प्रभावी क्रिया होण्यासाठी ते भावनांनी ओतप्रोत भरलेलं असणं गरजेचं आहे. याचे अनेक पुरावे सापडतात. बरेच लोक आपल्या भावनांच्या प्रभावाखाली असतात. सुप्तमनावर अशा विचारांचा पगडा असतो आणि ते अशा विचारांनी प्रतिसादही त्वरित देतं म्हणूनच आपण आपल्या मनात उमटणाऱ्या महत्त्वाच्या भावनांशी समरस होणं गरजेचं असतं. आपल्या मनात अनेक सकारात्मक आणि नकारात्मक भावना कायमच असतात.

त्यातल्या सात प्रमुख सकारात्मक, सात प्रमुख नकारात्मक भावना आहेत. नकारात्मक भावनांचा अगदी सहज मनात प्रवेश होऊ शकतो. मात्र सकारात्मक विचार मनात येण्यासाठी खूप प्रयत्न करावे लागतात. त्या संदर्भातल्या सूचना स्वयंसूचना या प्रकरणात दिल्या आहे.

ब्रेड तयार करताना जे यिस्ट वापरतात, त्याच्याशी तुलना केल्यास हे चांगलंच कळतं. कारण जसं यिस्ट ब्रेडसाठीचा क्रियाशील घटक म्हणून काम करतं, त्याचप्रमाणं तुमचे निष्क्रिय रूपात असलेले विचार सक्रिय बनतात. विचारांना भावनांची जोड मिळाली की हे रूपांतरण सहज, सोपं आणि परिणामकारक बनतं म्हणूनच नुसत्या विचारांपेक्षा भावनामिश्रित विचार अधिक महत्त्वाचे असतात.

तुमच्या सुप्तमनात असलेला श्रोता एकदा का विचारांमुळे प्रभावित झाला, तुमच्या नियंत्रणात आला की, तुम्ही तुमची पैसा मिळवण्याची इच्छा त्याला ऐकवा; त्या श्रोत्यापर्यंत पोहोचा, त्याच्याशी संवाद साधण्याची भाषा जाणून घ्या. त्या श्रोत्याला भावना-संवेदना यांची भाषा उत्तम तऱ्हेनं समजते म्हणूनच त्याला समजणाऱ्या भावनांचा विचार करू आणि मग त्याला सूचना देताना फक्त सकारात्मक भावनांचा विचार करून, नकारात्मक भावना दूर ठेवू.

सात महत्त्वाच्या सकारात्मक भावना

• इच्छा, • श्रद्धा, • स्नेह, • कामवासना,
• उत्साह, • प्रियाराधन, • आशा.

आपल्या मनात इतरही सकारात्मक भावना असतात. मात्र या सात भावनांचा आपल्या सुप्तमनावर प्रभाव असतो. त्यांच्या साहाय्यानं नवनिर्मिती केली जाते. सरावानं यांच्यावर नियंत्रण मिळवणं शक्य होतं, जेणेकरून आपल्या गरजेच्या वेळी त्यांच्यावर नियंत्रण ठेवणं शक्य होतं. आता या वेळी आपण आपल्या मनात स्वतःला पैशाविषयी सजग बनवून श्रीमंत होण्याची भावना रुजवत आहोत.

सात महत्त्वाच्या नकारात्मक भावना (यांना नेहमी दूर ठेवा.)

• भीती, • द्वेष, • मत्सर, • बदला घेणं,
• लालसा, • अंधश्रद्धा, • क्रोध.

मनात सकारात्मक आणि नकारात्मक भावना एकाच परिमाणात आहेत, असं कधीच होत नाही. कुठली तरी एक भावना नेहमी दुसरीपेक्षा वरचढ असतेच म्हणूनच कायम सकारात्मक भावनाच वरचढ असेल, यासाठी प्रयत्न करणं शक्य आहे. सरावानं हे जमू शकतं म्हणून तुमच्या मनात कायम सकारात्मक भावनाच असतील याविषयी जागरूक राहा. त्यांचं तुमच्या मनातलं प्रमाण इतकं वाढवा की, कणभरसुद्धा नकारात्मक भावना प्रवेश करू शकणार नाही.

वर दिलेल्या सूचनांच्या अखंड पालनानंच तुम्हाला तुमच्या सुप्तम नावर नियंत्रण करता येईल. तुमच्या सुप्तमनात असलेली अगदी एखादी, छोटीशी नकारात्मक भावनादेखील विधायक प्रयत्नांना खीळ घालू शकते.

परिणामकारक प्रार्थनेचं रहस्य

सर्व उपाय थकले की, शेवटचा प्रयत्न म्हणून लोक प्रार्थना करतात किंवा निव्वळ रूढी म्हणून करतात, असं बऱ्याचदा आपल्या पाहण्यात येतं. अपयश आल्यावर जेव्हा लोक प्रार्थना करतात, तेव्हा त्यांच्या मनात भीतीचा, शंकेचा भाव डोकावत असतो. त्या भावना सुप्तमनाला कार्यरत करतात आणि मग त्या भावना असीम बुद्धीपर्यंत पोहोचतात आणि त्यानुसार गोष्टींना गती मिळते.

कुठलीही प्रार्थना करताना मनात कुठल्याही शंकेला कणभरही जागा देऊ नका. मनात कुठलीही भीती बाळगू नका. आपली असीम बुद्धी

आपल्या ध्येयाच्या मार्गाकडे उड्डाण करणार आहे व आपले इच्छित साध्य प्रत्यक्षात येणार आहे, असा ठाम विश्वास बाळगूनच प्रार्थना करा.

एखाद्या गोष्टीसाठी तुम्ही प्रार्थना करता आणि ती गोष्ट तुम्हाला मिळते. आता भूतकाळात मागं जाऊन प्रार्थना करतानाची आपली मनःस्थिती आठवून पाहा म्हणजेच पूर्ण श्रद्धेनं, मनापासून केलेली प्रार्थना म्हणजे निव्वळ शाब्दिक बुडबुडे नाहीत, याची तुम्हाला खात्री पटेल.

रेडिओद्वारे जशा ध्वनिलहरी आपल्यापर्यंत पोहोचतात, अगदी त्याच पद्धतीनं आपण आपल्या असीम बुद्धीशी संपर्क साधू शकतो. रेडिओचं काम करण्याचं तत्त्व एकदा तुम्हाला समजलं की, हेसुद्धा तुम्हाला समजेल. जेव्हा ध्वनिलहरींची कंपनं आपल्या श्रवण शक्तीच्या मर्यादेच्या आत प्रवेश करतात त्याचवेळी आपल्याला ऐकू येतं.

रेडिओच्या प्रक्षेपण केंद्राद्वारे माणसाचा आवाज ग्रहण केला जातो. त्याचं लक्षावधी पटींच्या कंपनांच्या लहरीत रूपांतर केलं जातं आणि या पद्धतीनं आकाशातील ध्वनिलहरी स्थानांतरित होतात. या स्थानांतरानंतर मूलतः ध्वनिरूपात असलेली ऊर्जा रेडिओत प्रवेश करते, मग त्या ऊर्जेचं पुन्हा ध्वनिलहरींत रूपांतर होतं आणि आपण आवाज ऐकू शकतो.

याच पद्धतीनं आपलं सुप्तमन हे माध्यम म्हणून काम करतं. आपल्या प्रार्थनेला आपल्या असीम बुद्धीपर्यंत पोहोचवतं. तिथं तो संदेश पोहोचला की, आपली प्रार्थना पूर्ण करणारं उत्तर निश्चित कल्पना वा योजनेच्या रूपात आपल्या समोर येतं. हे आहे प्रार्थनेमागचं मूळ तत्त्व म्हणूनच श्रद्धेशिवाय जर प्रार्थना म्हटली, कुठल्याही भावनेशिवाय जर शब्दांचा प्रार्थना म्हणून निव्वळ उच्चार केला, तर मानवाचं सुप्तमन आणि आपली असीम बुद्धी यांचा संपर्क होत नाही आणि अपेक्षित फळ मिळत नाही.

• • •

संपत्ती हवी असं प्रत्येकालाच वाटू शकतं
आणि बुहतांश लोकांना तसं वाटतंही
पण फारच थोडे लोक हे जाणतात की,
एक निश्चित योजना, पैशासाठीची ज्वलंत इच्छा
या दोनच गोष्टी संपत्ती मिळवण्याचा
निश्चित मार्ग आहेत.

प्रकरण १३

मेंदू

विचारांच्या प्रक्षेपणाचं आणि ग्रहणाचं केंद्र
श्रीमंतीच्या वाटेवरचं बारावं पाऊल

डॉ. अलेक्झांडर ग्राहम बेल आणि डॉ. ई. आर. गेट्स यांच्याबरोबर चाळीस वर्षांपूर्वी काम करताना नेपोलियन हिल यांच्या असं लक्षात आलं की, माणसाच्या मेंदूद्वारे विचारांच्या कंपनांचं ग्रहण केलं जातं आणि प्रक्षेपणही केलं जातं.

ज्याप्रमाणं रेडिओ ध्वनिलहरींची कंपनं ग्रहण करतो, तसाच आपला मेंदूही अन्य मेंदूंकडून प्रक्षेपित झालेल्या विचारांची कंपनं ग्रहण करण्यास सक्षम असतो.

याची तुलना कल्पना या प्रकरणात दिलेल्या सर्जनशील कल्पनेशी करून पाहा. सर्जनशील कल्पनेच्या ग्रहण केंद्राद्वारे इतर मेंदूतून प्रसारित झालेले विचार ग्रहण केले जातात. सचेतन मन आणि विचारांना उत्तेजना देणारी चार उगमस्थानं या दोन्हीतलं असं केंद्र हे माध्यम असतं.

सकारात्मक वा नकारात्मक विचारांनी मानवी मन जेव्हा उत्तेजित होतं अथवा त्याची कंपनसंख्या वेगानं वाढते, तेव्हा त्याची बाहेरून येणारे विचार ग्रहण करण्याची क्षमता वाढते.

मानवी भावनांमध्ये कामवासनेचं स्थान सगळ्यात वरचं आहे, तसंच मानवी मनाला उत्तेजित करण्याची क्षमता आणि तीव्रताही त्याची जास्त आहे. भावनाविरहित अवस्थेतल्या व इतर भावनांमुळे उत्तेजित झालेल्या

स्थितीपेक्षा कामवासनेमुळे उत्तेजित झालेला मेंदू अधिक वेगानं कार्य करतो.

कामवासनेनं भारलेल्या मेंदूतल्या विचारांची गती इतकी वाढते की, सर्व नवनवीन विचार ग्रहण करण्यासाठी ती सर्वाधिक कार्यक्षम बनते. ज्या वेळी मेंदू ग्रहणशील बनतो, तेव्हा तोही इतरांच्या मेंदूतून प्रसरण झालेल्या विचारांचं विलक्षण वेगानं ग्रहण करतो. त्याच वेळी विचारांचं ग्रहण झाल्यावर सुप्तमन त्यांच्यावर जे काम करणं सुरू करतो, त्याच्यासाठीची पृष्ठभूमीही तयार करतो.

सुप्तमनाचे महत्त्वपूर्ण घटक आणि मेंदूच्या प्रक्षेपण केंद्राचं काम करणारी सर्जनशक्ती यांच्याबरोबर आता स्वयंसूचना तत्त्वांचाही थोडा विचार करू कारण विचारांच्या प्रक्षेपणाचं केंद्र कार्यरत करण्याचं तेच माध्यम आहे.

स्वयंसूचना प्रकरणात इच्छेला आर्थिक परिमाणात बदलण्याच्या प्रक्रियेसंबंधी माहिती दिली आहे.

सुप्त असं अचेतन मन, सर्जन कल्पनाशक्ती आणि स्वयंसूचना या तीन तत्त्वांच्या मदतीनं तुम्ही तुमच्या मेंदूच्या प्रक्षेपण केंद्राचा वापर करू शकता. हे अगदी सोपं आहे. कुठल्याही गोष्टीसाठीची तुमच्या मनात निर्माण झालेली इच्छाच वरील तीन तत्त्वांमागची महत्त्वपूर्ण प्रेरकशक्ती आहे.

सर्वोच्च शक्ती अनाकलनीय आहेत

युगानुयुगं आपल्या भौतिक इंद्रियांवरच विसंबून राहिल्यामुळे माणसाचं ज्ञान भौतिक वस्तूंच्या पलीकडे गेलं नाही. बघू शकणाऱ्या, स्पर्श करू शकणाऱ्या, वजन-मापन करता येण्यासारख्या गोष्टीपर्यंत त्याचं ज्ञान मर्यादित राहिलं आहे.

आता आपण अशा अभूतपूर्व जगात प्रवेश करत आहोत, जिथं विश्वातल्या अनाकलनीय शक्तींचा अभ्यास करणं शक्य होऊ शकेल. कदाचित, या पुढच्या युगात आपल्या असंही लक्षात येईल की, दुसरं विश्व हे आपल्या नेहमीच्या बघण्यातल्या शरीरापेक्षा, आपण जाणतो त्या आत्म्यापेक्षा अधिक शक्तिशाली आहे.

आपल्या पंचेंद्रियांना न जाणवणाऱ्या अमूर्त अशा गोष्टींबद्दल आपण बऱ्याचदा बोलतो. मात्र आपण हे कायम लक्षात ठेवलं पाहिजे की, मानवावरही याच शक्तींचं नियंत्रण असतं.

ना समुद्राच्या उसळत्या लाटांना रोखण्याचं सामर्थ्य मानवात आहे, ना तिच्यातल्या प्रचंड शक्तीला थोपवण्याचं सामर्थ्य. गुरुत्वाकर्षणाच्या अमूर्त शक्तीमुळेच पृथ्वी अवकाशात सूर्याभोवती फिरत असते आणि पृथ्वीवर माणूसही न पडता उभा राहू शकतो. मात्र ही शक्ती नेमकी समजून घेणं मानवाच्या बुद्धीच्या पलीकडील काम आहे. वावटळीत जी प्रचंड शक्ती असते तिच्याबद्दलही माणसाला अजून नेमकं कळलेलं नाही, विजेच्या विस्मयकारी शक्तीबाबत तर त्याला अगदीच अल्प असं आकलन झालं आहे.

मात्र अनाकलनीय अशा शक्तींबाबतचं मानवाचं अज्ञान फक्त इथपर्यंतच मर्यादित नाही, तर त्याला अजून मातीत दडलेल्या शक्तीबद्दल फारसं काहीच माहीत नाही. ती त्याला खाण्यासाठी अन्न, नेसण्यासाठी वस्त्रं आणि खिशातील पैसे मिळवून देते.

मेंदूची नाट्यमय गोष्ट

मानवाला आपल्या संस्कृती आणि शिक्षणाबद्दल गर्व वाटत असला तरी त्याच्या स्वतःच्या विचारात असलेल्या अमूर्त शक्तीबद्दल त्याला अगदीच अल्प माहिती आहे. दिसू शकणाऱ्या, भौतिक रूपातील मेंदूबद्दल त्याला थोडीच माहिती आहे. मेंदूचं जाळं अतिशय गुंतागुंतीचं आहे. या गुंतागुंतीच्या जाळ्यांद्वारे विचारांची अमूर्त अशी शक्ती भौतिक परिमाणात रूपांतरित होऊ शकते. कदाचित, यावर येत्या काही वर्षांत अधिक प्रकाश पडू शकेल. विज्ञानाच्या क्षेत्रात कार्यरत असणाऱ्या लोकांचं लक्ष मेंदूच्या विस्मयकारी अभ्यासाकडे वळलं आहे. जरी ते अगदीच खालच्या पायरीवर असले, तरी त्यांनी मेंदूची रचना दोन पेशींना जोडणारं तारांचं जाळं–ज्यातील पेशींची संख्या पंधरा दशलक्ष इतकी प्रचंड आहे, त्याविषयी बरीच माहिती मिळवली आहे.

शिकागो विद्यापीठातील डॉ. सी. जुडसन हेरीक यांच्यामते. या प्रचंड अशा संख्येपुढे कोट्यवधी प्रकाशवर्षांशी संबंधित असणारी खगोलशास्त्रीय संख्याही नगण्य आहे. माणसाच्या मेंदू-केंद्रात १०,०००,०००,००० ते १४,०००,०००,००० इतक्या संख्येनं पेशी असतात, ज्यांची रचना अतिशय व्यवस्थित असते, असा शोध लागलेला आहे. ही रचना कुठंही अस्ताव्यस्त झालेली नसते. नुकत्याच विकसित झालेल्या इलेक्ट्रो-फिजिऑलॉजी

पद्धतीमुळे विजेच्या पोटेंशिअल डिफरन्सच्या एक दशलक्षांश इतक्या सूक्ष्म अंतराचंही मापन करता आलं आहे. हा वीजप्रवाह अतिशय सूक्ष्म अशा पेशींपासून वा मायक्रो-इलेक्ट्रोड असलेल्या तंतूपासून वीजप्रवाह मिळवून, त्याचं रेडिओच्या साहाय्यानं विस्तारित रूप तयार करून मिळवला जातो.

मानवी शरीराची वाढ सर्व शारीरिक क्रियांचं नियंत्रण अत्यंत गुंतागुंतीची रचना असलेल्या मेंदूकडून केलं जातं. ज्या यंत्रणेद्वारे मानवी मेंदूतील लक्षावधी पेशींचा एकमेकांशी संपर्क होतो, त्या यंत्रणेच्या अन्य अनाकलनीय शक्तींशी संपर्क होत असेल, तर ती अशक्य बाब नक्कीच नाही.

न्यू यॉर्क टाइम्सच्या एका संपादकीय लेखात म्हटलं आहे की, मेंदूच्या क्रिया-क्षेत्रातील बुद्धिमान संशोधक व एका मोठ्या विद्यापीठामार्फत होत असलेल्या संशोधनाद्वारे ते काही निष्कर्षांप्रत पोहोचले आहेत, जे या व पुढच्या प्रकरणात दिले आहेत. याच संपादकीयात ड्यूक विद्यापीठातील डॉ. ऱ्हाईन व त्यांच्या सहकाऱ्यांच्या कार्याचं संक्षिप्त विश्लेषण आहे. ते पुढीलप्रमाणं -

टेलिपथी म्हणजे काय?

महिन्याभरापूर्वी आम्ही ड्यूक विद्यापीठातील डॉ. ऱ्हाईन व त्यांच्या सहकाऱ्यांच्या कामातल्या विशेष निष्कर्षांबद्दल लिहिलं होतं. त्यांनी टेलिपथी आणि क्लेअरव्हॉयन्सचं अस्तित्व जाणण्यासाठी असंख्य प्रयोग केले होते. त्यातले निष्कर्ष हार्पर्स मॅगेझीनमधल्या दोन लेखांत दिलेले आहेत. नुकत्याच प्रकाशित झालेल्या दुसऱ्या लेखात ई. एच. राईट यांच्या संशोधनाबद्दल आणि त्यांनी केलेल्या अतींद्रिय ज्ञानाच्या निश्चित स्वरूपाबद्दल संक्षिप्त रूपात माहिती दिली आहे.

डॉ. ऱ्हाईन यांच्या संशोधनामुळे टेलिपथी व दिव्य दृष्टीच्या अस्तित्वाची शक्यता इतर शास्त्रज्ञांना वाटते. पत्त्यांच्या कॅटमधून कुठल्याही पत्त्याला स्पर्शही न करता, अनेक लोकांना त्यांनी पत्ते निवडून ते ओळखायला सांगितलं. त्यातल्या जवळपास वीस स्त्री-पुरुषांनी अनेकदा बरोबर पत्ते ओळखले. सुदैवानं वा अपघातानंही अशी शक्यता अगदीच नगण्य होती.

ही कुठलीही इंद्रियजन्य शक्ती नव्हती. एकाच खोलीत ते अनेक मैल अंतरावर असे वेगवेगळ्या ठिकाणी ते प्रयोग केले गेले. डॉ. राईट यांच्या मते टेलिपथी वा दिव्यदृष्टीच्या माध्यमातूनही याचं स्पष्टीकरण देता

येत नाही. अंतराच्या वाढत्या प्रमाणातही रेडिएंट ऊर्जेची शक्ती कमी कमी होत जाते. टेलिपथी आणि दिव्य दृष्टीच्या बाबतीत तसं होत नाही. मात्र आपली मानसिक शक्ती आणि काही भौतिक गोष्टींच्या कारणामुळे असं घडू शकतं. मात्र असे बदल ग्रहण करणारी व्यक्ती झोपलेली वा अर्धवट जागी असते, तेव्हा त्याच तीव्रतेनं घडत नाहीत. मादक द्रव्यांच्या आहारी गेलेल्या व्यक्तीबाबत मात्र ही ग्रहणक्षमता कमी होते, तर उत्तेजकांमुळे वाढते, असं ऱ्हाईन यांचं संशोधन सांगतं. जोपर्यंत तुम्ही तुमच्यातलं सर्वोत्तम असं देत नाही, शंभर टक्के प्रयत्न करत नाही, तोपर्यंत तुम्ही सर्वोत्तम निकाल देऊ शकत नाही.

टेलिपथी आणि दिव्यदृष्टी म्हणजे एकच गोष्ट आहे, असा निष्कर्ष राईट यांनी अतिशय विश्वासानं मांडला आहे म्हणून ज्या शक्तीमुळे व्यक्ती टेबलवर पालथा ठेवलेला पत्ता उचलते, त्याच शक्तीमुळे ती दुसऱ्याच्या मनातला विचारही ओळखते. अनेक कारणांमुळे या विधानावर विश्वास बसू शकतो. उदा. एका व्यक्तीत अशा दोन विशिष्ट क्षमता असल्याचं जाणवलं आणि ती व्यक्ती त्या दोन्ही क्षमतांचा तितक्याच ताकदीनं उपयोग करत होती. पडदा, भिंत व अंतर यामुळे कुठलाच फरक पडला नाही म्हणूनच असे अतींद्रिय अनुभव, भविष्यसूचक स्वप्नं, एखाद्या आगामी घटनेची पूर्वसूचना म्हणजे दुसरं-तिसरं काही नाही, तर याच शक्तीची रूपं आहेत म्हणूनच तुम्हाला पटल्याशिवाय तुम्ही कुठल्याही निष्कर्षांचा स्वीकार करू नका. डॉ. ऱ्हाईन आपल्या कथनासाठी जे पुरावे सादर करतात ते मात्र प्रभावित करणारे आहेत.

मनाला सांघिक कार्यात गुंतवा

मानवी मन अतींद्रिय जाणिवेला ज्या परिस्थितीत प्रतिसाद देतं, त्याच्याशी संबंधित असं एक संशोधन मी व माझ्या सहकाऱ्यांनी केलं आहे. त्या संशोधनानुसार मनाच्या आदर्श स्थितीत मनाला उत्तेजित करता येतं आणि त्यामुळे पुढच्या प्रकरणात ज्याचं वर्णन केलं आहे ती अतींद्रिय शक्ती अधिक व्यवहार्य कृती करू शकते.

मी इथं ज्या परिस्थितीचा उल्लेख केला आहे, त्यात दिल्याप्रमाणं मी आणि माझे दोन सहकारी खेळीमेळीनं कार्य करतो. सराव आणि प्रयोगाच्या साहाय्यानं आम्ही आमची मनं उत्तेजित करण्याची पद्धत शोधून काढली

(त्यासाठी पुढच्या प्रकरणात दिलेल्या अदृश्य उपदेशकाच्या तत्त्वाचा वापर केला.) त्यामुळे तीन मनांची शक्ती एकाच ठिकाणी एकवटून आम्ही आमच्या गिऱ्हाइकांच्या समस्यांची उत्तरं शोधू शकलो.

ही पद्धत अत्यंत सोपी आहे. एका टेबलाभोवती बसून आम्ही आमची समस्या स्पष्टपणे मांडतो व त्यावर सखोल चर्चा करतो. प्रत्येक जण आपल्याला काय वाटतं, हे मोकळेपणानं सांगतो. या पद्धतीतली नवलाची गोष्ट अशी यातल्या प्रत्येकालाचा तोपर्यंत अज्ञान असलेला असा एखादा विचारस्रोत सापडतो, ज्याचा कदाचित त्याला आजपर्यंत कुठलाही अनुभव नसतो.

मास्टर माइंड प्रकरणातलं तत्त्व जर तुम्हाला आठवत असेल, तर तुमच्या हे नक्की लक्षात येईल की, हे मास्टर माइंडचंच प्रात्यक्षिक आहे.

या प्रकारच्या योजनेद्वारे तत्त्वज्ञानाचा विद्यार्थी, कार्नेगींची पद्धत सहज समजून घेऊ शकेल. जर यात काही विशेष सांगितलं नाही, असं तुम्हाला वाटलं, तर या पनांवर खूण करून ठेवा आणि शेवटचं प्रकरण वाचून संपवलंत की, हे पान पुन्हा एकदा आवर्जून वाचा.

• • •

यशाच्या शिडीच्या टोकावर
कधीच फारशी गर्दी नसते

प्रकरण १४

सहावं इंद्रिय

ज्ञानमंदिराचं प्रवेशद्वार
श्रीमंतीच्या वाटेवरचं तेरावं पाऊल

या तेराव्या तत्त्वालाच सहावं इंद्रिय या नावानं ओळखलं जातं. या इंद्रियाच्या माध्यमातून आपण असीम बुद्धिमत्तेशी संपर्क साधू शकतो.

या तत्त्वाला तत्त्वज्ञानशास्त्राचं शिखरही म्हणता येईल. या आधी सांगितलेल्या बारा तत्त्वांवर जर तुम्ही प्रभुत्व मिळवलंत तर तुम्हाला हे तत्त्व आत्मसात करणं, सखोल समजून घेणं आणि त्याचा वापर करणं अगदी सहजगता जमू शकतं.

या सहाव्या इंद्रियाचा उल्लेख आपण याआधी सर्जननिर्मिती शक्ती असा केला आहे, जो सुप्तमनाचाच एक भाग आहे. यालाच ग्रहणकेंद्र असंही म्हटलं जातं, ज्याच्या माध्यमातून विविध कल्पना, विचार, योजना ज्या आपल्या मनात स्फुरतात, त्यांचा आपण स्वीकार करतो. यालाच स्फूर्ती अथवा अंतःप्रेरणा असंही म्हटलं जातं.

जर तुम्ही तत्त्वज्ञानाच्या इतर तत्त्वांवर प्रभुत्व मिळवलं नसेल वा इतर तत्त्वांबाबत तुम्ही जाणत नसाल, तर या सहाव्या इंद्रियाचं वर्णन करणं अवघड आहे. कारण ज्याच्याशी तुलना करता येईल, असं कुठलंही ज्ञान वा अनुभव संबंधित व्यक्तीला नसतो. सहाव्या इंद्रियाबाबत समजून घेण्यासाठी तुमच्या मनाचा उच्चतम विकास होणं अत्यंत महत्त्वाचं आहे.

पुस्तकात दिलेल्या इतर तत्त्वांवर प्रभुत्व मिळवल्यानंतरच तुमच्या या अशक्य वाटणाऱ्या विधानावर विश्वास बसू शकेल.

हे सहावं इंद्रिय तुम्हाला भविष्यात येणाऱ्या संकटांची सूचना देतं, तसंच मिळणाऱ्या आगामी संधींबाबतही सूचित करतं.

या इंद्रियाचा विकास झाला की, एक असा देवदूत तुमच्या मदतीला येतो, जो तुमच्या बुद्धिमत्तेची दारं खुली करतो.

सहाव्या इंद्रियाचे चमत्कार

लेखकाचा अशा चमत्कारांवर विश्वास नाही, तसंच तो या प्रकाराची पाठराखणही करत नाही. कारण त्याला निसर्गाचं यथायोग्य ज्ञान आहे आणि निसर्ग कायम आपले नियम पाळतो, हेही त्याला पक्कं ठाऊक आहे. निसर्गाचे काही नियम तर चमत्कार म्हणूनच ओळखावेत इतके अनाकलनीय आहेत. हे सहावं इंद्रिय या चमत्काराच्या जवळ जाणारं आहे.

वस्तूच्या प्रत्येक अणूत असणारी, मानवाला ज्याची जाणीव आहे, अशा शक्तीच्या प्रत्येक अंशात असणारी अशी शक्ती म्हणा वा बुद्धिमत्ता म्हणा, अस्तित्वात आहे, हे लेखक नक्कीच जाणतो. या बुद्धिमत्तेच्या साहाय्यनंच एका छोट्या अंकुराचं प्रचंड मोठा असा ओक वृक्ष बनतो, झऱ्याचं पाणी गुरुत्वाकर्षणामुळे खालच्या दिशेनं वाहतं, दिवसामागून रात्र येते, ऋतुचक्र बदलत राहतं. तत्त्वज्ञानाच्या तत्त्वांनुसार याच बुद्धिमत्तेच्या साहाय्यानं कल्पनेत असलेली इच्छा मूर्त रूप घेते. लेखकानं आपल्या ज्ञानातून, प्रयोगातून त्याचा अनुभवही घेतला आहे.

प्रत्येक प्रकरणातून एका एका पायरीनं वर चढत आता आपण शेवटच्या तत्त्वापर्यंत पोहोचलो आहोत. आधीच्या तत्त्वांवर जर तुम्ही प्रभुत्व मिळवलं असेल, तर तुम्ही पूर्ण श्रद्धेनं इथं वर्णन केलेल्या आश्चर्यजनक विधानाचा स्वीकार कराल. मात्र तुम्ही ती तत्त्वं आत्मसात केली नसतील, तर आधी ती तत्त्वं आत्मसात करा. मग या प्रकरणातली विधानं खरी की काल्पनिक, हे तुम्हाला कळून येईल.

ज्या वेळी मी व्यक्तिपूजेच्या प्रभावाखाली होतो, तेव्हा माझ्यावर त्यांचा प्रभाव होता, त्यांची नक्कल करण्याचा, अनुकरण करण्याचा मी प्रयत्न करत होतो. माझी त्यांच्यावर श्रद्धा असल्यामुळे मी ज्यांचं अनुकरण करतो, ते करण्याची क्षमता मी नक्कीच मिळवू शकतो, हेही मला माहीत होतं.

मोठ्या लोकांना तुमच्या जीवनाला आकार देऊ द्या

अजूनही मी त्या व्यक्तिपूजेत किंचित अडकलोय; पण जर तुम्हाला खरंच मोठं व्हायचं असेल, तर महान लोकांच्या सवयी तुमच्या अंगी बाणवा आणि त्यांचं कार्यही समजून घ्या.

मी जेव्हा माझं लेखन प्रकाशित करण्यासाठी लोकांसमोर आणलं वा लोकांसमोर वक्तृत्वासाठी उभा राहिलो, तेव्हा मी माझ्या चारित्र्याला पुन्हा नव्यानं आकार देण्याचा प्रयत्न केला. त्यासाठी ज्यांच्या चरित्र-जीवनकार्याचा माझ्यावर सगळ्यात जास्त प्रभाव पडला, त्या नऊ व्यक्तींसारखं वागण्याचा प्रयत्न केला. इमर्सन, पेन, एडविन, डार्विन, लिंकन, बरबॅक, नेपोलियन, फोर्ड आणि कार्नेगी या नऊ व्यक्ती होत. कित्येक वर्षं रात्री माझी या अदृश्य समुपदेशकांबरोबर काल्पनिक बैठक भरत असे.

रोज रात्री झोपण्यापूर्वी मी डोळे मिटत असे आणि माझ्या कल्पनेद्वारेच ही काल्पनिक बैठक माझ्या टेबलाभोवती भरल्याची कल्पना करत असे. मी फक्त या श्रेष्ठ व्यक्तींबरोबर चर्चेत सहभागी होत नसे तर मी या चर्चेचं, बैठकीचं नेतृत्व करत असे. या बैठकांमागं माझी विशिष्ट कल्पना होती. या सर्व श्रेष्ठ हस्तींचं समुपदेशन प्राप्त झाल्यामुळे माझ्या चारित्र्याचं पुनर्निर्माण व्हावं, हाच माझा त्यामागचा उद्देश होता. मी जन्मापासून अज्ञान आणि अंधश्रद्धेच्या वातावरणातच लहानाचा मोठा झाल्यामुळे मी माझं चारित्र्य घडवण्यासाठी मुद्दाम प्रयत्न केले.

स्वयंसूचनेतून चारित्र्याची जडणघडण

सर्वच महान माणसं तशी घडण्यामागं त्यांची स्वतःची इच्छा आणि विचारच कारणीभूत असतात, याची मला जाणीव होती. तुमच्या मनात खोलवर दडलेली इच्छा प्रत्यक्षात येण्यासाठीच मार्ग शोधून काढतेच, हेही मला ठाऊक होतं. स्वयंसूचना हा चारित्र्य घडवणारा सगळ्यात महत्त्वाचा घटक आहे. खरंतर हेच त्यामागचं एकमेव तत्त्व आहे.

मनाच्या कार्यकारक तत्त्वाचं ज्ञान झाल्यावर मी माझं चारित्र्य घडवण्यासाठी सज्ज झालो. माझ्या काल्पनिक चर्चांमध्ये मी त्या प्रत्येकाकडून मला अपेक्षित असलेल्या ज्ञानाची मागणी करत असे आणि त्यासाठी त्यांना ऐकू जाईल, अशा मोठ्या आवाजात आवाहन करत असे.

'मि. इमर्सन, जीवनाला वैशिष्ट्य देणारं तुमचं सृष्टीविषयीचं ज्ञान मला तुमच्याकडून हवंय. सृष्टीचे नियम समजून घेऊन ते आत्मसात करण्यासाठी महत्त्वपूर्ण ठरलेल्या तुमच्या सुप्त गुणांचा माझ्या मनात प्रवेश व्हावा, अशी माझी मागणी आहे.

मि. बरबँक, कोरफडीचे काटे काढून टाकून त्याचा खाद्यपदार्थ म्हणून उपयोग करण्याचं, सृष्टीसंबंधातल्या माहितीचं ज्ञान आपण मला द्यावं. गवताच्या एका पात्याच्या जागी ज्यामुळे दोन पाती उगवली, ते ज्ञानदेखील आपण मला द्यावं, अशी माझी तुम्हाला विनंती आहे.

मि. नेपोलियन, लोकांना अधिक क्षमतेनं कार्य करण्यासाठी उद्युक्त करणारी, त्यांना प्रोत्साहित करणारी तुमची असामान्य अशी क्षमता माझ्यातही यावी. कुठल्याही अडचणीवर मात करून, पराजयाचं विजयात रूपांतर करता येतं, ही ठाम श्रद्धा माझ्यात यावी, अशी माझी तुमच्याकडून अपेक्षा आहे.

मि. पेन, आपलं अद्वितीय विचारस्वातंत्र्य, साहस, विचार ठामपणे मांडण्याचा स्पष्टवक्तेपणा तुमच्याप्रमाणंच मलाही मिळावा.

आपल्यात असलेल्या प्रचंड संयमामुळे आणि कुठल्याही पूर्वग्रहाशिवाय प्रत्येक गोष्टीमागचं कारण व त्याचे परिणाम जाणून घेण्याची तुमची जिज्ञासा व ती क्षमता माझ्यात निर्माण व्हावी, अशी माझी मि. डार्विन यांच्याकडे मागणी आहे.

मि. लिकंन, तुमच्याप्रमाणंच माझ्या व्यक्तिमत्त्वातही न्यायाबाबतची तळमळ, प्रचंड संयम, विनोदबुद्धी, मानव समजून घेण्याची क्षमता, हे तुमचे असामान्य गुण यावेत, अशी माझी इच्छा आहे.

आपलं प्रचंड मोठं असं औद्योगिक साम्राज्य उभारणीसाठी आपण ज्या सुसंघटित प्रयत्नांचं तत्त्व अतिशय परिणामकारकतेनं उपयोगात आणलंत, ते मि. कार्नेगी यांच्याकडून माझ्या अंगी बाणवलं जावं.

चिकाटी, निष्ठा, आत्मविश्वास आणि शांतचित्तानं गरिबीवर मात करणाऱ्या फोर्ड यांच्याकडून मला अशी शक्ती मिळावी ज्यामुळे संघटन, एकीकरण व मानवी प्रयत्नांचं सुलभीकरण या गुणांच्या साहाय्यानं मी इतरांनी तुमच्या मार्गानं जाण्यासाठी उद्युक्त करू शकेन.

ज्या असामान्य श्रद्धेच्या बळावर सृष्टीची सर्व रहस्यं प्रकाशात आली, अपयशावर मात करून यश मिळवण्यासाठी जी श्रमशक्ती साहाय्यक

ठरली, ती मला मि. एडिसन यांनी प्रदान करावी, अशी माझी त्यांना विनंती आहे.'

कल्पनेतली अद्‌भुत शक्ती

मी माझ्या बैठक सदस्यांना वेळोवेळी जे आवाहन करायचो, त्यात त्या त्या वेळच्या गरजेनुसार बदल होत असे. अतिशय काळजीपूर्वक मी या सर्व महान लोकांच्या जीवनाचा अभ्यास केला. अनेक महिन्यांच्या रात्रकालीन बैठकांनंतर मला ही काल्पनिक माणसं जणू खरीच आहेत, असं वाटू लागलं.

त्या प्रत्येकात असं काहीतरी वैशिष्ट्यपूर्ण लक्षण होतं, ज्यामुळे मी कित्येकदा बुचकळ्यात पडत असे. उदा. लिंकन बैठकींसाठी कायमच उशिरा उपस्थित राहायचा आणि तो आला की काही वेळ शांतपणे येरझारा घालायचा. त्यांचा चेहरा कायम गंभीर असे. त्याच्या चेहऱ्यावर स्मित असलेलं मी क्वचितच बघितलं.

पण बाकी सदस्य बरेच वेगळे होते. बरबँक व पेन यांच्याकडे असा काही हजरजबाबीपणा होता, ज्यामुळे इतरांना अनेकदा आश्चर्याचा धक्का बसत असे. एकदा काही कारणामुळे बरबँक उशिरा आले, ते धापा टाकतच. अतिशय उत्साहामुळे ते उत्तेजित झाले होते. त्यांच्या उशिरा येण्याचं त्यांनी दिलेलं स्पष्टीकरण अजब होतं. कुठल्याही झाडाला सफरचंद लागू शकेल का, याविषयी प्रयोग करण्यात ते गढले असल्याचं स्पष्टीकरण त्यांनी दिलं. त्यांना चिडवण्यासाठी पेन म्हणाले की, बरोबर आहे. पूर्वीच्या काळी स्त्री-पुरुषांच्या भांडणाचं कारणही सफरचंदच होतं. यावर डार्विन उद्‌गारले की, पेन जर अशी सफरचंद गोळा करण्यासाठी जंगलात जात असतील, तर त्यांनी सावध राहावं. कारण त्या सफरचंदाचंच रूपांतर मोठ्या सापात होतं. इमर्सनचं यावर साप नसतील, तर सफरचंद नाहीत असं म्हणणं होतं, तर नेपोलियनचं सफरचंद नसतील, तर राज्यं नाहीत असं म्हणणं होतं.

नुसत्या कल्पनेत सुरू झालेल्या या बैठकी पुढे मला खऱ्याच भासू लागल्या, त्यामुळे घाबरून जाऊन मी काही महिने त्या बंद ठेवण्याचा निर्णय घेतला. मला आता भीती वाटू लागली की, त्या बैठकी तशाच चालू राहिल्या, तर त्या काल्पनिक असल्याचंच मी विसरून जाईन.

आज हा अनुभव पहिल्यांदाच सगळ्यांसमोर सांगण्याचं धाडस मी करतो आहे. कारण जर कदाचित हा अनुभव मी इतरांसमोर सांगितला, तर लोकांचा माझ्याबद्दल गैरसमज होईल की काय, अशी मला धास्ती होती. आज पहिल्यांदाच हा अनुभव लिखित रूपात मांडण्याचं धाडस मी करतो आहे, कारण पूर्वीसारखं लोक काय म्हणतील या विचारानं मी चिंताग्रस्त होत नाही.

कुठलाही गैरसमज टाळण्यासाठी मी ठामपणे सांगतो की, आजही त्या बैठकी, त्यातील सर्व सदस्य काल्पनिक होते, तरी त्यामुळेच मी साहसाच्या वाटेवर पाऊल टाकण्याचं धाडस केलं, या श्रेष्ठ व्यक्तींची खरी महानता कशात आहे, हे समजून घेतलं. सर्जनशील मार्ग वापरात आणले आणि माझे प्रामाणिक विचार व्यक्त करू शकलो.

प्रेरणा स्रोताचे दोहन

आपल्या विचारांच्या कंपनांना प्रतिसाद देणारा असा एक अवयव आपल्या मेंदूत कुठंतरी नक्कीच आहे. त्याला कदाचित अंतःप्रेरणा म्हणता येईल. ते नक्की काय, कुठं हे जरी अजून कळलं नसलं, तरी ते तितकं महत्त्वाचंही नाही. आपल्या ज्ञानेंद्रियांशिवाय माणसाला असं ज्ञान मिळतं ते कदाचित याच अंतःप्रेरणांमार्फत मिळत असावं. जेव्हा असामान्य स्थिती उद्भवते, भावना उत्तेजित होतात, हृदयाची कंपनं वाढतात, तेव्हाच बऱ्याचदा हे सहावं इंद्रिय वा अंतःप्रेरणा कार्यप्रवृत्त होते. ड्राइव्हिंग करतेवेळी एखादा भयानक अपघात होता होता वाचलेल्या कोणाही माणसाला विचारा, तो नक्की सांगेल की, त्या वेळी असं काहीतरी घडलं की, अंतःप्रेरणेमुळेच मी तो अपघात टाळू शकलो.

माझ्या यापुढच्या सत्यकथनाची प्रस्तावना म्हणून मी या गोष्टी मुद्दामच सांगितल्या. ती सत्यकथा अशी माझ्या काल्पनिक बैठकीत माझ्या अदृश्य समुपदेशकांकडून माझ्या अंतःप्रेरणांद्वारे वा सहाव्या इंद्रियामार्फत अनेक विचार, कल्पना वा माहिती माझ्यासमोर नव्यानं येत असे.

जिवाला धोका असणाऱ्या प्रसंगातून जाताना, काही निकडीच्या प्रसंगातून जातानाही अगदी आश्चर्यकारक रीतीनं त्या समुपदेशकांच्या प्रभावामुळे मी सहीसलामत बाहेर पडू शकलो.

आपल्या सुप्तमनाला विशिष्ट गुण आत्मसात करण्यासाठी सूचना देऊन प्रभावित करणं, हाच माझा अशा काल्पनिक बैठकांमागचा मूळ उद्देश होता. गेल्या काही वर्षांत माझ्या प्रयोगशीलतेला एक वेगळंच वळण मिळालंय. मला व माझ्या संबंधिताना, क्लायंटना सतावणाऱ्या समस्यांवर मार्ग काढण्यासाठी मी जरी अशा काल्पनिक समुपदेशकांचे मार्गदर्शन घेत असलो, त्याचे परिणाम जरी आश्चर्यजनक असले, तरी अशा सल्ल्यांवर मी पूर्णपणे अवलंबून राहत नाही.

मंद वृद्धीतली प्रचंड शक्ती

हवी तेव्हा वापरा, नको तेव्हा सोडून द्या या वृत्तीनं सहाव्या इंद्रियाचा वापर करू नये. या वापराची क्षमता खूप मंदगतीनं मिळते, ज्यासाठी या पुस्तकातल्या इतर तत्त्वांचा वापर करण्याची गरज आहे. आपव कुणीही असलो वा आपण कुठल्याही हेतून हे पुस्तक वाचत असलो, तर या पुस्तकातल्या तत्त्वांच्या वापरानं फायदा करून घेऊ शकतो. जर तुम्ही संपत्ती मिळवण्यासाठी वा इतर लाभांसाठी याचा वापर करत असाल, तर नक्कीच.

या विषयावरचं हे प्रकरण या पुस्तकात समाविष्ट करण्याचा हेतू इतकाच की, आपल्या आयुष्यात आपल्याला जे यश हवं असतं. त्या यशासाठी मार्गदर्शक असं संपूर्ण तत्त्वज्ञान उपलब्ध असावं. प्रत्येक गोष्टीची सुरुवात आणि शेवट समजून घेण्याचं ज्ञान, स्वतःला इतरांना, सृष्टीच्या नियमांना, सुखाला ओळखण्याच्या खाणाखुणा समजून घेता येतात.

सहाव्या इंद्रियातून व्यक्त होणारं तत्त्वज्ञान समजून घेण्यात, त्याचा योग्य उपयोग करण्यातच खरा अर्थ आहे.

हे प्रकरण वाचत असताना, तुम्ही उत्तेजित झाल्याचं तुम्हाला जाणवेल. महिन्याभराच्या विरामानंतर पुन्हा एकदा हे प्रकरण वाचा म्हणजे मग तुमचं मन अधिक उच्च स्तरावर उत्तेजित झालं आहे, असं तुम्हाला जाणवेल हा अनुभव वारंवार घ्या. प्रत्येक प्रयत्नात किती शिकलात, हे तपासून बघा. तुमच्या लक्षात येईल की, तुम्हाला एक वेगळी शक्ती प्राप्त झाली आहे आणि तुमची भीती संपून तुमच्यात उत्साह संचारला आहे. टाळाटाळ करण्याची भावना आता तुमच्यात अजिबात निर्माण होत नाही आणि तुम्ही तुमची कल्पनाशक्ती मुक्तपणे वापरू शकाल. मोठ्या

लोकांना, विचारवंतांना, पुढाऱ्यांना, कलावंताना, संगीतज्ञांना, लेखक, राजकारण्यांना स्पर्श प्रेरित करणारा तो प्रेरणास्रोत तुम्हालाही जाणवेल. आता आपल्या इच्छेचं आर्थिक परिणामात रूपांतर करण्याची तुमची स्थिती इतकी सहजपणे करता, जितक्या सहज तुम्ही यापूर्वी अपयश आल्यावर प्रयत्न सोडून देत होता.

• • •

प्रकरण १५

भीतीची सहा भुतं

हे शेवटचं प्रकरण वाचत असताना तुमच्या मार्गात किती भुतं उभी आहेत, त्यांची यादी करा.

या पुस्तकातल्या कुठल्याही तत्त्वज्ञानाचा वापर करण्यापूर्वी, ते तत्त्वज्ञान आत्मसात करायला, तुमचं मन तयार आहे का, ते तपासा. हे तसं सोपं आहे. त्यासाठी अनिर्णय, शंका आणि भीती या तुमच्या तीन शत्रूंचा सखोल अभ्यास आणि त्याचं विश्लेषण व त्याची माहिती असणं गरजेचं आहे.

या तीन नकारात्मक गोष्टींपैकी एकही गोष्ट तुमच्या मनात असेल तरी तुमची अतींद्रिय शक्ती कार्यरत होत नाही. या तिन्ही घटकांचे एकमेकांशी अतिशय घट्ट संबंध असल्यामुळे एक उपस्थित झाला की, उरलेले दोघं लगेच येतात.

भीतीचं बीज म्हणजे अनिर्णय. हे कायम लक्षात ठेवा. अनिर्णयाचं रूपांतर शंकेत होतं. शंका आणि अनिर्णय एकत्र आले की, त्यातून भीती जन्म घेते. हे अगदी सावकाश घडतं. हे कधी मूळ धरतात. यांची वाढ कधी होते. त्याचं रोप कधी होतं, हे आपल्या लक्षातही येत नाही म्हणूनच यांना अतिशय धोकादायक शत्रू असं म्हटलं जातं.

या प्रकरणातल्या शेवटी गरिबीत लोक का खितपत पडतात. काही लोकांजवळ प्रचंड संपत्ती कुठून गोळा होते. जी आर्थिक रूपापेक्षाही मानसिक रूपात जास्त महत्त्वपूर्ण असेल, याचं विश्लेषण केलं आहे. हे तत्त्वज्ञान पूर्णपणे समजून घेण्यासाठी या प्रकरणाचा शेवटही नीट समजून घ्या.

या प्रकरणाचा मूलभूत हेतू, भीतीची सहा मूलभूत कारणं शोधून काढणं आणि त्यावर मात करण्याची पद्धत शोधणं हा आहे. शत्रूवर मात करण्यासाठी आधी आपल्याला त्याचं नाव काय, त्याच्या सवयी कशा आहेत आणि तो राहतो कुठं, हे माहिती हवं म्हणून हे प्रकरण वाचताना आपल्या मनात अशी एखादी भीती आहे का, याचा काळजीपूर्वक शोध घ्या.

हे भीतिरूपी शत्रू अतिशय सूक्ष्म असल्यामुळे ते तुमच्या सुप्तमनात लपून बसतात. ते सहजासहजी दिसत नाहीत, त्यामुळे त्यांचा शोध घेऊन त्यांना आपल्या मनातून बाहेर हाकलणं खूप अवघड असतं.

सहा मूलभूत भीती

भीतीची सामान्यतः सहा मूलभूत रूपं दिसतात आणि त्यांच्या एकमेकांशी संयोग झाल्यास त्याचा माणसावर प्रभाव जाणवतो. यापैकी कुठलीच भीती मनात नसणारा माणूस खरंच भाग्यवान म्हटला पाहिजे. माणसाच्या मनात या भीती सगळ्यात जास्त आढळतात.

मनाच्या तळाशी असलेली भीती

गरिबीची भीती, टीकेची भीती, आजारी पडण्याची भीती

त्यानंतर यांचा नंबर येतो -

प्रेम गमावण्याची भीती, म्हातारपणाची भीती, मृत्यूची भीती

याशिवाय माणसाला इतरही काही गोष्टींची भीती असते. मात्र त्या तितक्या महत्त्वाच्या नसून त्यांचा वरच्या गटातील एखाद्या भीतीशी समावेश करता येऊ शकतो.

भीती ही मनाची एक अवस्था आहे. आपण त्यावर नियंत्रण करू शकतो, तसंच तिला योग्य दिशाही देऊ शकतो.

कुठलीही गोष्ट निर्माण होण्यासाठी आधी त्याचं रूप आपल्या विचारांद्वारे बघितलं जातं, या विधानाच्या मागंच दुसरं विधान असं आहे की, माणसाचे विचार भलेही स्वयंभू असोत वा नसोत, ते लगेचच त्याच भौतिक परिमाणात बदलू लागतात. दुसऱ्यांद्वारा उद्‌भवलेले विचार मनानं अगदी सहज उचलले तरी त्यावर माणसाचं आर्थिक, सामाजिक, व्यावसायिक स्थान निश्चित होत असतं. एखाद्या विशिष्ट हेतूनं एखादी गोष्ट घडून यावी, इतक्या सहज हे होतं.

कार्यक्षमता, प्रशिक्षण, अनुभव, बौद्धिक क्षमता असताना काही लोक सुदैवी ठरतात, मात्र याच गोष्टी असतानाही काही लोक दुर्दैवी ठरतात. त्यांच्यासाठीच्या एका महत्त्वाच्या सत्याचा इथं विचार करू. प्रत्येक माणसाकडे स्वतःच्या मनावर नियंत्रण ठेवण्याचं कौशल्य उपजतच असतं आणि म्हणूनच इतरांकडून आलेल्या विचारांपैकी आपल्याला हवे तेवढेच विचार माणूस स्वीकारतो. नको असलेल्या विचारांचा तो स्वीकार करत नाही.

माणूस विचारांवर नियंत्रण ठेवू शकतो आणि प्रत्येक नवीन गोष्ट निर्मिती विचारामुळेच जन्माला येते. हे एकदा लक्षात घेतलं की, आपण भीतीवर नियंत्रण मिळवण्याचं तत्त्वं आत्मसात करू शकतो.

तुमच्या प्रत्येक विचाराचं आर्थिक परिमाणात रूपांतर करणं शक्य आहे हे जितकं खरं, तितकंच हेही खरं आहे की, जर तुमच्या मनात गरिबी आणि भीतीचे विचार असतील तर धाडस आणि आर्थिक फायदा मिळणं शक्य नाही.

गरिबीची भीती

गरिबी आणि श्रीमंती कधीही एकत्र नांदू शकत नाहीत. हे दोन्ही परस्परविरुद्ध दिशेनं जाणारे मार्ग आहेत. श्रीमंतीकडे जाण्याची इच्छा बाळगताना जी गोष्ट गरिबीकडे जाते, त्या प्रत्येक गोष्टीला आपण नकार दिला पाहिजे. इथं आर्थिक, मानसिक, सामाजिक, आध्यात्मिक अशा अत्यंत व्यापक अर्थानं श्रीमंती हा शब्द विचारात घेतला आहे. श्रीमंतीकडे जायच्या मार्गावरचा पहिला बिंदू म्हणजे इच्छा. इच्छा या प्रकरणात याबाबतच्या सर्व आवश्यक व उपयुक्त सूचना दिल्या आहेत. भीती या प्रकरणात तुम्हाला इच्छेचा प्रत्यक्षात उपयोग करण्याच्या सर्व सूचना सापडतील म्हणूनच हे तत्त्वज्ञान तुम्ही किती आत्मसात केलंय, ते बघण्याचं आव्हान इथं तुमच्यासमोर आहे. आपल्या भविष्यात काय आहे, हे तुमचं तुम्हालाच देवदूत बनून ठरवायचं आहे. हे प्रकरण वाचल्यावर जर तुम्ही गरिबीचा स्वीकार करणार असाल, तर त्यासाठी तुमच्या मनाची तयारी करा. हा निर्णय तुम्ही टाळू शकणार नाही.

जर तुम्हाला श्रीमंती हवी असेल, तर ती कुठल्या प्रकारची हवी आहे तसंच तुम्ही संतुष्ट होण्यासाठी किती श्रीमंती गरजेची आहे, ती नक्की करा. श्रीमंतीकडे नेणारा रस्ता आता तुमच्या परिचयाचा आहे. त्या रस्त्याचा

नकाशाही तुमच्या हातात आहे. त्यानुसार वाटचाल केल्यास तुमची वाटचाल योग्य दिशेनं होईल. मात्र तुम्ही सुरुवात करण्याचा कंटाळा केलात, मार्गाकडे दुर्लक्ष केलंत वा वाटचाल अर्धवट सोडलीत, तर होणाऱ्या नुकसानाला सर्वस्वी तुम्हीच जबाबदार असाल. मात्र श्रीमंती मिळवण्यासाठी आवश्यक ती मानसिक तयारी तुम्ही केली नाही वा त्यावर नियंत्रण ठेवलं नाही, तर संपत्ती मिळण्यापासून कुठलीही सबब तुम्हाला वाचवू शकणार नाही.

मानसिक स्थिती ही प्रत्येकाची आपापली स्थिती असते, जी बाजारात विकत मिळत नाही. त्यासाठी सुयोग्य मानसिक स्थिती प्रयत्नपूर्वक मिळवावीच लागते.

उद्ध्वस्त करणारी भीती

निव्वळ एक मानसिक अवस्था असं जरी गरिबीच्या भीतीचं वर्णन केलं तरी ती अत्यंत विध्वंसक आहे. तिच्यात यशाची कुठलीही संधी नष्ट करण्याची क्षमता आहे.

माणसाच्या मनावर भीतीचा भयानक परिणाम होतो. भीतीमुळे माणूस विवेकक्षमता गमावून बसतो, त्याची कल्पनाशक्ती नष्ट होते. आत्मविश्वास, उत्साह कमी होतो. माणूस कुठल्याही गोष्टींसाठी उत्साहानं पुढाकार घेत नाही. त्याचा हेतू डळमळीत होऊन निर्णयात दिरंगाई होऊ लागते. नवीन गोष्टींमधली उत्सुकता, स्वतःवरचं नियंत्रण संपतं. व्यक्तिमत्त्व रूक्ष बनतं. अचूक विचार करण्याची क्षमता नष्ट होते, एकाग्रता कमी व्हायला लागते, चिकाटी कमी होते, इच्छाशक्ती नष्ट होते, महत्त्वाकांक्षा संपते, स्मरणशक्ती दगा देते आणि अपयशाला आमंत्रण मिळते. भीतीमुळे माणसातला स्नेह संपतो, नाजूक भावना नष्ट होतात आणि विनाशाला आमंत्रण मिळते. माणूस निद्रानाश, दुःख, त्रासाचा बळी ठरतो. निश्चित हेतूची कमतरता असल्यामुळे माणूस या सगळ्याला तोंड देतो.

मानवाच्या मनात असलेल्या सहा मूलभूत भीतींपैकी गरिबीची भीती ही सर्वांत जास्त घातक आहे. भीतीवर नियंत्रण मिळवणं अतिशय अवघड असल्यामुळे भीतीच्या यादीत तिचं स्थान सर्वांत वरचं आहे. मानवाच्या आनुवंशिक गुणांमुळे इतरांना बळी बनवण्याच्या इच्छेतून ती उपजली आहे. निसर्गात मानवाव्यतिरिक्त इतर प्राण्यांची विचारशक्ती मर्यादित असते, त्यांच्या उपजत स्वभाववैशिष्ट्यांनुसार ते आपल्यापेक्षा कमकुवत प्राण्याला आपले

भक्ष्य बनवतात. मात्र मानवाला लाभलेल्या उच्चस्तरीय विचारक्षमतेमुळे, विवेकशीलतेमुळे तो इतर मानवांना आपले शारीरिक भक्ष्य बनवत नाही. मात्र त्यांना आर्थिक बळी बनवून, त्यांचे आर्थिक शोषण करून, पाशवी समाधान मिळवतो. मानव मूलतः स्वार्थी असल्यामुळेच इतर मानवांपासून त्याचं संरक्षण व्हावं म्हणूनच कायदे बनले आहेत.

गरिबीमुळे माणसाला सर्वाधिक दुःख आणि लाचारी पत्करावी लागते. ज्या माणसाला कधी गरिबीचा सामना करावा लागला असेल, त्याला हे विधान नीट कळेल.

मानवाच्या मनातली भीतीची भावना ही अगदी नैसर्गिक आहे. यात आश्चर्य वाटण्यासारखं काहीही नाही. आर्थिक वा इतर बाबींसंदर्भात काही लोक अजिबात विश्वास ठेवण्यास लायक नसतात, हेदेखील त्याला कळून चुकलंय.

पैसे मिळवण्यासाठी माणूस कुठल्याही मार्गाचा वापर करण्यास मागेपुढं बघत नाही. कारण त्यासाठी तो अत्यंत उतावीळ बनलेला आहे. पैसा मिळवण्याचा मार्ग कायदेशीर असल्यास उत्तम, अन्यथा तो बेकायदेशीर मार्गांचा वापर करायलाही तयार होतो.

स्वतःचं सखोल विश्लेषण केल्यास आपल्यातले दोष दिसून येतात; पण माणूस ते मान्य करत नाही. ज्यांना आयुष्यात उच्च स्तर गाठायचा असेल, गरिबीवर मात करायची असेल, त्यांनी असं परीक्षण करणं अत्यंत गरजेचं आहे. मात्र हे परीक्षण करताना प्रत्येक बिंदूवर निष्पक्षपाती राहा. आपणच न्यायालय आणि ज्यूरी आहोत, आरोपीचे आणि बचावपक्षाचे वकीलही आपणच आहोत, आपणच तक्रारकर्ता आहोत आणि स्वतःचा बचाव करणारेही आपणच आहोत, हे कायम लक्षात ठेवा. यातून जे सत्य समोर येईल त्याला नीडरपणानं सामोरं जा. स्वतःला मुद्देसुद प्रश्न विचारा आणि त्याची नेमकी उत्तरं मिळवा. या परीक्षणानंतर तुम्हाला स्वतःबद्दल बरंच काही कळेल. जर आपलं परीक्षण कठोरपणे आणि निष्पक्षपातीपणे करणं आपल्यासाठी अवघड असेल, तर दुसऱ्या कुणाला तरी असं परीक्षण करण्यास सांगा. मात्र कितीही किंमत द्यावी लागली, कुचंबणा झाली तरी परखडपणे हे सत्यशोधन कराच.

तुम्हाला कशाची भीती वाटते, असा प्रश्न विचारल्यास, मी कशालाही भीत नाही, असं उत्तर बरेच लोक देतात. मात्र हे उत्तर पूर्णतः खरं नाही.

कारण प्रत्येक माणसाच्या शरीर-मनावर कुठल्या ना कुठल्या भीतीचा एक अदृश्य पगडा असतो. ती भीती मनात खोलवर रुजलेली असल्यामुळे त्याचं ओझं आपण आयुष्यभर वागवत असतो. ही भीती सुप्त रूपात असल्यामुळे ती कधी दिसत नाही, तिचं अस्तित्व जाणवत नाही. मात्र वर सांगितल्याप्रमाणं जर तुम्ही स्वतःचं परखड विश्लेषण केलंत तर तिचं रूप तुमच्या समोर येईल. हे परीक्षण करताना आपण आपल्या चारित्र्याचाही शोध घ्या. तुमच्या अंतरंगात दडलेली भीतीची लक्षणं कोणती, त्याची यादी पुढे दिली आहे.

गरिबीच्या भीतीची लक्षणं –

१. **उदासीनता –** महत्त्वाकांक्षा नसणं, गरिबी सहन करण्याची तयारी, जीवनात मिळणाऱ्या मोबदल्याचा विनातक्रार स्वीकार, मानसिक व शारीरिक आळस, स्वनियंत्रण, उत्साह, कल्पनाशक्तीचा अभाव, पुढाकार घेण्यासाठी तयारी नसणं ही उदासीनतेची कारणं आहेत.

२. **अनिर्णय –** आपल्या गोष्टींबाबतचा निर्णय इतरांना घेऊ देण्याची सवय, निर्णय घेण्याची धरसोडवृत्ती.

३. **शंका –** अपयश आल्यास सबबी आणि कारणं पुढं करणं, अपयशाचं स्पष्टीकरण देणं, क्षमा मागणं, यशस्वी लोकांबद्दल वाटणाऱ्या मत्सरातून त्यांच्या यशाबाबत शंका घेणं.

४. **काळजी –** दुसऱ्यांचे दोष शोधणं, मिळकतीपेक्षा जास्त खर्च करणं, चिडचिड, इतरांवर खेकसणं, मादक पदार्थांचं अतिरेकी सेवन, निराशा, स्वतःवर संयम नसणं, स्वतःच्या व्यक्तिमत्त्वाकडे होणारं दुर्लक्ष ही लक्षणं काळजी व्यक्त करणारी आहेत.

५. **अतिदक्षता –** सकारात्मकतेऐवजी फक्त नकारात्मकतेकडे लक्ष देणं, संभवनीय अपयशाचा विचार करणं, चुकीचे मार्ग माहीत असताना अपयश टाळण्यासाठीच्या मार्गांचा शोध न घेणं, योग्य संधीची व योग्य वेळेची प्रत्यक्षात कुठलीच कृती न करता फक्त वाट बघत बसणं, यशस्वी लोकांपासून प्रेरणा घेण्याऐवजी अपयशी लोकांचा विचार करणं, अख्खा वडा बघण्याऐवजी वड्याचं भोक बघणं. अतिकाळजीचा शरीरस्वास्थ्यावरही विपरीत परिणाम होतो. ज्यामुळे अपचन, श्वासाची दुर्गंधी, अस्वस्थता वाटू शकते.

६. **काम टाळण्याची वृत्ती –** शक्यतो काम पुढं ढकलण्याची सवय, अगदी वर्षभरापूर्वी होऊ शकणारं कामही पुढं ढकलणं, काम करण्याऐवजी पुढं ढकलण्याच्या सबबी व कारणं शोधणं, ही सर्व लक्षणं अतिदक्षता, शंका आणि काळजीशी संबद्ध आहेत. समस्येचा सामना करण्याऐवजी तिच्याशी जुळवून घेण्याची तयारी, अडचणींनाच यशाची शिडी बनवण्याऐवजी अडचणींशी जुळवून घेणं, यश, संपत्ती, सुखाऐवजी नगण्य गोष्टींसाठी समेट करणं, परतीचा दोर कापून यशाकडे वाटचाल करण्याऐवजी लढाईचा विचार करण्याऐवजी अपयश आल्यास काय, याच्या योजना तयार करणं, आत्मविश्वास, काटकसर, निश्चित, ठाम हेतू, विचारांवरचं नियंत्रण, उत्साह, महत्त्वाकांक्षा, विवेक यांचा अभाव संपत्तीसाठी प्रयत्न करण्याऐवजी गरिबी स्वीकारणं, ज्यांनी संपत्ती मिळवली अशा लोकांकडून प्रेरित होण्याऐवजी, त्यांच्याशी संपर्क ठेवण्याऐवजी गरिबीला आकृष्ट करणाऱ्या लोकांशी संपर्क ठेवणं.

पैसा बोलतो

काही लोक विचारणा करतील की, तुम्ही पैशाबद्दलच पुस्तक का लिहिलंत? संपत्तीचं मोजमाप डॉलर्समध्येच होऊ शकतं का? काही लोकांचा विश्वास असेल आणि तो कदाचित योग्यही असेल की, संपत्तीचे काही इतर प्रकारही आहेत, ज्यांचं मोजमाप पैशानं करता येत नाही. मात्र हवा तितका पैसा मिळाल्यावर मला हवं ते सगळं काही मी मिळवेन असं म्हणणारेही लोक आहेत.

गरिबीच्या भीतीनं अपंगत्व आलेले लाखो लोक आपल्या आजूबाजूला असतात. त्या लोकांसाठीच मी हे पुस्तक लिहिलं आहे. गरिबीचा कुणावर कसा परिणाम होतो, हे वेस्टबुक पेग्लर यांनी उत्तम रीतीनं स्पष्ट केलं आहे.

पैसा म्हणजे निव्वळ कवड्या, धातूचे काही तुकडे वा कागदाचे कपटे. पैशानं विकत घेता येणार नाही असा खजिनाही! मात्र बहुतांशी लोकांना याची माहिती नसल्यामुळे ते आपला धीर गमावतात. माणूस जेव्हा बेरोजगार होतो, पोटापाण्यासाठी त्याला कुठलंही काम मिळत नाही, तेव्हा त्याचे खांदे पडतात, त्याचं धैर्य खचतं. त्याच्या नजरेतून, देहबोलीवरूनही ते कळून येतं. ज्यांना नियमित रोजगार मिळतोय, त्या लोकांपेक्षा चारित्र्य,

हुशारी आणि क्षमतेच्या दृष्टीनं आपण सरस आहोत, हे त्याला कळतं तरीही तो न्यूनगंडानं ग्रस्त असतो.

त्याचवेळी पैसा असलेले त्याचे मित्रही स्वतःला श्रेष्ठ मानतात आणि असमंजसपणे त्याला अपराधी मानतात. एकदा उधार घेतलेले पैसे त्याला कायमसाठी पुरणारे नसतात आणि कायम उधार मागणं त्याच्यासाठी शक्यही नसतं. मात्र आपला उदरनिर्वाह चालवण्यासाठी माणूस जेव्हा उधार पैसे मागतो, त्यामुळे त्याला परत मिळत नाही. अर्थात कष्ट न करता फक्त उसनवारी करत दिवस घालवणाऱ्या निष्क्रिय लोकांना हे लागू होत नाही. हे स्वाभिमानी, कष्ट करणाऱ्यांसाठी आहे.

मात्र अशा स्थितीत बायका फारशा आढळून येत नाहीत. त्या क्वचित भिकाऱ्याच्या अवस्थेत सापडतात अथवा गर्दीतही निराश पुरुषासारख्या त्या वेगळ्या ओळखूही येत नाहीत. भटक्या पुरुषांप्रमाणं रस्त्यांवर विनाकारण भटकणाऱ्या स्त्रियांबाबतची ही चर्चा नाही, तर इथं सर्वसामान्य तरुण, हुशार स्त्रियांसाठी हे लागू आहे. उपजीविकेचं साधन नसणाऱ्या स्त्रिया असतीलही कदाचित; पण त्या पटकन दिसून येत नाहीत, त्या कदाचित आत्महत्याही करत असतील.

निरुद्योगी माणसाकडे विचार करण्यासाठी खूपच रिकामा वेळ असतो. नोकरी मिळवण्यासाठी तो मैलोगणती प्रवास करेल. मात्र त्या आधीच ती नोकरी दुसऱ्याला दिली जाते, अथवा न खपणाऱ्या एखाद्या उत्पादनाची विक्री करण्याचं काम तेसुद्धा विक्रीच्या कमिशनवर त्याला मिळेल; पण ती वस्तू फारशी विकली न जाण्याच्या योग्यतेची असेल. अर्थात कदाचित त्याच्यावर दया म्हणून ती एखादेवेळी विकत घेतली जाईल. मग अशी नोकरी नाकारून तो पुन्हा दिशाहीन भटकत राहतो. रस्त्यावर पायपीट करताना तो दुकानातल्या चैनीच्या उंची वस्तू न्याहाळत राहतो, तेव्हा त्याच्या मनात स्वतःबद्दलची हीन भावना जागृत होते. त्या वस्तू घेण्यासाठी उत्सुक असलेल्या लोकांची वाट तो मोकळी करून देतो. रेल्वेस्टेशनात भटकतो, वाचनालयात वेळ घालवतो. मात्र हे भटकणं म्हणजे नोकरी शोधणं नाही, तशी त्याला स्वतःला जाणीवही नसते. त्याची दिशाहीन भटकंती त्याची दशा उघड करते. चांगली आर्थिक स्थिती असतानाच्या काळातील उत्तम कपडे अंगावर असले तरी त्याची निराशा, मानसिक स्थिती लपून राहत नाही.

आपल्या आसपास असणारा प्रत्येक जण - हिशेबनीस, हमाल, मजूर, कारकून, केमिस्ट - आपल्या कामात बुडालेला बघून त्याला त्यांचा मनापासून हेवा वाटतो. त्या लोकांकडे त्यांचं स्वातंत्र्य, स्वाभिमान, व्यक्तित्व असतं आणि तासन्तास विचार करूनही आपण एक चांगला माणूस असल्याचा दिलासाही तो स्वतःला देऊ शकत नाही.

या विरोधाभासाचं कारण आहे पैसा. माणसाला अशा वेळी थोडा का होईना पैसा मिळाला, तरी तो स्वतःला सावरू शकेल.

टीकेची भीती

माणसाच्या मनात टीकेची भीती कुठून निर्माण झाली, हे ठामपणे सांगता येणार नाही. मात्र ती बऱ्याच मोठ्या प्रमाणात माणसाच्या मनात असते.

माणसाचा स्वभाव हा कदाचित भीतीमागचा मूलभूत घटक असावा, असं लेखकाला वाटतं. माणसाला इतरांजवळच्या वस्तूंची लालसा असते. मात्र लोकांवर टीका करून तो आपल्या वागण्याचं समर्थन करतो. चोर ज्याच्या वस्तू चोरतो, त्याच्यावरच टीका करतो, तसंच आपल्या गुणांच्या जोरावर एखादं पद मिळवण्यासाठी प्रयत्न न करता, राजकारणी आपल्या विरोधकांवर टीका करत हिंडतो.

कपडे तयार करणारा चाणाक्ष व्यापारी मात्र या टीकेचं अगदी हमखास फायद्यात रूपांतर करतो. दर ऋतुनुसार कपड्याची फॅशन बदलत असते. कपडे तयार करणारा व्यापारीच ही फॅशन बदलवतो, नवीन फॅशन बाजारात आणतो, कारण फॅशन बदलली की, नव्या फॅशनला साजेसे असे त्याचे जास्त कपडे विकले जावेत, इतकं साधं सोपं गणित त्यामागं असतं.

आणि बदलत्या फॅशनला साजेशा मोटारीही ठरावीक काळानंतर सतत बाजारात येत असतात. प्रत्येकालाच सर्वांत अत्याधुनिक पद्धतीची मोटार चालवायला मनापासून आवडतं.

अगदी छोट्या छोट्या गोष्टींबाबत, टीकेच्या भीतीनं माणसं अशी वागतात. मात्र जेव्हा एखादी महत्त्वाची घटना घडते, तेव्हा ते टीकेच्या भीतीनं कसं वागतात? साधारणतः चाळिशीच्या घरातला, मानसिकरीत्या प्रगल्भ अशा एखाद्या व्यक्तीकडे बघा. तुम्हाला जर त्याच्या मनातले विचार समजले, ओळखता आले, तर तुमच्या लक्षात येईल की, काही वर्षांपूर्वी

त्याचा ज्या काही नीतिकथांवर विश्वास होता, त्यापैकी कुठल्याच गोष्टींवर आता त्याचा विश्वास राहिलेला नाही.

अगदी आजही आपण नीतिकथांवर पटकन विश्वास ठेवत नाही याचंही कारण आहे, टीकेची भीती. पूर्वीच्या काळी भुताखेतांचं अस्तित्व असल्याची मान्यता आपल्या समाजात होती. मात्र हे अस्तित्व नाकारल्यानं स्त्री-पुरुषांना आपला जीव गमावावा लागल्याचीही उदाहरणं इतिहासात सापडतात. आपण जर टीकेला घाबरून त्या दडपणाखाली जगत असलो, तर मग त्यात आश्चर्य वाटण्यासारखं काही नाही. प्रस्थापितांवर टीका करणाऱ्याला कडक शासन केलं गेल्याचे अनेक दाखले आपल्याला मिळतात. काही देशांमध्ये आजही हे घडताना दिसतं.

टीकेची वाटणारी भीती आपलं अनेक प्रकारचं नुकसान करते. व्यक्ती पुढाकार घ्यायला उत्सुक नसते. त्याची कल्पनाशक्ती नष्ट होते, त्याचं व्यक्तिमत्त्व खुलत नाही, त्याच्या स्वतंत्र व्यक्तित्वाला अटकाव होतो. पालक आपल्या मुलांवर जी टीका करतात, त्यानं मुलांचं होणारं नुकसान कशानंही भरून येत नाही. मला आठवतंय त्याप्रमाणं माझ्या एका बालवयातल्या मित्राची आई, दररोज त्याला धमकीवजा सुरात म्हणायची की, वयाची विशी गाठण्यापूर्वीच तू सुधारगृहात जाशील आणि दुर्दैवानं तसंच घडलं. वयाच्या सतराव्या वर्षीच त्याला सुधारगृहात दाखल करावं लागलं.

एखाद्या सेवेइतकी बहुमूल्य असल्यासारखी प्रत्येक जण मनापासून दुसऱ्यावर टीका करतो. गरज असो वा नसो, मनसोक्त टीका केली जाते. नातेवाईक तर यात आघाडीवर असतात. खरंतर टीकेमुळे न्यूनगंड निर्माण होत असल्यामुळे पालकांनी मुलांवर टीका करण्याचा गुन्हा करू नये, जो अतिघृणास्पद आहे. जे मालक लोक आपल्या हाताखालील कर्मचाऱ्यांवर टीका न करता, त्यांना विधायक सूचना करतात, ते कर्मचारी उत्कृष्ट काम करतात. मुलांना योग्य त्या सूचना देऊन आपणही त्यांच्याकडून असे काम करून घेऊ शकतो. टीका माणसाच्या मनात प्रेम नव्हे तर भीती, द्वेष निर्माण करते.

टीकेच्या भीतीची लक्षणं

टीका होण्याची भीतीही सर्वांनाच सतावते, असं दिसून आलं आहे. त्याचेही व्यक्तीवर घातक परिणाम होताना दिसतात, कारण टीका होण्याच्या

भीतीमुळे व्यक्ती कुठल्याही गोष्टीसाठी पुढाकार घ्यायला नाखूश असते. कल्पनाशक्तीचा योग्य तो वापर करत नाही.

भीतीची मुख्य लक्षणं –

- **स्वतःबद्दल नको इतकं जागरूक असणं** – सामान्यतः अशी व्यक्ती घाबरट असते, ती इतरांशी वा अपरिचितांशी सहजपणे बोलत नाही, हात व तत्सम अवयवांची निरर्थक हालचाल करते.
- **अशांत वृत्ती** – अशा व्यक्तीचे आवाजावर नियंत्रण नसते, इतर लोकांच्यात वावरताना ती गडबडलेली असते, तिचं राहणीमानही गबाळं असतं.
- **व्यक्तिमत्त्व** – इतराच्या टीकेचं लक्ष्य होण्याची भीती असलेल्या व्यक्तीचं व्यक्तिमत्त्व प्रभावहीन बनतं. ती स्वतःचं मत ठामपणे मांडू शकत नाही, निर्णय घेण्यात धरसोडीची वृत्ती असते. समस्येस सामोरं जाण्याऐवजी त्यापासून पळ काढण्याची वृत्ती, दुसऱ्यांचं मत नीट पारखून न घेता आहे तसं स्वीकारणं इ. दोष दिसून येतात.
- **न्यूनगंड** – इतर काय म्हणतील, या भीतीमुळे अशा लोकांच्यात स्वतः विषयी एक न्यूनगंड असतो. तो झाकण्यासाठी शाब्दिक मान्यता देणं, मोठमोठ्या बढाया मारणं, पोशाख, राहणीमान यात इतरांची नक्कल करणं, स्वतः कुणी फार मोठी व्यक्ती असल्याचं दुसऱ्याला भासवणं.
- **उधळेपणा** – दुसऱ्याशी बरोबरी करण्यासाठी भरमसाट खर्च करणं.
- पुढाकाराची उणीव – टीकेनं ग्रस्त असलेली व्यक्ती स्वतःचा उत्कर्ष करून घेऊ शकत नाही. तिला स्वतःबद्दल, आपल्या कल्पनांवर, मतांवर विश्वास नसतो, ती वरिष्ठांच्या प्रश्नांना उडवाउडवीची उत्तरं देते, वागणं-बोलणं यात ठामपणा नसतो, कृती, शब्द यातून इतरांची फसवणूक करते.
- **महत्त्वाकांक्षेची उणीव** – निर्णय घेण्यात दिरंगाई, आळस, इतरांचा नको इतका प्रभाव, दुसऱ्याची नालस्ती वा टीका करणं, विरोध होताच सहजपणे पराजय स्वीकारण्याची तयारी, विनाकारण संशयी स्वभाव, वागण्या-बोलण्यात चाणाक्षपणा नसणं, स्वतःच्या चुका वा दोष मान्य न करणं.

अस्वास्थ्याची भीती

या भीतीचं मूळ आपल्या शारीरिक, सामाजिक परंपरांत सापडू शकतं. माणसाला वृद्धत्वाची आणि मृत्यूची भीती असते, त्यामुळे तो अशा गोष्टींबाबत आकर्षित करणाऱ्या घटकांकडे ओढला जातो. काही अनीतीनं वागणारे लोक याच भीतीचा फायदा घेऊन स्वास्थ्यविक्रीच्या धंद्यात गुंतलेले असतात.

माणसाच्या मनावर मृत्यूच्या भीतीचाही पगडा असल्यामुळे अस्वास्थ्याच्या भीतीनं, त्यामुळे निर्माण होणाऱ्या आर्थिक समस्येनंही तो चिंतीत होतो.

डॉक्टरांकडे येणाऱ्या रुग्णांपैकी ७५% रुग्ण हे आपल्याला आजार होण्याच्या मानसिक चिंतेनं ग्रस्त असतात. प्रत्यक्षात कुठलाही शारीरिक आजार नसताना निव्वळ चिंतेपायी त्यांच्यात त्या रोगाची शारीरिक लक्षणं दिसून येतात.

मानवी मनाची ताकद प्रचंड आहे. त्यात निर्माण करण्याची आणि नष्ट करण्याचीही ताकद आहे. आपल्या मनातील अस्वास्थ्याच्या भीतीचा लाभ घेऊनच पेटंट औषधं विकणारे आपलं उखळ पांढरं करून घेतात. भोळ्या-भाबड्या जनतेवर या भीतीचा इतका प्रचंड पगडा होता की, कोलिअर्स मासिकानं काही दशकांपूर्वी असा भ्रष्ट धंदा करणाऱ्यांविरुद्ध कठोर मोहीम सुरू केली होती.

काही वर्षांपूर्वी केलेल्या प्रयोगांनी हे सिद्ध केलं आहे की, लोक नुसत्या मानसिकतेनंही आजारी पडतात. आमचे तीन परिचित हे अशा मानसिक आजारी पडलेल्या लोकांना भेटून प्रश्न विचारत. पहिला प्रश्न असे की, तुम्हाला काय होतंय? तुम्ही खूपच आजारी दिसताय. प्रश्न विचारणाऱ्या पहिल्या व्यक्तीला उत्तर मिळे की, मला काहीच झालेलं नाही, मी एकदम ठीक आहे. दुसऱ्या प्रश्नकर्त्याला उत्तर मिळे की, अगदी तसंच काही नाही; पण मला पूर्ण बरं वाटत नाहीये, तर तिसऱ्या प्रश्नकर्त्याला मात्र खरंच बरं वाटत नसल्याचं उत्तर मिळे.

या निष्कर्षांबाबत तुम्हाला खात्री करून घ्यायची असेल, तर तुमच्या एखाद्या ओळखीतल्या माणसावर हा प्रयोग करून बघा. या प्रकारच्या प्रश्नांमुळे तो नक्कीच अस्वस्थ होईल. आपल्या शत्रूचा बदला घेण्यासाठी या

हेक्सिंग नामक पद्धतीचा वापर विशिष्ट धार्मिक संप्रदायातल्या लोकांकडून केला जातो. या पद्धतीला ते जादूटोणा असं म्हणतात.

काही वेळ रोग हा नकारात्मक विचारांमुळेही उद्भवू शकतो. मला असं काहीतरी वाटतंय हा नकारात्मक विचार मग त्या रोगाला तुमच्याकडे खेचून आणतो. असे विचार स्वतःहून तुमच्या मनात येतात वा जाणते वा अजाणतेपणे ते इतरांकडून तुमच्यापर्यंत पोहोचतात.

एक खरोखर शहाणी व्यक्ती मला म्हणाली, की मला जेव्हा तुम्ही कसे आहात, असं विचारलं जातं, तेव्हा त्याला अगदी ओशाळवाणं वाटेल असं उत्तर मी देतो.

मानसिक स्थितीत बदल झाल्याशिवाय शारीरिक स्थिती सुधारत नाही आणि म्हणूनच डॉक्टर रुग्णांना हवापालट करण्याचा सल्ला देतात. अस्वास्थ्यामुळे वाटणाऱ्या भीतीचं बी प्रत्येकात आहे. मनातली काळजी, भीती, निरुत्साह, प्रेमभंग वा व्यावसायिक अपयश इत्यादी गोष्टींमुळे या बीजाचं रोप होतं आणि ते वाढू लागतं.

प्रेमात किंवा व्यवसायात आलेल्या अपयशामुळे हे निराश होणं हे अस्वास्थ्याच्या भीतीत सर्वांत अग्रभागी आहे. प्रेमभंगामुळे एका तरुणाला दवाखान्यात दाखल करावं लागलं. कित्येक महिने तो जीवन-मृत्यूच्या सीमारेषेवर होता. मानसोपचार तज्ज्ञानं आपल्या उपचारपद्धतीत त्याच्या सेविकेच्या जागी एका सुंदर, तरुण नर्सची नियुक्ती केली. (आधीच ठरलेल्या योजनेनुसार) ती नर्स त्या तरुणाशी प्रेमानं वागू लागली. अवघ्या तीन आठवड्यांत तो तरुण पूर्ण बरा झाला. मात्र आता तो पुन्हा प्रेमात पडला होता. उपचारातील तरुणीचा सहभाग जरी एक नाटक असलं तरी त्या दोघांनी नंतर एकमेकांशी लग्न केलं.

अस्वास्थ्याच्या भीतीची लक्षणं

या सर्वत्र आढळणाऱ्या भीतीची लक्षणं अशी आहेत

१. **स्वयंसूचना –** आपल्या आसपासच्या लोकांमध्ये जी काही आजाराची लक्षणं दिसतात, ती आपल्यातही आहेत अशी नकारात्मक सूचना स्वतःला देत राहणं, काल्पनिक आजाराची चर्चा करून त्याचा आनंद घेणं. ज्यांना वैद्यकीय उपचाराच्या दृष्टीनं काही किंमत आहे, असे नाद

जडवून घेणं, इतरांचे अपघात, ऑपरेशन, आजार यांची चर्चा करणं, कुठल्याही तज्ज्ञाच्या सल्ल्याशिवाय आहार, औषधं, व्यायाम यांचा प्रयोग करणं, घरगुती वा ढोंगी वैदूंकडून उपचार घेणं.

२. **हायपोकॉन्ड्रीया** – काल्पनिक भ्रम – निव्वळ नकारात्मक विचारसरणीमुळे सतत एखाद्या आजाराविषयी चर्चा, विचार करत सर्व लक्ष त्या रोगावरच केंद्रित केलं जातं. कुठल्याही औषधाने या रोगाचा इलाज होऊ शकत नाही. जणू हा आजार आपल्याला झालाच आहे, असा मानसिक भ्रम होतो आणि मग प्रत्यक्ष रोग झाल्यावरही होणार नाही असं नुकसान होऊ शकतं. बरेच मानसिक आजार याच गटात येतात.

३. **व्यायामाचा अभाव** – बऱ्याचदा या भीतीमुळे व्यक्ती व्यायाम करत नाही, परिणामी वजन वाढते, त्यामुळे बाहेर पडणं होत नाही आणि हे एकामुळे दुसरं असं चालूच राहतं.

४. **अतिसंवेदनशीलता** – अस्वास्थ्याच्या भीतीमुळे शरीराची रोगप्रतिकारक्षमता कमी होऊन शरीर कुठल्याही रोगाला सहज बळी पडू शकते.

आजाराच्या भीतीचा आणि गरिबीचा बराच जवळचा संबंध आहे, विशेषतः मानसिक आजारानं ग्रस्त असणाऱ्या रुग्णांबाबत तर हे प्रमाण जास्त असतं. गरीब व्यक्तीला आजारी पडल्यास वैद्यकीय उपचारांच्या खर्चाची चिंता कायम भेडसावत असते. मनात सतत आजाराचेच विचार घोळत राहिल्यानं ही भीती उग्र रूप धारण करते. मग असा माणूस आपला मृत्यू, मृत्यूनंतरचे अंत्यसंस्कार यांबद्दल बोलत राहतो. उत्तरक्रियेसाठीचे पैसे बाजूला कसे ठेवता येतील, याच्या चिंतेत असतो.

५. **स्वतःचं कौतुक करून घेणं** – बऱ्याचदा काम टाळण्यासाठी आजाराचं कारण पुढं करून लोकांची सहानुभूती मिळवली जाते. आजारपणाच्या निमित्तानं लोकांकडून कौतुक करून घेता येतं हे लक्षात आल्यावर व्यक्ती साधा आळस झाकण्यासाठीही आजाराचं ढोंग करते.

६. **असंयम** – डोकेदुखी, इतर व्याधी दूर करण्यासाठी व्यक्ती त्यावर उपाययोजना करण्याऐवजी दारू वा अमली पदार्थांचा आसरा घेतात. सतत आजाराचा विचार करून त्याचीच चिंता करत राहतात.

औषधांच्या जाहिराती वाचतात, त्याचा उपयोग स्वतःच्या मनानंच करतात.

प्रेमभंगाची भीती

माणसाच्या पूर्वीपासूनच्या बहुपत्नीत्वाच्या प्रथेत या भीतीचं मूळ सापडतं. आपल्या सहकाऱ्याची पत्नी पळवून नेणं आणि संधी मिळाली की, तिच्याशी संबंध ठेवणं ही पद्धत आजपर्यंत चालत आलेली दिसते.

प्रेम गमावण्याच्या भीतीतून द्वेष, हेवा, मत्सर हे दुर्गुण जन्माला येतात. सर्वच प्रकारातल्या भीतींमध्ये ही भीती जास्त त्रासदायक आहे, ज्याचा परिणाम शरीर-मन दोन्हीवरही होतो.

प्राचीन पाषाणयुगात बलप्रयोगाचा वापर करून स्त्रीचं हरण केलं जात असे. आजही स्त्रीला पळवून नेलं जातं फक्त पद्धत बदलली आहे इतकंच. आज हे हरण सुंदर मोटारी, उत्तमोत्तम कपडे, आलिशान राहणीमान यांची लालूच दाखवून केलं जातं आणि हा मार्ग जास्त प्रभावी ठरलाय. गेल्या कित्येक शतकातल्या पुरुषांच्या सवयी तशाच राहिलेल्या दिसतात, फक्त त्यांनी आता आधुनिक मार्गांचा स्वीकार केला आहे.

मात्र प्रेमभंगाची भीती पुरुषांपेक्षा बायकांनाच जास्त सतावते, कारण पुरुष कधी एका स्त्रीकडून दुसऱ्या स्त्रीकडे आकर्षिला जाईल, याची खात्री नसते.

प्रेमभंगाच्या भीतीची लक्षणं

१. मत्सर, द्वेष - कुठल्याही कारणाशिवाय आपले मित्र व प्रेमी वा प्रेमिका यांच्यावर संशय घेतला जातो, तसेच पती व पत्नीवर खोटेपणाचा आरोप केला जातो.

२. दोष देणं - आपले मित्र, नातेवाईक, प्रेमी, व्यवसायातले सहकारी अशांना अगदी शुल्लक कारणासाठीही दोष दिला जातो.

३. जुगार - प्रेम विकत घेता येतं, या एका गैरसमजामुळे आपल्या प्रिय व्यक्तीचं प्रेम मिळवण्यासाठी तिच्यासाठी भरमसाट खर्च केला जातो. महागड्या भेटवस्तू घेतल्या जातात. त्यासाठी वेळप्रसंगी चोरी, लबाडी, फसवणूक, जुगार खेळून पैसा मिळवला जातो. मिळकतीपेक्षा जास्तीचा खर्च करणं, कर्ज काढणं, निद्रानाश, नैराश्य, चिकाटी नसणं,

कमजोर इच्छाशक्ती, स्वतःवर नियंत्रण नसणं, तापट स्वभाव आणि दुसऱ्यावर अवलंबून राहणं ही प्रेमभंगाच्या भीतीची लक्षणं आहेत.

म्हातारपणाची भीती

वृद्धत्वाची भीती दोन कारणांमुळे निर्माण होते. पहिलं कारण असतं गरिबीचं आणि दुसरं कारण असतं माणसाला त्याच्या पूर्वायुष्याबद्दल भूत-पिशाच्चयोनीबद्दल सांगून, भीती दाखवून त्याला मानसिकरीत्या गुलाम बनवलं जाणं.

कदाचित, आपल्या मौल्यवान वस्तूंची जवळच्या लोकांकडून चोरी होण्याची भीती आणि मरणोत्तर जगाच्या आपल्या मनात असलेल्या भीतिदायक कल्पना यामुळेही वृद्धत्वाची भीती वाढते.

माणूस वृद्ध झाला की त्याचं शरीर कमकुवत होतं. मन दुबळं होतं आणि मग आजार होण्याची शक्यता वाढल्यामुळेही वृद्धत्वाची भीती वाटते. वय वाढलं की, कामभावना कमी होते. मात्र मन हे स्वीकारायला सहजासहजी तयार होत नाही, मग मनात विकृतीची भावना यायला लागते, ज्यामुळेही भीतीच्या प्रमाणात वाढ होते.

शारीरिक दुर्बलतेमुळे पूर्वीसारखे कष्ट करणं शक्य नसतं, त्यामुळे कमी पैसा मिळू लागतो म्हणून गरिबीची भीती हेही म्हातारपणाची भीती वाटण्यामागचं प्रमुख कारण आहे. एखाद्या शेतावर, हालाखीच्या परिस्थितीत पुढचं आयुष्य घालवण्याची कल्पनाही माणसाच्या मनात भीती निर्माण करते.

म्हातारपणामुळे माणूस दुसऱ्यावर अवलंबून राहतो, परिणामी त्याचं स्वातंत्र्य संपुष्टात येतं. शारीरिक, आर्थिक स्वातंत्र्य संपणं हेही म्हातारपणाच्या भीतीचं मुख्य कारण आहे.

म्हातारपणाच्या भीतीची लक्षणं

वयाच्या चाळीस-पन्नास या कालखंडात माणूस मानसिकरीत्या परिपक्व होतो. मात्र या सकारात्मक गोष्टीकडे न पाहता त्याचं लक्ष मात्र आयुष्य कमी होत चाललंय, या एकाच गोष्टीकडे लागलेलं असतं. परिणामी त्याच्या हालचाली मंद व्हायला सुरुवात होते, तसंच त्याच्यात न्यूनगंड वाढू लागतो. खरंतर माणूस चाळीस ते साठ या वयातच मानसिक आणि आध्यात्मिक दृष्टीनं सर्वाधिक कार्यक्षम असतो.

वयाच्या प्रगल्भतेकडे लक्ष न देता तो सदैव आपल्या वाढत्या वयाचं कारण पुढं करतो.

कल्पनाशक्ती, पुढाकार घेण्याची वृत्ती व स्वावलंबन हे हळूहळू कमी होऊ लागतात, त्याचबरोबर वयाचं कारण पुढं करत तो कामं टाळायला लागतो.

या वयात माणसानं टापटीप राहायचा प्रयत्न केला, तर तो इतरांच्या टीकेचं, चेष्टेचं कारण होतो.

मृत्यूचं भय

मृत्यूचं भय माणसाला सर्वांत जास्त त्रासदायक असतं. कारण आपल्या मनात निर्माण झालेली भीती ही बऱ्याचदा आपल्या धार्मिक कल्पनांच्या अतिरेकामुळे असते. असंस्कृत मूर्तिपूजक माणसापेक्षा सुसंस्कृत माणसाला मृत्यूची जास्त भीती वाटते. गेली कोट्यवधी वर्षं माणूस एकाच प्रश्नाचं उत्तर शोधतो आहे आणि जे त्याला अद्यापही मिळालं नाही. तो प्रश्न आहे, कधी आणि कुठं? मी आलो कुठून, मी जाणार कुठं?

हवी ती किंमत वसूल केली की, पूर्वीच्या काळची धूर्त माणसं या प्रश्नांची उत्तरं देत - माझ्या संप्रदायात सामील व्हा. माझ्या श्रद्धांवर विश्वास ठेवा, मी तुम्हाला एक असं पत्र देईन की, ज्यामुळे तुम्हाला स्वर्गात अगदी सहज प्रवेश मिळेल. मात्र जर तुम्ही माझ्या संप्रदायात सामील झाला नाहीत, माझी तत्त्वं स्वीकारली नाहीत, तर मात्र यमदूत तुम्हाला घेऊन जातील आणि जाळून टाकतील.

या शिक्षेचा मनावर जो पगडा बसतो, त्यानंच माणसाचा आयुष्यातला रस संपतो आणि तो आनंद गमावून बसतो.

कुठल्याही धार्मिक नेत्याला, तुम्हाला स्वर्गात वा नरकात पाठवणं शक्य नाही. मात्र निव्वळ या विचाराच्या पगड्यानंच माणूस आपला विवेक गमावून बसतो आणि त्याच्या मनातली मृत्यूची भीती वाढायला लागते.

शिक्षणाची केंद्र जेव्हा फारशी नव्हती, त्या काळासारखी लोकांच्या मनातली मृत्यूची भीती आता कमी झाली आहे. वैज्ञानिकांनी सत्य सर्वांसमोर आणलंय आणि त्यामुळे जगाची मृत्यूच्या भीतीतून सुटका होत आहे.

आजकालच्या सुशिक्षित तरुण-तरुणींना नरकाची भीती वाटत नाही. जीवशास्त्र, खगोलशास्त्र, भूगर्भशास्त्र व इतर विज्ञानांच्या अभ्यासामुळे माणसाच्या मनातली मृत्यूची भीती आता नष्ट होत आहे.

विश्व हे फक्त ऊर्जा आणि भौतिक वस्तू यांनीच बनलं आहे. भौतिक वस्तू व ऊर्जा यांचा ना नाश होतो, ना त्या निर्माण करता येतात. त्या फक्त त्यांचं रूप बदलतात, हा भौतिकशास्त्रातला नियम आता सगळ्यांनाच माहीत आहे.

जीवन म्हणजे जर ऊर्जा असेल, तर ते नष्ट कसं होईल? ते फक्त आपलं रूप बदलेल. मृत्यू हे फक्त ऊर्जेचं रूपांतरण आहे.

मृत्यूनंतर काहीच नसतं, तिथं फक्त एक चिरनिद्रा आहे, शांत निद्रा आहे. मग झोपेचं भय कशासाठी वाटावं? झोपेच्या भयाचं काहीच कारण नाही.

मृत्यूच्या भीतीची लक्षणं

आयुष्यात जीवन जगण्यासाठी योग्य उद्देश नसेल किंवा काही महत्त्वाकांक्षा नसेल, तर आयुष्य निरुपयोगी वाटून, मृत्यूचा विचार मनात वारंवार येतो. मात्र वृद्धांप्रमाणं क्वचित तरुणांमध्येही हे लक्षण जाणवतं. या भीतीपासून सुटका हवी असेल, तर तुमचं मन नेहमी कुठल्या तरी कामात, गोष्टीत गुंतवून ठेवा, जेणेकरून मृत्यूचा विचार करायला तुम्हाला रिकामा वेळच उरणार नाही. काही वेळा मृत्यूच्या भीतीचा संबंध गरिबीशीही असतो. आपला मृत्यू झाल्यास जवळच्या लोकांचे कसे होईल (उपजीविकेचे साधन नसल्यामुळे) ही भीती सतावते. अस्वास्थ्य, गरिबी, योग्य उद्योग नसणं, प्रेमभंगातून आलेली निराशा, मानसिक असंतुलन, धार्मिक अतिरेक इ कारणं मृत्यूच्या भीतीची आहेत.

म्हाताऱ्या माणसाची चिंता

चिंता म्हणजे भीतीवर आधारलेली मानसिक अवस्था. अतिशय संथपणे येणारी चिंता सूक्ष्म असल्यानं दिसून येत नाही. मात्र तिचे परिणाम खूप गंभीर असतात. चिंता हळूहळू खोलवर रुजते आणि विवेक काम करेनासा होतो. चिंतेमुळे माणसाचा आत्मविश्वास हरवतो आणि उत्साह मावळतो. कुठल्याही गोष्टीचा निर्णय घ्यायचे तो टाळू लागतो, त्यामुळे मनाची डळमळीत स्थिती होते. घेतलेल्या निर्णयावर माणूस ठाम राहत नाही.

एखाद्या गोष्टीचा एकदा निर्णय घेतला की, मग शक्यतो आपण काय होईल याची चिंता करत नाही. एकदा मी अशा माणसाची मुलाखत घेतली, ज्याला अवघ्या दोन तासांनी विजेच्या खुर्चीद्वारे मृत्युदंड दिला जाणार होता. इतर आठ कैद्यांबरोबर असलेला तो माणूस अतिशय शांत होता. मला आश्चर्य वाटलं. मी त्याला विचारलं की, अवघ्या दोन तासांनंतर त्याचा मृत्यू होणार असतानाही तो इतका शांत कसा? यावर चेहऱ्यावर शांतपणाचं हसू खेळवत तो म्हणाला की, मला खरंच छान वाटतंय. कारण मला आता कुठलाही विचार करावा लागणार नाही. आयुष्यभर मला फक्त त्रासच सहन करावा लागला, अगदी अन्न-वस्त्र मिळवण्यासाठीही. मात्र आता तो सगळा त्रास संपणार आहे. ज्या क्षणी माझ्या मृत्युदंडाची घोषणा झाली, त्या क्षणापासून मला खूप मोकळं, हलकं वाटू लागलंय. मी माझा मृत्यू स्वीकारण्यासाठी मनाची पूर्ण तयारी केली आहे.

हे सांगत असतानाच त्यानं तीन माणसांचं जेवण एकट्यानं संपवलं, जणू आपण मरणार आहोत, याची त्याला कल्पनाच नसावी. एकदा निर्णय मान्य केल्यामुळे त्यानं नियतीची चिंता करणंही सोडून दिलं. निर्णयच माणसाला परिस्थितीचा स्वीकार करण्यास तयार करतो.

निर्णय घेण्यास टाळाटाळ करण्यानं या मूलभूत भीतीचं रूपांतर चिंतेत होतं. मृत्यू अटळ आहे, या वास्तवाचा एकदा स्वीकार केला की मृत्यूची भीती दूर होते. जितकी संपत्ती मिळवणं शक्य आहे त्यासाठी प्रयत्न करायचेच, असं एकदा ठरवलं की, आपल्या मनात गरिबीबद्दल भीती उरत नाही. लोक काय म्हणतील, हे वाक्य मनातून काढून टाका आणि बघा, टीकेची भीती निघून गेली की नाही ते. वृद्धत्वाबरोबर येणारी परिपक्वता, स्व-नियंत्रण, समजूतदारपणा या गुणांचा स्वीकार कृतज्ञतेनं केला की, वृद्धत्वाची भीती राहत नाही. आजाराची लक्षणं विसरा आणि आजाराची भीतीही विसरून जा. प्रेमभंगाची भीती घालवण्यासाठी शक्य असल्यास आपलं प्रेम विसरा आणि त्याशिवाय आयुष्य जगायचं ठरवा.

जे मिळणारच नाहीये, त्याची चिंता करून काय होणार, हे एकदा कळलं की, चिंता करण्याची सवयच समूळ नष्ट करता येते. एकदा का असं शक्य झालं की, तुम्हाला शांती, मनःस्वास्थ्य आणि शांतपणे विचार करायचं सामर्थ्य लाभेल, तुमचं जीवन आनंदी होईल.

एकदा का तुमच्या मनात भीतीनं घर केलं की, तुमच्या हातून चांगल्या संधी तर निसटतातच; पण भीतीची विनाशकारी कंपनं इतरांच्याही मनात प्रवेश करतात आणि त्यांचीही संधी निसटते.

मालकाचं धैर्य खचलं, तर ते मुक्या पाळीव प्राण्यांनाही बरोबर कळतं. भीतीची कंपनं त्यांच्याही मनात पोहोचतात आणि ते प्राणीही तसंच वागू लागतात. अगदी निम्न स्तरावरची बुद्धिमत्ता असलेल्या प्राण्यांच्यातही ही भीतीची कंपनं शोषण्याची क्षमता असते.

विध्वंसक विचारांची शक्ती

आकाशवाणीचा ध्वनी रेडिओपर्यंत जितक्या सहजतेनं पोहोचतो, तितक्याच सहज भीतीची कंपनं दुसऱ्या मनापर्यंत पोहोचतात.

जो आपल्या शब्दांतून अथवा बोलण्यातून नकारात्मक विचार व्यक्त करतो, त्याला तसाच प्रतिसाद मिळतो. माणसानं फक्त विचार केला, ते विचार शब्दांद्वारे व्यक्त झाले नाहीत, तरीही तसाच नकारात्मक प्रतिसाद तुमच्या आजूबाजूला उमटतो. नकारात्मक विचार करणाऱ्या व्यक्तीची कल्पनाशक्ती हळूहळू नष्ट होऊ लागते. त्याचं व्यक्तिमत्त्वही नकारात्मक बनतं. लोक त्याच्यापासून दुरावतात आणि त्याचे विरोधक बनतात. इतरांबरोबरीनं या नकारात्मक विचारांचा त्या व्यक्तीवरही परिणाम होतो. हळूहळू ते विचार त्याच्या सुप्तमनात रुजतात आणि त्याच्या चारित्र्याचाच एक भाग बनून जातात.

आयुष्यात यश मिळवणं हाच प्रत्येक माणसाचा जीवनातील मुख्य उद्देश असतो. यश मिळवायचं असेल, तर मन शांत हवं. मूलभूत गरजा सहजतेनं पूर्ण व्हाव्यात आणि सुख हवं. मग या सर्वच गोष्टी विचारापासून सुरू होतात.

व्यक्तीला आपल्या मनावर नियंत्रण ठेवणं शक्य आहे. तुम्ही तुम्हाला हव्या त्या विचाराला तुमच्या मनात स्थान देऊ शकता, त्यामुळे या संधीचा योग्य उपयोग करणं तुमच्याच हातात आहे. विचारांवर नियंत्रण ठेवण्याची शक्ती माणसाला मिळाली असल्यानं तोच स्वतःचा भाग्यविधाता आहे म्हणून आपल्या भोवतीच्या वातावरणावर नियंत्रण ठेवून स्वतःचं आयुष्य घडवायचीही तुम्हाला संधी आहे आणि अनियंत्रित विचारांद्वारे आयुष्य भरकटू देणंही तुमच्याच हातात आहे.

सैतानाची कार्यशाळा

माणसाला ज्या सहा मूलभूत भीती सतावतात, त्या आपण पाहिल्या; पण एक अजून अशी गोष्ट आहे, जिचा माणसाला त्रास होतो. ती आहे नकारात्मक विचारांना आकर्षित करणं. माणूस अगदी सहज नकारात्मक विचारांना आकर्षित करतो, ज्यामुळे अपयशाच्या बियांची रुजवण खूप सहज होते. माणसाच्या मनात येणारे हे नकारात्मक विचार इतके सूक्ष्म असतात की, ते कधी तुमच्या मनात घुसले, हे तुम्हाला कळतही नाही. ही विशिष्ट परिस्थिती म्हणजे भीती नव्हे; पण याचे परिणाम भीतीपेक्षाही जास्त घातक असतात.

जे लोक संपत्ती मिळवतात, श्रीमंत बनतात, ते नेहमीच स्वतःला या नकारात्मक विचारांपासून लांब ठेवतात. मात्र गरीब लोक नकारात्मक विचारांना कायमच आकर्षित करतात. तुम्हाला कुठल्याही क्षेत्रात यश मिळवायचं असेल, तरी नकारात्मक विचारांना लांब ठेवणं कायमच तुमच्या फायद्याचं ठरतं. या पुस्तकात दिलेलं तत्त्वज्ञान जर तुम्ही संपत्ती मिळवण्यासाठी वापरणार असाल, तर तुम्ही स्वतःचं कठोर आत्मपरीक्षण करा. अशा नकारात्मक विचारांचा प्रभाव तुमच्यावर पडत नाही ना, हे तपासून बघा. मात्र जर तुम्ही असं आत्मपरीक्षण केलं नाही, तर या तत्त्वज्ञानातून मिळणारं ज्ञान वापरण्याचा तुमचा अधिकार कदाचित तुम्ही गमावून बसाल.

या आत्मपरीक्षणातून तुम्ही स्वतःचा खोलवर शोध घ्या. मग मिळणाऱ्या उत्तरांबाबत सतर्क राहा. शांतपणे, विचारपूर्वक दबा धरून जास्त शत्रूवर हल्ला केला जातो. तसाच तुमच्या या प्रवृत्तीरूपी शत्रूवर हल्ला करा आणि त्याला नेस्तनाबूत करा, त्याच्यावर विजय मिळवा.

महामार्गावर चोर-लुटारूंपासून वाटसरूंचं संरक्षण करण्यासाठी कायद्याचं संरक्षण असतं. मात्र या सातव्या शत्रूपासून संरक्षण करणं थोडं अवघड आहे कारण तो तुमच्यावर तुम्ही बेसावध असताना, अनपेक्षितपणे हल्ला करतो. त्याच्या जवळचं हत्यार दिसत नाही. कारण नकारात्मक विचारांचं ग्रहण ही आपली मानसिक अवस्था असते. तुमच्या मनःस्थितीवर ती तुमच्यात कशी प्रवेश करेल. हे अवलंबून असतं. कदाचित, तुमच्या परिचितांकडून चांगल्या हेतूनं उच्चारलेले शब्द वा तुमची स्वतःची मनःस्थिती, अशा कुठल्याही रूपात ती तुमच्या मनात प्रवेश करते. हे एक

अत्यंत संथपणे परिणाम करणारं विष आहे. ज्यापासून तुम्हाला लगेच मृत्यू तर येत नाही; पण ते तुमच्या शरीरात काही काळानं भिनतं.

नकारात्मक प्रभावांपासून स्वतःचं रक्षण कसं कराल?

स्वतःमुळे वा इतरांमुळे आपल्यावर पडलेल्या नकारात्मक प्रभावांची आधी स्वतःला जाणीव करून द्या. त्याचवेळी तुमच्याजवळ असलेल्या प्रबळ अशी इच्छाशक्तीच्या वापरानं कुठल्याही नकारात्मक विचाराचा प्रभाव तुमच्या मनावर पडू शकत नाही, अशी इच्छाशक्तीची एक अभेद्य भिंत उभी करा.

सगळेच मनुष्यप्राणी जन्मतःच आळशी, उदासीन आणि चुकीच्या गोष्टींच्या प्रभावाखाली येणारे असतात. हे अगदी नैसर्गिक आहे.

माणूस अगदी सहज मूलभूत भीतींचा बळी ठरतो आणि म्हणून त्या भीतींशी लढायची तयारी करा.

नकारात्मक विचार आपल्या सुप्त, मनाद्वारे आकर्षित होतात म्हणूनच ते पटकन ओळखता येत नाहीत. ज्या लोकांचा तुमच्यावर असा नकारात्मक प्रभाव पडतो, त्यांना आपल्या विचारापासून दूर ठेवा.

घरातलं औषधांचं कपाट रिकामं करा, गोळ्या-औषधांना आता राम राम म्हणा आणि कुठल्याही काल्पनिक आजाराचं कौतुक करणं बंद करा.

ज्या लोकांचा तुमच्यावर सकारात्मक प्रभाव आहे. त्या लोकांबरोबर संपर्क साधा, त्यांच्या सहवासात राहा. दुसऱ्याला प्रोत्साहन देण्याचा त्यांचा स्वभाव असल्यामुळे तुम्ही त्यांच्या संपर्कात कधीही निराश होणार नाही, याची खात्री असू द्या.

अगदी सहज माणसाच्या मनात नकारात्मक विचार प्रवेश करतात आणि हे अगदी सगळीकडे आढळतं. मुळात हा आपल्याच स्वभावाचा दोष आहे याची त्यांना जाणीवच नसते. ज्यांना याची जाणीव असते ते लोकही ती सवय घालवण्यासाठी कुठलाच प्रयत्न करत नाहीत. मात्र या सवयीचा घातक परिणाम जेव्हा जाणवतो, तेव्हा ती सवय त्यांच्या वृत्तीचाच भाग बनलेली असते.

जर तुम्हाला स्वतःला खरोखरच जाणून घ्यायचं असेल, तर तुमच्या मदतीसाठी एक प्रश्नावली दिली आहे. ते प्रश्न वाचा आणि स्वतःला ऐकू

येईल, अशा आवाजात त्या प्रश्नांची उत्तरं द्या. यामुळे तुम्ही स्वतःशी प्रामाणिक राहाल.

आत्मपरीक्षणासाठीची प्रश्नावली

- तुम्ही कायम प्रकृती अस्वास्थ्याची तक्रार करता का, जर तसं असेल तर का?
- अगदी शुल्लक बाबतीतही तुम्ही दुसऱ्याचा दोष शोधता का? तुमच्या कामात सदैव चुका राहतात का आणि का?
- तुमचं संभाषण उपहासानं भरलेलं आणि दुसऱ्याला दुखावणारं असतं का?
- तुम्ही मुद्दाम एखाद्या व्यक्तीचा संपर्क टाळता का आणि का?
- तुम्हाला कायम अपचनाचा त्रास होतो का आणि का?
- तुमचं आयुष्य निरर्थक, भविष्य निराशाजनक बनलंय, असं तुम्हाला वाटतं का?
- तुम्हाला स्वतःचा व्यवसाय आवडतो का, नसल्यास कारण?
- तुम्हाला स्वतःबद्दल कणव येते का आणि का?
- तुमच्यापेक्षा श्रेष्ठ लोकांबद्दल तुम्हाला मत्सर वाटतो का?
- तुम्ही यशाचा अधिक विचार करता की अपयशाचा? यापैकी कशासाठी तुमचा जास्त वेळ जातो?
- वाढत्या वयाबरोबर तुमचा आत्मविश्वास वाढतोय की कमी होतोय?
- तुमच्याकडून झालेल्या चुकांवरून तुम्ही काय मौल्यवान धडा शिकला आहात?
- तुमचे काही नातेवाईक वा परिचित यांना तुमच्याबद्दल काळजी वाटते का, तसे असेल तर का?
- तुम्ही काही वेळा अतिशय उत्साहात तर काही वेळा खोल नैराश्यात असता का?
- तुमच्यावर सर्वाधिक चांगला प्रभाव कुणाचा आहे आणि का?
- एखादा नकारात्मक प्रभाव जो टाळणं शक्य आहे, तो तुम्ही सहन करू शकता का?

- स्वतःच्या राहणीमानाबद्दल तुम्ही निष्काळजीपणे वागता का, केव्हा आणि का?
- आपल्या समस्यांनी त्रासून जाण्याऐवजी स्वतःला कामात गुंतवून ठेवून तुम्ही समस्यांवर मात करता का?
- जर इतर लोक तुमच्यासाठी विचार करत असतील, तर तुम्ही स्वतःला कणाहीन व्यक्ती समजाल का?
- जोपर्यंत एखाद्या गोष्टीमुळे तुम्ही फारच त्रस्त होत नाही, चिडचिडे होत नाही, तोपर्यंत तुम्ही त्याकडे (मनात डोकावून) लक्ष देत नाही, असं होतं का?
- टाळता येण्याजोग्या गोष्टींनी तुम्ही त्रासून जाता का? तुम्ही ते त्रास का सहन करता?
- निराशेपासून सुटका म्हणून तुम्ही दारू, सिगारेट, अमली पदार्थांच्या आहारी जाता का? निराशेवर मात करण्यासाठी तुम्ही आपल्या इच्छाशक्तीचा वापर का करत नाही?
- सतत कुणीतरी तुम्हाला टोचून बोलतं का, असं असेल तर का?
- तुम्ही स्वतःसाठी काही निश्चित, भव्य उद्दिष्ट ठेवलं आहे का? असा हेतू पूर्ण करण्यासाठी तुम्ही कुठली उपाययोजना आखली आहे का?
- सहा मूलभूत भीतींपैकी कुठल्या भीतीनं तुम्ही त्रस्त आहात? जर असेल तर त्याचं कारण काय?
- इतर लोकांच्या नकारात्मक प्रभावापासून स्वतःचा बचाव करण्यासाठी तुम्ही काय उपाययोजना केली आहे?
- स्वतःला सकारात्मक करण्यासाठी तुम्ही स्वयंसूचनांचा वापर करता का?
- भौतिक संपत्ती आणि विचारांवरचं नियंत्रण, यापैकी कुठली गोष्ट तुमच्या मते जास्त मूल्यवान आहे?
- स्वतःच्या निर्णयाविरुद्ध तुमच्यावर इतरांचा प्रभाव पडतो का?
- तुमच्या ज्ञानात आज काही उपयुक्त वाढ झाली का? तुमच्या मनःस्थितीत आज काही सकारात्मक बदल झाला आहे का?
- तुम्हाला निराश करणाऱ्या परिस्थितीशी तुम्ही दोन हात करणार आहात की परिस्थितीपासून पळ काढणार आहात?

- आपल्या चुका, अपयश यांचं अवलोकन करून त्यापासून काही बोध घेणं आवश्यक आहे की नाही?
- तुम्ही तुमच्यातल्या सर्वांत नुकसानकारक अशा तीन दोषांची नावं सांगू शकाल का? ते दोष सुधारण्यासाठी तुम्ही काय प्रयत्न करता?
- निव्वळ सहानुभूती मिळवण्यासाठी लोकांना त्यांच्या चिंता तुमच्याजवळ व्यक्त करण्यासाठी तुम्ही प्रोत्साहन देता का?
- आपल्या वैयक्तिक विकासाला साहाय्यक ठरतील असे धडे तुम्ही तुमच्या दैनंदिन जीवनातून घेता का?
- तुमच्या उपस्थितीचा लोकांवर नकारात्मक प्रभाव पडतो का?
- लोकांच्या कुठल्या सवयींचा तुम्हाला सर्वाधिक त्रास होतो?
- तुम्ही तुमचं मत स्वतःच ठरवता की त्यावर इतरांचा प्रभाव असतो?
- सर्व नकारात्मक प्रभावापासून स्वतःचं रक्षण करू शकणारी कणखर मनःस्थिती कशी मिळवावी, हे तुम्ही शिकला आहात का?
- तुमच्या व्यवसायाप्रती तुमच्यात आशा व श्रद्धा आहे का?
- सर्वच प्रकारच्या भीतीपासून दूर ठेवण्यासाठी मनाला आवश्यक अशी आध्यात्मिक ताकद तुम्ही मिळवली आहे का?
- तुमच्या धर्मामुळे तुमचं मन सकारात्मक राहायला मदत होते का?
- इतरांच्या दुःखात सहभागी होण्याची तुम्हाला आवश्यकता वाटते का आणि का?
- एकाच प्रकारचे लोक एकाच कळपात राहतात, या वृत्तीनुसार तुम्हाला जे मित्र आकर्षित करतात, त्यांचा तुम्ही अभ्यास केला आहे का?
- लोकांशी घट्ट संबंध तयार होणं आणि निराशा हाती येणं, या दोन्हीत काही संबंध आहे काय?
- एखादा अगदी जवळचा मित्रही त्याच्या नकारात्मक प्रभावामुळे शत्रू वाटावा असं होतं का?
- तुमच्यासाठी साहाय्यक कोण आणि त्रासदायक कोण, हे तुम्ही कसं ठरवता?
- तुमच्याजवळच्या सहकाऱ्यांपैकी श्रेष्ठ कोण व कनिष्ठ तुमच्यापेक्षा बुद्धीने कोण?

- दिवसातल्या चोवीस तासांत आपण पुढीलपैकी कुठल्या गोष्टीला किती वेळ देतो? १. उद्योग २. झोप ३. खेळ-करमणूक ४. उपयुक्त ज्ञान मिळवणं ५. वेळ वाया घालवणं
- तुमच्या परिचितांपैकी कोण -
  - सर्वांत जास्त प्रोत्साहन देतो?
  - सर्वांत जास्त सावध करतो?
  - निरुत्साही बनवतो?
- तुम्हाला सर्वाधिक सतावणारी चिंता कोणती? तुम्ही ती का सहन करता?
- न मागता, फुकटचा सल्ला देणाऱ्या लोकांचा सल्ला तुम्ही आहे तसा स्वीकारता की सल्ल्यामागचे त्यांचे हेतू तपासता?
- तुमची सर्वांत प्रबळ इच्छा कोणती? ती तुम्ही मिळवणार आहात का? त्यासाठी इतर इच्छांना गौण महत्त्व द्यायला तुम्ही तयार आहात का? त्या इच्छापूर्तीसाठी तुम्ही तुमचा दररोजचा किती वेळ देता?
- तुमचं मत वारंवार बदलतं का? आणि का?
- सुरू केलेलं प्रत्येक काम तुम्ही शेवटापर्यंत नेता का?
- इतरांच्या व्यावसायिक वा महाविद्यालयीन पदव्यांचा, त्यांच्या संपत्तीचा तुमच्यावर प्रभाव पडतो का?
- तुम्ही लोकांच्या आर्थिक वा सामाजिक स्तरांकडे बघून त्यांच्याशी संबंध जोडता का?
- तुमच्या मते सर्वांत श्रेष्ठ अशी हयात असलेली व्यक्ती कुठली आहे? ती तुमच्यापेक्षा कुठल्या गोष्टीत सरस आहे?
- या प्रश्नावलीच्या अभ्यासासाठी, तिची उत्तरं देण्यासाठी तुम्ही किती वेळ दिला आहे? (या यादीतल्या प्रश्नांची उत्तरं देण्यासाठी किमान एका दिवसाचा वेळ देणं तरी अत्यंत गरजेचं आहे.)

जर तुम्ही या सर्व प्रश्नांची प्रामाणिकपणे उत्तरं दिलीत, तर इतर कुणाहीपेक्षा तुम्हीच स्वतःला चांगले ओळखू लागाल. या सर्व प्रश्नांचा मनापासून खरा अभ्यास करा, आठवड्यात किमान एकदा तरी हे वाचा. अनेक महिने यावर परिश्रम घेतल्यास या प्रश्नांतून आपल्याला मिळालेलं ज्ञान बघून तुम्ही थक्क व्हाल. जर या प्रश्नांच्या उत्तरांबाबत तुम्हाला शंका असेल, तर

निष्पक्षपातीपणे परीक्षण करणाऱ्या तुमच्या एखाद्या परिचिताचा सल्ला घ्या. त्यांची दृष्टी तुम्हाला आश्चर्यकारक अनुभव देऊन जाईल.

तुमचं संपूर्ण नियंत्रण असलेली गोष्ट

तुमच्या विचारांवर तुमचं पूर्ण नियंत्रण असतं. मानवाला जी सत्यं माहीत आहेत, त्यातलं हे सर्वांत महत्त्वाचं आणि सगळ्यात जास्त प्रोत्साहन देणारं सत्य आहे, ही जणू तुम्हाला मिळालेली एक दैवी देणगी आहे. ज्याद्वारे तुमचा स्वभाव कळतो. जर तुम्ही तुमच्या विचारांवर नियंत्रण ठेवू शकला नाहीत, तर इतर कुठल्याच गोष्टींवर नियंत्रण ठेवणं तुम्हाला शक्य होणार नाही. तुमच्या भौतिक गोष्टींची तुम्ही फारशी काळजी केली नाही तरी चालेल; मात्र तुमचं मन ही तुम्हाला मिळालेली आध्यात्मिक संपत्ती आहे. तिचं रक्षण करून दैवी गोष्टींना साजेशा सन्मानानंच तिचा उपयोग करा. याचसाठी निसर्गानं माणसाला इच्छाशक्ती बहाल केली आहे.

जाणता-अजाणता, अज्ञानामुळे जे लोक नकारात्मक सूचनांद्वारे इतरांची मनं दूषित करतात, त्यांना खरंतर कायद्यानं जबर शिक्षाच द्यायला हवी. मात्र अशा नकारात्मक विचारांपासून आपलं संरक्षण करणारा कुठलाच कायदा अस्तित्वात नाही. असा कायदा नसल्यानं भौतिक संपत्ती मिळण्याच्या संधी बऱ्याचदा नाश पावतात.

नकारात्मक विचारप्रवृत्तीच्या लोकांनी थॉमस एडिसनला वारंवार असं सांगितलं की, मानवी आवाज प्रक्षेपित करणारं यंत्र तो तयार करूच शकणार नाही, आजपर्यंत हे कुणालाही शक्य झालं नसल्यानं लोकांना ती अशक्य कोटीतली कल्पना वाटली होती. मात्र एडिसन स्वतःच्या विश्वासावर अढळ राहिला. माणसाचं मन ज्याचा विचार करू शकतं, अशा प्रत्येक गोष्टींची ते निर्मितीही करू शकतं, असा त्याला ठाम विश्वास होता. या विश्वासाच्या व ज्ञानाच्या बळावरच एडिसन इतरांपेक्षा श्रेष्ठ ठरला.

अशाच नकारात्मक वृत्तीच्या लोकांनी एफ. डब्ल्यू. वुलवर्थलाही असं वेड्यात काढलं होतं. त्या लोकांच्या मते वुलवर्थ जर पाच-दहा सेंट्सच्या वस्तूंची विक्री करणारं दुकान काढणार असेल; तर तो यशस्वी होणार नाही. मात्र आपल्या योजनेवर श्रद्धा ठेवून वुलवर्थनं तर्कसंगत योजना आखली आणि ती पूर्णत्वास नेली. लोकांच्या नकारात्मक विचारांच्या प्रभावाखाली न येता त्यानं शंभर दशलक्ष डॉलर्सपेक्षा जास्त संपत्ती कमावली.

हेन्री फोर्डची पहिली मोटार जेव्हा डेट्रॉईटच्या रस्त्यावर धावली, तेव्हा लोकांनी नापसंती व्यक्त केली. त्या मोटारीचं रूप देखणं, सुबक नसल्यामुळे, ती यशस्वी होणार नाही, असंच लोकांना वाटत होतं. मात्र हेन्री फोर्ड यांना स्वतःच्या निर्मितीबाबत ठाम विश्वास होता. या मोटारीसाठी मी जगाशीही शर्यत लावायला तयार आहे, असं फोर्डचे उद्‌गार होते. फोर्ड आणि त्यांचे अन्य कामगार या दोघांनाही मन असलं, तरी त्यांच्यात एक महत्त्वपूर्ण फरक होता. फोर्ड यांच्या मनावर, त्यातल्या विचारांवर त्यांचं नियंत्रण होतं. मात्र त्यांच्या कर्मचाऱ्यांबाबत ते तसं नव्हतं. त्यांनी आपले विचार नियंत्रित करण्याचा प्रयत्नच केला नाही. मात्र फोर्ड यांची ही मनोवृत्तीच त्यांना संपत्तीच्या शिखरावर घेऊन गेली.

मानसिक नियंत्रण मिळवण्यासाठी स्वयंशिस्त आणि सरावाची गरज असते. जर तुम्ही तुमच्या मनावर नियंत्रण ठेवलं नाहीत, तर तुमचं मन तुमच्यावर नियंत्रण ठेवतं. याशिवाय काहीही तिसरी गोष्ट शक्य नसते. मानसिक नियंत्रणाची सगळ्यात साधी पद्धत अशी आहे - कुठल्या तरी निश्चित हेतूसाठी तुमच्या मनाला सतत कार्यमग्न ठेवा. त्यासाठी योग्य योजना आखा. यशस्वी ठरलेल्या कुठल्याही व्यक्तीच्या जीवनाचा अभ्यास केला, तर असं दिसतं की, त्याचं त्याच्या मनावर, विचारावर पूर्ण नियंत्रण होतं. त्या नियंत्रणामुळेच त्यानं आपल्या मनाची पूर्ण ताकद आपल्या निश्चित उद्देश पूर्ण करण्यासाठी वापरली. जर त्याला असं नियंत्रण मिळवता आलं नसतं, तर त्याला ते यशही मिळालं नसतं.

जर नामक वृद्धाच्या प्रसिद्ध पन्नास सबबी

सर्व अपयशी लोकांच्यात आढळणारी एक समान गोष्ट म्हणजे सबबी पुढं करणं. प्रत्येक व्यक्तीला आपल्या अपयशाचं कारण माहीत असतं आणि अपयश मिळण्याचं कारण म्हणून त्याच सबबी पुढं केल्या जातात.

काही सबबी अतिशय हुशारीनं पुढं केल्या जातात, तर अगदीच थोड्या खऱ्याही असतात. मात्र पैसा मिळवण्यासाठी कुठलीच सबब पुढं करता येत नाही. जगाला फक्त तुम्हाला यश मिळालं आहे का, इतकी एकच गोष्ट जाणून घेण्यात रस असतो.

एका चारित्र्य-विश्लेषकानं नेहमी पुढं केल्या जाणाऱ्या सबबींची एक यादीच बनवली आहे, ही यादी वाचत असताना स्वतःचं परीक्षण करा आणि

यातल्या किती सबबी तुम्हीही कारणपरत्वे पुढं करता ते जाणून घ्या. मात्र हे कायम लक्षात ठेवा की, या पुस्तकातील तत्त्वज्ञानानं यातली प्रत्येक सबब ही खोटी आहे, हे दाखवलं आहे.

- जर माझ्यामागं पत्नी व कुटुंब असतं
- मला जर सतत पाठबळ मिळालं असतं
- माझ्याकडे पैसा असता
- मला उत्तम शिक्षण मिळालं असतं
- मला चांगली नोकरी लाभली असती
- मला उत्तम स्वास्थ्य लाभलं असतं
- माझे दिवस यापेक्षा चांगले असते तर
- जर इतरांनी मला समजून घेतलं असतं तर
- माझ्या आजूबाजूची परिस्थिती वेगळी असती तर
- मला माझं जीवन नव्यानं जगायला मिळालं तर
- लोक काय म्हणतील याचं दडपण नसतं तर
- मला योग्य संधी मिळाली असती तर
- आत्ता या क्षणी जर मला उत्तम संधी मिळाली तर
- जर लोकांनी माझी अशी अवस्था केली नसती तर
- मी अधिक तरुण असतो तर
- मला हवं ते करता आलं असतं तर
- मी श्रीमंत घरात जन्माला आलो असतो तर
- मला योग्य लोक भेटले असते तर
- मी इतर लोकांसारखा हुशार असतो तर
- माझ्याकडे स्वतःचं मत मांडण्याचं धाडस असतं तर
- हातातून निसटलेल्या संधी मिळाल्या असत्या तर
- इतरांनी माझ्यावर अधिकार गाजवला नसता तर
- मला कौटुंबिक जबाबदाऱ्यात अडकून पडावं लागलं नसतं तर
- बॉसनी माझी योग्य ती कदर केली असती तर
- मला कोणी मदतीला असतं तर

- माझ्या कुटुंबानं मला समजून घेतलं असतं तर
- मी मोठ्या शहरात राहत असतो तर
- मला चांगली सुरुवात करता आली असती तर
- मी स्वतंत्र असतो तर
- मला इतरांसारखं उठावदार व्यक्तिमत्त्व असतं तर
- मी इतका जाड नसतो तर
- मला यापेक्षा चांगली संधी मिळाली असती तर
- मी कर्जबाजारी झालो नसतो तर
- मी अपयशी ठरलो नसतो तर
- मला कसं ते नेमकं कळलं असतं तर
- मला प्रत्येकानं विरोध केला नसता तर
- मला खूप चिंता भेडसावत नसत्या तर
- मला सुयोग्य जीवनसाथी मिळाला असता तर
- लोक इतके घुमे नसते तर
- माझं कुटुंब इतकं उधळपट्टी करणारं नसतं तर
- मला स्वतःची खात्री असती तर
- नशीब माझ्या विरोधात नसतं तर
- माझा जन्मावर अशुभ ग्रहाचं सावट नसतं तर
- व्हायचं ते होणारच, हे खरं नसतं तर
- मला इतके कष्ट करावे लागले नसते तर
- माझा पैसा गेला नसता तर
- मला चांगला शेजार मिळाला असता तर
- माझा काही भूतकाळच नसता तर
- माझा स्वतःचा व्यवसाय असता तर
- लोकांनी माझं ऐकलं असतं तर

आणि या सगळ्यात महत्त्वाचं म्हणजे, जर माझ्यातल्या चुका शोधण्याचं धाडस माझ्यात असतं, तर मी चुका शोधल्या असत्या आणि स्वतःत सुधारणा केली असती. माझ्या चुकांवरून बोध घेण्याची संधी मला

मिळाली असती. इतरांच्या अनुभवातूनही मी काही शिकलो असतो. मला माझ्या चुका, माझ्या उणिवा कळल्या असत्या आणि त्या सुधारण्यासाठी, त्यावर मात करण्यासाठी मी अधिक कष्ट घेतले असते आणि माझ्या सबबी सांगण्यात वेळ वाया घालवला नसता.

आपलं अपयश झाकण्यासाठी सबबी सांगणं हा राष्ट्रीय मनोरंजक खेळ आहे. मानववंशाइतकीच ती जुनी सवय आहे, तितकीच घातकही आहे. लोक आपल्या सबबीचं समर्थन का करतात? कारण सबबी हे त्यांचंच अपत्य असतं. त्यांच्याच कल्पनेतून जन्माला आलेलं. आपल्या कल्पनेचं समर्थन करणं हा मानवी स्वभावच आहे.

सबबी तयार करण्याची सवय खोलवर रुजलेली असते. जेव्हा आपल्या समर्थनासाठी सबबी सांगितल्या जातात, तेव्हा त्या मोडून काढणं अवघड असतं. प्लेटोच्याही मनात हेच असल्यामुळे तो म्हणाला की, स्वतःवर विजय मिळवणं, हाच सर्वोत्तम विजय आहे. मात्र अहंभावानं आपल्यावर विजय मिळवणं सगळ्यात लज्जास्पद आहे.

दुसऱ्या एका तत्त्वज्ञान्याच्या मनातही असाच विचार आला. जेव्हा मला कळलं की, दुसऱ्यात आढळणाऱ्या वाईट गोष्टी म्हणजे आपलीच प्रतिबिंब असतात, तेव्हा मला खूपच आश्चर्य वाटलं होतं.

आपल्या उणिवांवर पांघरूण घालण्यासाठी सबबी तयार करण्यात लोक एवढा वेळ का घालवतात? ते स्वतःलाच का मूर्ख बनवतात? हे मला कायमच एक रहस्य वाटत आलंय. कारण तोच वेळ जर त्यांनी आपल्या चुका सुधारण्यात, उणिवांवर मात करण्यासाठी वापरला, तर सबबी सांगण्याची गरजच पडणार नाही, असं एल्बर्ट ह्युबर्डनं म्हटलंय.

शेवटी एक आठवण करून देतो, तुमचं जीवन हा एक खेळाचा पट असून, तुमचा प्रतिस्पर्धी आहे वेळ. जर तुम्ही एखादी चाल करण्यात चालढकल केलीत, तर वेळ तुमचं सैन्य पटावरून कापून काढेल. तुम्ही अशा खेळाडूबरोबर खेळत आहात जिथं निर्णयातील टाळाटाळीला अजिबात स्थान नाही.

भूतकाळात इच्छिलेली एखादी गोष्ट न मिळाल्याबद्दल तुम्हीही एखादी सबब सांगितली असेल; पण आता ती सबबच उरली नाहीये. कारण तुम्हाला आता एक अशी मास्टर की सापडली आहे जिच्या मदतीनं जीवनात प्रचंड संपत्तीची दारं आता तुमच्यासाठी अगदी सहज उघडले जातील.

ही किल्ली निराकार असली तरी शक्तिशाली आहे. ती असा विशेष अधिकार तुम्हाला प्रदान करत आहे. ज्याद्वारे निश्चित योजनेनं आणि ज्वलंत इच्छाशक्तीच्या मदतीनं तुम्ही श्रीमंती मिळवू शकता. मात्र जर तुम्ही या अधिकाराचा वापर करणार नाही, तर खूप मोठी किंमत तुम्हाला द्यावी लागेल. ती किंमत आहे अपयश. किल्लीचा योग्य उपयोग केलात, तर तुम्हाला खूप मोठं बक्षीस मिळेल. ते बक्षीस आहे स्वतःवर विजय मिळवून आयुष्यात हवं ते मिळवण्याचं समाधान. आयुष्यावर अधिकार गाजवण्याचं समाधान.

हे बक्षीस तुमच्या प्रयत्नांना अगदी साजेसं आहे. तुम्ही सुरुवात तर करा आणि स्वतःची खात्री करून घ्या.

श्रेष्ठ तत्त्वज्ञ इमर्सननं म्हटलंय की, जर आपले ऋणानुबंध असतील, तर आपण पुन्हा भेटूच. त्याच्याच विचारांच्या चालीवर मीही म्हणतोय की, आपलेही ऋणानुबंध आहेत म्हणूनच या पुस्तकाच्या माध्यमातून आपण पुन्हा भेटलो आहोत.

• • •